ባዶነት

ባዶነት

"የራሱን ዕጣ ፈንታ ያገኘውን ልጅ ፈጣሪ ይባርክ"

ግለ ታሪክ

በ

ዓድል ቤን - ሐርሓራ

ትርጉም - ቀዳማዊ ሰሎሞን

አርትኦት - አበራ ለማ

ቅጽ 1 - ኢትዮጵያ

የቅጂ ባለ መብት © 2014 ዓ. ም. ፣ ዓድል ቤን - ሐርሓራ

ያለደራሲው ፈቃድ በየትኛውም መንገድ ማባዛት ወይም ማሠራጨት በሕግ የተከለከለ ነው፡፡

Copyright © 2022 by Adel Ben-Harhara

All rights reserved. No part of this book may be reproduced or transmitted in any form or by any means without written permission from the author.

Scripture quotations are from the *ESV® Bible (The Holy Bible, English Standard Version®)*, Copyright © 2001 by Crossway, a publishing ministry of Good News Publishers. Used by permission. All rights reserved.

Qur'anic quotations are from *The Qur'an: A New Translation by M. A. S. Abdel Haleem*, Copyright ©2005 by Oxford University Press. Used by permission. All rights reserved.

God Bless the Child Who's Got His Own (Holliday/Herzog) Round Hill Music
1800 Grand Ave., Nashville, TN 37212
All Rights Reserved. Used by Permission

Cover design: - Jana Rade

የሽፋን ሥዕል: ጄና ሬድ

ISBN (ሕትመት): 978-1-7780233-2-3

ISBN (የበይነ መረብ ንባብ): 978-1-7780233-3-0

ISBN (የድምጽ ንባብ): 978-1-7780381-2-9

ከሁሉ አስቀድሞ

በዚህ መጽሐፍ ውስጥ የሰፈረው የትኛውም መረጃ ትክክለኛና ያልተዛነፈ ይሆን ዘንድ ብርቱ ጥረት አድርጌአለሁ፡፡ ዳሩ ግን ከሕትመቱ በኋላ በመጽሐፉ ላይ ለሚፈጠር ጉድለት፣ ዝንፈት፣ ቸልተኝነት፣ ስህተት፣ ጉዳት፣ብልሽት… ኃላፊነት አልወስድም፡፡

ይህ መጽሐፍ ለኃይማኖት፣ ለፖለቲካ፣ ለጂኦግራፊ ወይም ለፖለቲካ ጉዳዮች ድርሳንነት ሊያገለግል አይችልም፡፡ የተጠቀሱት የሃይማኖት ፣ የታሪክ፣ የጂኦግራፊና የፖለቲካ ጽንሰ ሀሳቦች ለታሪኬ ማዋሰጃነት የሚያገለግሉ እንጂ ለማስተማሪያነት የሚውሉ አይደለም፡፡

“ዐረቦች” እና “ዐረብኛ” እያልኩ አልፎ አልፎ የጠቀስኳቸው ቃላት የመኖችንና የመንን ብቻ የሚመለከቱ ናቸው፡፡

“የመን” የሚለው ቃል በ1982 ዓ.ም. ሰሜንና ደቡብ የመን ከተቀላቀሉ በኋላ የተፈጠረውን ምድር የሚገልጽ ነው፡፡

አበርክቶ

የመጽሐፉ መታሰቢያነት የመኖሬ ምክንያት ለሆኑት ልጆቼ ለ**ሊና** እና ለ**ሰመር**፣

ሰው እንድሆን ለደከሙልኝ እናቶቼ ለ**ወይንሸት**፣ ለ**ሩቅያ**፣ ለ**እመቤት**፣ ለ**መርየም**፣ ለ**ዘይነብ**፣ ለ**ፋጡማ** እንዲሁም በ “ማደጎ” ላሳደገችኝ አሜሪካዊቷ እናቴ ለ**ኖርማ፣**

በተለይ ለአባቴ ምትክ **ለአሕመድ ባንሰር፣**

እንዲሁም የልጅነት ምርኩዞቼ ለሆኑት

ለሳሌም ባጋሪሽ ና ለ**ማመጫ ማንደፍሮ** ይሁንልኝ፡፡

መቅድም

ከልጅነቴ ጀምሮ፣ ሁኔታዬ ላይ የተለየ ነገር እንዳለ ሆኖ ይሰማኝ ነበር። ስለዚህ ያሚያጋጥሙኝን ነገሮቸ መዝግቤ መያዝ ፈለግሁ፡፡ እናም ማስታወሻዎች መጻፍ የጀመርኩት በአሥራ አንድ ዓመቴ ነበር፡፡ ነገር ግን “የምተርከው ታሪክ አለኝ” የማለት እምነት አልነበረኝም። ከቅርብ ጊዜ ወዲህ ግን፣ ብዙ ባህሎችን፣ ቋንቋዎችን፣ ኃይማኖቶችንና ጂኦግራፊያዊ አካባቢዎችን ማወቄን ስገነዘብ፤ አንድ ነገር ለማድረግ ወሰንኩ፡፡ ይህንን የሕይወቴን ውጣ ውረድ መጽሀፍ ለመጻፍ ወሰኜ ሳሰስብ፤ ጥቂት መሰናከሎች አጋጥመውኛል፡፡ የቋንቋ እጥረትና ስሜትን ማፈን። የጥፋተኝነት ስሜትና ያለፈውን ሁሉ ማስታወስን መፍራት፡፡ ምንም ማሻሻል የማይቻልበት ሁኔታም ተፈጠረ፡፡

ቋንቋ

በሦስት ቋንቋዎች መናገር፣ ማንበብና መጻፍ እችላለሁ፡፡ ሌሎች ሁለት ቋንቋዎችም እሞክራለሁ፡፡ የትውልድ ሀገሬን ወይም የአፍ መፍቻ ቋንቋዬን ከተጠየቅኩ ግን ቀጥተኛ መልስ ለመስጠት እቸገራለሁ፡፡ የመናዊ ነኝ፣ ዐረብኛም እናገራለሁ ብል ጥርት ያለ ዐረብ እንደሆንኩ ልቆጠር እችላለሁ፡፡ ግን አይደለሁም፡፡ አማርኛ የምችል ኢትዮጵያዊ ነኝ ማለትም የእኔን ማንነት በምለዓት አያሳይም፡፡

ከሁሉም አስቀድሞ የተማርኩት ቋንቋ በመሆኑ ዐረብኛ እንደ አፍ መፍቻ ቋንቋዬ ሊወሰድ ይችላል፡፡ በሌላ በኩል ደግሞ አምስት ዓመት ሳይሞላኝ አማርኛና ኦሮሚፋ ተምሬአለሁ፡፡ በዚህ ላይ ገና ድክ ድክ ስል አባቴ አንዳንድ የእንግሊዘኛ ቃላት አስጨብጦኛል፡፡ ትምህርት ቤትም እንግሊዝኛ ቀስሜአለሁ፡፡

በእኔ ዕድሜ በኢትዮጵያ የትምህርት ሥርዓት መሠረት ማንኛውም ሰባተኛ ክፍል የደረሰ ተማሪ፤ ሁሉንም የትምህርት ዓይነቶች የሚማረው በእንግሊዝኛ ነበር፡፡ በመደበኛው የአማርኛ ትምህርቴ ወቅት ግእዝን ደርቤ ለመማር ችያለሁ፡፡

በእነዚህ ምክንያቶች “ስንት ቋንቋ ትናገራለህ” ተብዬ ስጠየቅ ቁርጥ ያለ መልስ መስጠት ያውከኛል፡፡ አራት? አምስት? እንዲያውም አራት ተኩል ማለቱ

ሳይቀለኝ ይቀራል?... እውነታው ግን እስከ ዛሬ ድረስ በየትኛዎቹም ቋንቋዎች ትውስታዬን ያለመጻፌ ነው።

በእንዲህ ያሉት ሳንኮች ሳላመሃኝ ታሪኬን ለመጻፍ ወሰንኩ። የመጀመሪያውን ቅጽ ያነበቡት ሁለቱ ልጆቼ “አባባ መጽሐፍህ ብዙ መረጃዎች ይዟል፣ ስሜት ግን ያንሰዋል” አሉኝ። ለካንስ ያለፈ ዘግናኝ ሕይወቴን ከእነገፈቱ ከማካፈል ይልቅ መረጃ የሚያቀብል ተራ ዘጋቢ ኖኜ ኖሯል።

ታሪኬን አንባቢ እንዲመሰጥበት ማድረግ እንዴት ይቻለኛል? የተዋበ ጭውውት፣ ማራኪ ገፀ-ባህሪያት እና አጓጊ ፍሰት ያለው ታሪክ እንዲሆን ምን ማድረግ ይጠበቅብኛል?” ስል ራሴን ጠየቅኩ። የጎዳና አስቃቂ አፍ የዋጠው የስምንት ዓመት ልጅ ያቆራመደውን ፍርሐት፣ ስቃይ፣ ተስፋቢስነት፣ አለኝታ ማጣት ... የሚገልጹ ኮስታራ ቃላት ሊኖሩ ይቻላሉ የሚል ግምት አልነበረኝም። በግልጽነት፣ በታማኝነት፣ በሚዛናዊነት ለማቅረብ የምፈልገውን ትውስታዬን የትና እንዴት መጀመር እንዳለብኝ አላውቅኩም ነበር።

ራስ ወቃሽነት

በዚህ ጥንቅር ውስጥ የተጠቀሱ ሰዎች (የቤተሰብ አባላት ወይም ጓደኞች) ቅር እንዳይሰኙብኝ መጨነቄ አልቀረም። ባደግኩበት ባህል ውስጥ የማይደፈሩ አይነኬ ጉዳዮች በታሪኬ ከአለፍ ገደም ተጠቃቅሰዋል። ያደግኩበትን ባህልና ወግ እንዳልነካ እየተጠነቀቅኩ፣ ኃይማኖታዊውን ድንበር ለመጣስ ዳር ዳር እያልኩ መሆኔን ሳስበው ስጋት ብጤ ይጎነትለኛል።

ዓላማዬ ቤተሰቤን ማሳፈርና ማሸማቀቅ ሳይሆን ከምንም በላይ ለራሴና ለአንባቢዎቼ ታማኝ መሆን ነው። የቱንም ያህል ብፈራና ብቸርም ከታሪኬ ጋር ተያያዥነት ያላቸውን ፖለቲካዊና ማኅበራዊ ዕይታዎች በመጽሐፌ ቅጠሎች ሁሉ ማነሳሳቴ አልቀረም።

የታሪኬ አንጓዎች ተገጣጥመው መነበብ አለባቸው። አንባቢዎቼ ከተለያየ ማኅበራዊ ዳራ የበቀሉ የግል፣ የማኅበረሰብና የፖለቲካ ጉዳዮችን ይቃኙ ዘንድ፣ አንዳንድ ተንኳሽ አለያም አይነኬ ጉዳዮችን መንካቴን አልክድም።

ስጋት

በብዙ ርዕስ ጉዳዮች ላይ የነበሩኝን ሕመሞችና ቅሬታዎች ተላምጄአቸዋለሁ... ከከፉ ትዝታዬ ጋር እርቅ ፈጥሬአለሁ... የሚታየኝም ይኸው ነው። ዳሩ ግን

እንዴት ነው ራሴን የምገልጸው? የገዛ እኔነቴን በመስተዋት ውስጥ ሳየው ምንድን ነው የምመስለው?

ይህ እንዲሆን ከውስጣዊ ነፍሴ ቋት ውስጥ በጥቂቱ እየቆነጠርኩ ለብዙኃኑ አንባቢ ማቋደስ ሊኖርብኝ ነው፡፡ እስከዛሬ ድረስ የግል ምሥጢሬ የነበሩና ማንም የማያውቃቸው የማንነቴ ሰበዞች እየተነቀሱ ያለ ስስትና ንፍገት ተዘርዝረዋል፡፡ እንግዲህ ከዚህ በኋላ በዓለም መድረክ ተዘርግቻለሁ፡፡ ውስጤን አደባባይ አስጥቻለሁ፡፡ ጥልቅ ስሜቴንም ሆነ የግል ታሪኬን ገላልጬ የማሳየት ሐሳብ፣ በራሱ አስፈሪ ነው፡፡ ይህን ጥልቅ ማንነት አውጥቼ በመዘርገፌ፣ ውስጤ ባዶ ሆኗል፡፡ ቀለል ብሎኛል፡፡

ይህን መጽሐፍ በቅጡ መሰነድ የማይገፉቱን ተራራ መውጣት... በማያሸንፉት የጦር አውድማ መዋደቅ... መሆኑን አውቃለሁ፡፡ ድጋፍ አስፈለገኝ፡፡ ደግሞም ከእኔው እኩል የሚተጉ ሁነኛ አጋሮች አጋጠሙኝ፡፡

ለዚህ ሥራዬ የቀኝ እጅ የሆኑኝን የሥነ-ጸሑፍ ተጠባቢያን ላስተዋውቃችሁ፣

ሎርና ስቱበር

ሎርናን እንደተዋወቅኋት ስለ ሙያና ልምዷ ጠየቅኋት፡፡ እንዲህ አለችኝ፤

የሃያ አምስት ዓመት ልደቴን እስከ አከበርኩበት ጊዜ ድረስ በሦስት አህጉሮች (ሰሜንና ደቡብ አሜሪካ እንዲሁም ኤስያ) ውስጥ ከመኖሬም በላይ ጊዜው ሲፈቅድ ሌሎቹን ክፍለ ዓለማትም የማዬት ውጥን ነበረኝ፡፡

የእንግሊዘኛ ቋንቋን የማቀላጥፍ ብሆንም፣ ጀርመንኛና ጃፓንኛን ጨምሬ አጠናሁ፡፡ እንግሊዘኛ በሰፊው በማይነገርባቸው ቦታዎች ስጓዝ ግን፣ ለምስጋና ያህል የሚያበቁኝን ቃላት መቃረም ግዴታዬ ሆነ፡፡ ቀደም ሲል የእንግሊዘኛ ቋንቋ መምህርት ስለነበርኩ፣ ከሥነ ልሣንና ከባህላዊ ሥነ ሰብእ ጋር የተያያዙ ጉዳዮች ቀልቤን ይስቡታል፡፡

በቀዳሚው ውይይታችን ወቅት አብረን ለመሥራት የተስማማች ቢሆንም፣ ላሰብኩት ጉዳይ ሌላ ሰው ቀጥሬ ባሠራ የተሻለ እንደሚሆን ነገረችኝ፡፡

የውጥኔን ይዘት ለመፈንጠቅ ያህል የመጀመሪያውን ግርድፍ ረቂቅ (80000 ቃላት) ላኩላት፡፡ ከዚያም "የጽሑፍህን ረቂቅ አንብቤ ስጨርስ በተመስጦ ተወሰድኩ፡፡ ታሪክህ እንደ ሥነ ሕብረተሰብ ባሕላዊ ሥነ ሰበእ፣ ታሪክ፣ ለመካከለኛው ምሥራቅና ለአፍሪካ ጥናቶች፣ ሥነ- ልሣን፣ ሃይማኖታዊ አስተምህሮና ስለ ሴቶች ጥናት በሚያስተምሩ ዩኒ|ርሲቲዎች ውስጥ

ለመማሪያነት ሊያገለግል የሚችል ነው፡፡ እጅጉን መንፈሴን ተቆጣጥሮታል፡፡" ስትል መለሰችልኝ፡፡

ደነቀኝ፡፡ ውስጧን ለማሳመን ጥቂት ጊዜ የሚያስፈልጋት መሰለኝ፡፡ ጸጸቴን፣ ስጋቴንና ሥነ ልቦናዊ ተግዳሮቴን ካካፈልኳት በላ የኔን ስሜትና ድምፀት ሳትቀይር ረቂቁን ወደ መጽሐፍነት ልታሳድግልኝ ትችል እንደሁ አግባባኋት፡፡

እየጎተጎተችም ሆነ እየቆሰቆሰች ያለፈ ማንነቴን እባጭ እንድታፈርጥልኝና የጽሑፌን ክፍተት እንድትሞላልኝ ጠየቅኳት፡፡ ያለፈ ሕመሜን ልክና መልክ ለአንባቢያን ማጋባት የሚያስችል ሙቀትና ሕይወት የተላበሰ መጽሐፍ በማዘጋጀት በኩል እንድታግዘኝ ተደጋጋሚ ውይይት አደረግን፡፡ በመጨረሻም የዚህ ዝግጅት ቀዳማዊዋ ዓይን ሆና እርሣ ተፈጠረች፡፡

ቀዳማዊ ሰሎሞን

ታሪኬ በወላጆቼ ቋንቋ (አማርኛና ዐረብኛ) ይጻፍ ዘንድ ብርቱ ፍላጎት ነበረኝ፡፡ ከሁሉም በላይ የተወለድኩባቸውና ያደግኩባቸው ሥፍራዎች ውጤት ነኝ፡፡ የሀገሬ ሰዎች ከታሪኬ የሚጋሩት ብዙ ቁም ነገር ይኖራል፡፡ ሊያነቃቃቸው ይችላል አለያም ይማሩበታል፡፡

በቀሰምኩት መጠነ ሰፊ መደበኛ ትምህርት ውስጥ መማሪያ ቋንቋው እንግሊዘኛ ስለነበርና፣ ከዕድሜ እኩሌታ በላይ በሰሜን አሜሪካ ውስጥ በመኖሬ የተነሳ፣ በወላጆቼ ቋንቋ ታሪኬን መንገርም ሆነ መጻፍ የማልችል ሆኜ ቀረሁ ፡፡ የአማርኛና የዐረብኛ ቋንቋ ጸሐፊዎች ማፈላለግ የግድ ሆነ፡፡

የጋራ ወዳጃችን በሆነው በታዋቂው ደራሲና ገጣሚ በአበራ ለማ በኩል ቀዳማዊን አገኘሁት፡፡ (አበራ ለማ የመጨረሻውን ያማርኛ ትርጉም ሥራ ረቂቅ፣ በአርታዒነት የረዳኝ ወዳጄ ነው፡፡) የሕክምና ዶክተርነት የተማረ ሰው መሆኑን ተረዳሁ፡፡ በተፈጥሮና በማኅበረሰብ ሣይንስ በርከት ያሉ የሁለተኛ ዲግሪዎች ቆብ ጭኗል፡፡

ይበልጥ ስለማንነቱ ለማወቅ ስሞክር ከእንግሊዘኛ በተጨማሪ ፈረንሳይኛ፣ ጣልያንኛ፣ ግሪክኛ፣ እብራይስጥ የተማረ መሆኑን ተገነዘብኩ፡፡ ከዚህም በላይ ከሃምሳ ዓመታት በላይ ግዕዝ ያጠና ሰው ያጋጠመኝ እርሱ ነው!

በዚህ ላይ ያስደሰተኝ ጉዳይ ቢኖር አሥራ ስምንት መጻሕፍት ከእንግሊዘኛ ወደ አማርኛ የመለሰ ድንቅ ተርጓሚ መሆኑ ነው፡፡ የሕክምና ሣይንስ ያጠና ሰው እንዴት በሥነ-ጽሑፍ ባህር ውስጥ ሰምጦ ቀረ ስል መደመሜ አልቀረም፡፡

ምንም እንኳን እርሱ ኢትዮጵያ ውስጥ በመኖሩ ምክንያት የአሥር ሰዓታት የመሬት ዑደት ልዩነት ቢኖረንም ፣ አብረን ለመሥራት ተስማማን፡፡በስልክ ስናወራ በጥሞና የማዳመጥ ችሎታው የሚደንቅ ነው፡፡ ያለ አንዳች ጣልቃ ገብነት ረጅም የስልክ ንግግሬን ሲያዳምጠኝ ፣ ከሚጎረብጥና ከጉልድፍ አማርኛዬ ጋር ተቀላቅለው በምወነጭፋቸው የእንግሊዘኛ ሐረጎች ግራ አጋብቸው እንዳይሆን ስጋት ገባኝ፡፡ ግምቴ ስህተት ነበር፡፡ ንግግሬን በጥሞናና በአስተውሎት እያዳመጠኝና እየተረዳኝ ነበር፡፡ አብረን እንድንሠራ ከመወሰኑ በፊት ረቂቁን እንድልክለት ጠየቀኝ፡፡

በቀጣይ ውይይቶቻችን ብዙ የሚያመሳስሉን ጉዳዮች እንዳሉ ተገነዘብኩ፡፡ ሁለታችንም የተወለድነው አንድ ሐኪም ቤት ውስጥ ነበር፣ በልጅነታችን በተጎራባችና በተቀራራቢ ሠፈሮች ኖረናል፣ በአንድ ሜዳ እግርኳስ ተጫውተን አድገናል፣ በጉርምስናችን ወቅት በነበረን የፖለቲካ ተሳትፎ ምክንያት ታስረናል...ስለሆነም መጽሐፌ ሁለታችንም የምንጋራው ታሪክ ሆኖ ተገኘ፡፡

ኢትዮጵያ ውስጥ በልጅነት እድገቴ የታደጉኝን ዘመዶቼንና የሚያውቁኝን ሰዎች አነጋገረ፡፡ ከዚህ በላይ ለእርሱ ስለ እኔ መንገር አይጠበቅብኝም፡፡ ከራሴ እኩል አወቀኝ፡፡ ደግሞም ጽሑፉን ለማጎልበት የሚያስችሉ መረጃዎች አሰባስቦ እንዲያጠናቅር ሙሉ ነፃነት ሰጠሁት፡፡ በመጨረሻም የታሪኩ ጸሐፊ ሳይሆን የታሪኩ አካል ሆነ፡፡

ቀዳማዊ የተወለደው ያደገውና አሁንም የሚኖረው አዲስ አበባ ውስጥ ነው፡፡ ከተማዋ እርሱ ላይ ትታያለች፡፡ እርሱ ውስጥ ትገዝፋለች፡፡ የአዲስ አበባ ቓንጭ በሬጋ ነው፡፡

ነስማ አብዱላዚዝ

ብዙዎቹ የማውቃቸው ዐረብ ጸሐፊዎች እንግሊዘኛ የማይችሉ በመሆናቸው፣ መጽሐፌን በዐረብኛ ቋንቋ የሚተረጉምልኝ ሰው ለማግኘት ተቸግሬ ነበር፡፡ በዚህ ላይ የምፈልገው ሰው የየመንና የሃድራሚ ማኅበረሰባዊ ባህርይን ጠንቅቆ የሚያውቅ እንዲሆን ፍላጎቴ ነበር፡፡

በዓለም ላይ ሃያ ሁለት የዐረብ ሀገራት አሉ፡፡ ታድያ እነዚህ ዐረቦች የሚያመሳስላቸው አያሌ ጉዳዮች የመኖራቸውን ያህል የሚለያዩባቸውም ነጥቦች ሞልተዋል፡፡

ከብዙ ጥረትና ልፋት በኋላ ነስማን አገኘኋት፡፡ በተወሰኑ ምክንያቶች ነስማ ቀዳሚ ምርጫዬ ሆነች፡፡ ተቀማጭነትዋ እኔ በምኖርበት ከተማ ውስጥ መሆኑ

ከእርሳ ጋር የሚኖረኝን ግንኙነት ከማቅለሉም በላይ የምናደርገውን አዘቦታዊ የኃሳብ ልውውጥ የተቀላጠፈ ያደርገዋል፡፡

ነስማ እንግሊዘኛና ዐረብኛ ቋንቋዎችን የምታቀለጥፍና ሥነ ጽሑፍን በሁለቱም ቋንቋዎች የተማረች ነች፡፡ በዚህ ላይ ደግሞ አብዛኞቹ የዐረብ ፊልሞችና ኦፔራዎች ለመድረክ የሚበቁት በግብጽ ዘዬ ነው፡፡ በግብጾች ዐረብኛ የምትተረጉምልኝ ከሆነ፣ ብዙዎቹ የዐረቡ ዓለም ዜጎች በቀላሉ ታሪኬን ሊረዱልኝ ይችላሉ፡፡

ነስማ ልዩ ብርታትና አቅም የተሰጣት እንስት ናት፡፡ እንደ አብዛኛው መጻተኛ ሁሉ ከስኬት መንበር ለመቀመጥ የተለየ ጽናትና ቁርጠኝነት አየሁባት፡፡በዚህ ጽና ያልነበረኝን አቅምና ኃይል አጋባችብኝ፡፡

የባህል መጣረስና የጽሑፍ ዝንፈት እንዳይኖር እየተመላለስን ጽሑፌን መፈተሻችንን አላስታጎልንም፡፡ ፍሊጋው አያልቅም...

ሀይፋ አል-ማሺ

ሃይፋ በጋዜጠኝነት የዶክትሪት ምሩቅ የሆነች የሎንደን ተቀማጭ ነች፡፡ በተለያዩ ሀገራት በርካታ ቋንቋዎችና ሥነ ጽሑፍ ስትማር የዕድሜዋን ሁነኛ ክፍል አሳልፋለች፡፡ ከእሷ ጋር ጋር ጥቂት ውይይት እንዳደረግን አያቷ እና አባቴ የንግድ ሸሪክ እንደነበሩና እናቷም ከአንዷ ታላቅ እህቴ ጋር ኩዌት ውስጥ አብረው ይኖሩ እንደነበር ተረዳሁ፡፡

በመጀመሪያው ገደማ በቀደመው የሕይወቴ ክፍል በተለይም ሰሜን የመን ውስጥ የገጠሙኝን ጉዳዮች ፍርጥ አድርጌ በመግለጼና እቅጩን በመጻፌ የምትከፋ መስሎኝ ነበር፡፡ ሆኖም በተቃራኒው ቆማ ሊደርስብኝ በሚችለው ተቃውሞ ሳልሸማቀቅ ያየሁትንና የደረሰብኝን ሁሉ ቅንጣት ሳልገድፍ እንድጽፍ አበረታታችኝ፡፡ ስጋቴን ቀረፈችልኝ፡፡ የየመን ሴቶች ድምጽ ሆና ለመጽሐፌ ሕይወት ሰጠችው፡፡ ሳይደግስ አይጣላም...ይባል የለ፡፡

ትሬሲ አንደርሰን

አምስታችንም በሦስት የተለያዩ ቋንቋዎች ይህን ታሪክ በማጠናቀር፣ በማደራጀት፣ በማበልፀግና ዳግም በመተረክ ተልኮ ውስጥ ተደምጠን ሳለ የእንግሊዝኛውን ሰዋሰው፣ አምሳለ ሆሄያት፣ ሥርዓተ ነጥብ፣ የታሪክ ፍሰት፣ መዋቅር፣ የቃላት አጠቃቀምና ድምፀት በማረቅ ሥራችንን የሚያቃናልን

ተጨማሪ ባለሙያ እንደሚያስፈልገን ተረዳን፡፡ ስለ ትሬሲ ማንነት በጥቂቱ ያጫወተችኝ ሎርና ነበረች፡፡

"ቃላት ሁባሬ ፈጥረው የሚደምቁበትን ስልት መሻት ቀዳማዊው የሙያዬ መርህ ነው፡፡ አዲስ ዕውቀት የሚያስቀስመኝ፣ ጥማቴን የሚያረካልኝ በዓለም በሚገኙ የሰው ልጆች ታሪክ ውስጥ ፍላጎቴን የማሰርፅበት ሥራ እናፍቃለሁ፡፡" የሚል ድንቅ ጽሑፍ በትሬሲ ድረ ገጽ ላይ አነበብኩ፡፡ ይህ አባባሏ ስሜቴን ቆነጠጠው፡፡

"ንባቤን ስቀጥል ፋታ ሳይሰጡ የአንባቢዎቻችሁን ቀልብ የሚገዙና የሀሳባችሁን ጭብጥ በቅጡ ሊያስጨብጡላችሁ የሚችሉ ታሪኮች ኖረዋችሁ ነገር ግን የጊዜ፣ የኪሂሎት ወይም በራስ የመተማመን ጉድለት ያለባችሁ ባለ ታሪኮች አግኙኝና እንነጋገር፡፡ ሀሳባችሁ ላይ ሕይወት እንዝራበት፡፡" የሚል አባባል አክላለች፡፡

ጹሑፏን እያነበብኩ ሳይሆን በቀጥታ የምታነጋግረኝ መሰለኝ፡፡ በዚህ ላይ አቡዳቢ ውስጥ ለአሥር ዓመታት የኖረችና የዐረቡን ዓለም ባህል የምታውቅ በመሆኑ አግኝቻት እስካናግራት ልቤ ተሰቀለች፡፡

ትሬሲ፣ ሎርናና እኔ "በዙም" ባደረግነው ውይይት በእርግጥ የቀረችን ተጨማሪ አቅም እርሷ መሆን ከመቅጽበት ለመገንዘብ ቻልኩ፡፡

የታሪኬ ባለቤት እኔ ነኝ ፡፡ በገደ ቢስ ሕይወቴ የተጎሰምኩት እኔው ራሴ ነኝ፡ ፡ በውል አስረግጬ የምናገረው ቁስልና ድል ያዥጎረጎረው ማንነት አለኝ፡፡ ነገር ግን የዚህ መጽሐፍ ባለቤቶች የተጠቀሱት አጋሮቼ ጭምር ናቸው፡፡ ከእነርሱ ያልተገደበ ተሳትፎ ውጪ ጥረቴ ከንቱ ነበር፡፡

ብዙም የምሰጠው ስለሌለኝ አንዳች የገንዘብ ጥቅም ለማግኘት ብለው አልሠሩትም፡፡ "ይህ ታሪክ ለሌሎች የሚያቀብለው ቁም ነገር አያጣም" በሚል ቅን ልበና ተነሳስተው የተሳተፉ ናቸው፡፡

"ጸሐፊ ከሚስላቸው ፊደላት በሚያፈልቀው ጥዑም መዐዛ የተደራሲውን አፍንጫ የሚያፍነከንክ ጠቢብ ነው፡፡" የሚል እምነት አለኝ፡፡ አትክልቶቼ ያብቡ ዘንድ ውኃ ያጠጡልኝ እነዚህ ቀኝ እጆቼ ናቸው፡፡ እነሆም መጽሐፌን ለእነርሱ በምሰጠው ምስጋና ልባርከው፡፡

ይዘት

ከሁሉ አስቀድሞ 5
አበርክቶ 7
መቅድም i
ይዘት 9
መግቢያ 1
ካርታ 7
ምዕራፍ አንድ 9
ልጅነቴን ፍለጋ 9
ምዕራፍ ሁለት 21
ቤተሰብ ነበረኝ 21
ምዕራፍ ሦስት 35
ወደዚህ አለም አመጣጥ 35
ምዕራፍ አራት 46
የአባቴ የመጨረሻዎቹ ዓመታት 46
ምዕራፍ አምስት 53
ጎርባጣው ሕይወቴ 53
ምዕራፍ ስድስት 60
ትምህርቴ 60
ምዕራፍ ሰባት 68
ወላጅና መጠለያ አልባው ልጅ 68

ምዕራፍ ስምንት	75
ተስፋ	75
ምዕራፍ ዘጠኝ	83
የይገባኛል ጥያቄ	83
ምዕራፍ አሥር	89
አቃቢ ዜና፤ መዋዕለ እውቀት	89
ምዕራፍ አሥራ አንድ	93
ባንሰር ... "ስለ አባት"	93
ምዕራፍ አሥራ ሁለት	103
"ሥራ ፈጣሪው" ልጅ	103
ምዕራፍ አሥራ ሶስት	110
ልጅ ለልጅ	110
ምዕራፍ አሥራ አራት	118
ታዳጊው ዘጋቢ	118
ምዕራፍ አሥራ አምስት	122
የሚያገኙት ሐመሞች	122
ምዕራፍ አሥራ ስድስት	138
ሀይማኖተኛው ብላቴና	138
ምዕራፍ አሥራ ስባት	143
ክርስትናን መመርመር	143
ምዕራፍ አሥራ ስምንት	150
የ1966ቱ የኢትዮጵያ አብዮት	150
ምዕራፍ አስራ ዘጠኝ	162
"ወርቃማነት" እንደገና	162

ምዕራፍ ሃያ 167
ባንሰርና ሥልጣኑ 167
ምዕራፍ ሃያአንድ 176
ዘፀአት 176
ቅጽ ሥስት - የተስፋ ጭላንጭል 184
ቀዳማዊ ሰሎሞን እንዳነጋገራቸው 192
ተጨማሪ - አንድ 202
ተጨማሪ - ሁለት 207
Bibliography 210

መግቢያ

በ2002 ዓ.ም. በወቅቱ የአሥራ ሁለትና የስድስት ዓመት እድሜ ከነበራቸው ሴት ልጆቼ ጋር፤ የትውልድ ሀገሬን ኢትዮጵያንና የአባቴ የዘር ግንድ የበቀለባትን የመንን ለመጎብኘት ተነሳሁ:: የጉዞዬ ዓላማ በልጅነት ዘመኔ ብርቱ አሻራ ካሳረፉብኝ ከወላጅ እናቴ፣ ከእንጀራ እናቶቼና ከዘመዶቼ ጋር ዳግም በዓይነ ሥጋ ለመተያየት ነበር:: የቀደመ እኔነቴ ከአሁኑ ማንነቴ ጋር የነበረውን ሠንሰለት የማቋራኘት ጉዞ ነው ያደረግሁት::

ከአደኩባቸው ቦታዎችና የልጅነት ሕይወቴን ከታደጉት ሰዎች ጋር ዳግም መቆራኘቴ ያሳለፍኳቸውን መራር የስቃይ ዓመታት ለመቋቋምና፤ እንዲያም ሲል ከአስቃቂው ትዝታዬ የማገግምበትን የመንፈስ ጥንካሬ ይፈጥርልኛል የሚል ጽኑ ተስፋ ነበረኝ::

የኦርቶዶክስ እምነት ተከታይ ከሆነች ኢትዮጵያዊት አዲስ አበባ ውስጥ ነበር የተወለድኩት:: ወላጅ እናቴ (ወይንሸት)፣ ከእንጀራ እናቶቼ አንዷ (ሩቂያ) እና አክስቴ (እመቤት); በወቅቱ የአዲስ አበባ ተቀማጮች ነበሩ:: እኔን በማሳደግ ቅብብሎሽ ውስጥ ያልተቆጠበ ሚና የተጫወቱት እነዚህ ሦስቱ ነበሩ::

ምንም እንኳን አዲስ አበባ ውስጥ ተመልሼ ባድግም፤ ራሴን የምቆጠረው እንደ ደቡብ የመን ዜጋ ነው:: አባቴ የአሁኑ የመን ምሥራቃዊ ክፍል ከሆነችው ሀድራማውት የተገኘ ዐረብ እንደመሆኑ፤ ከአሥራ አምስት ዓመት ዕድሜዬ አንስቶ የደቡብ የመን ፓስፖርት ለመያዝ ችያለሁ::

ከ1970 እስከ 1976 ዓ.ም. ድረስ በኖርኩባት ሰሜን የመን ውስጥ የሁለተኛ ደረጃ ትምህርቴን የማጠናቀቅ፣ የሙያ ባለቤት የመሆንና ከዘር ግንዴ ጋር የመገናኘት ዕድል አገኘሁ::

የምዕራቡን ዓለም ትምህርት መቅሰም የሰርክ ምኞቴ ስለነበር ወደ አሜሪካ ተሻገርኩ:: ሆኖም ኪሴ በመንጠፉና የተማሪነት ቪዛዬ ገደብ በማለቁ ለጥቂት ዓመታት ያህል ወደ ሰሜን የመን ተመለስኩ:: በ1988 ዓ.ም. ከሩብ ምዕተ ዓመት በላይ ወደ ኖርኩበት የካናዳ ምድር በመሻገር ካልጋሪ፣ አልበርታ ውስጥ ተደላድዬ በመኖር ላይ እገኛለሁ::

ካናዳ በገባሁ በጥቂት ጊዜ ውስጥ የሀገሪቱን ዜግነት አገኘሁ:: ካናዳ ያስጠጋችኝና የመረጥኳት ሀገሬ ሆነች:: የዕድሜዬን በቂ ክፍል ያሳለፍኩባት የልጆቼ የትውልድ ምድር በሆነችው በካናዳ ውስጥ ነው:: የፀጋዎች ምድር

የሆነችው ይህች አገር፤ ሕልሜን እውን አደረገችልኝ፡፡ በእኔ ሕይወት ውስጥ ወደ ዘብጥያ ያልተወረወርኩባትም ምድር ካናዳ ብቻ ነች፡፡

አሁን ለደረስኩበት ዕድሜዬ የዓይኔ ማረፊያዎችና መዝናኛዎች የሆኑኝ አለታማ ተራሮች ከካልጋሪ በስተምዕራብ ጥቂት ምዕራፍ ብቻ የሚያስጉዙ ናቸው፡፡ የበረዶ ላይ ጨዋታዎችና ሩጫዎች የነፍሴን ያህል የምወዳቸው መዝናኛዎቼ እንደመሆናቸው፤ በመኖሪያ ቤቴ አቅራቢያ በሚገኙ የተፈጥሮ ፀጋዎች ላይ የማዘወትራቸው የስፖርት ዓይነቶች ናቸው፡፡ በተፈጥሮ ውበት እየማለልኩና ውስጤን በሀሴት ፀበል እያረሰረስኩ፤ የትናንት ማንነቴን ለማስላሰልና የዛሬውን እኔነቴን ለማጣጣም የሚያስችለኝን መላ ለመጨበጥ ችያለሁ፡፡

ትውስታዬን በመጽሐፍ መልክ ለማስቀመጥ ያነሳሳኝ ዋነኛው ዓላማ አንባቢዎቼን ያዝናናል፣ ያነቃቃል፣ ቁምነገር ያስጨብጣል በሚል ሀሳብ ነው፡፡

ይሁን እንጂ ምኞቴ ከዚህም በላይ ይሻገራል፡፡ ከመጽሐፉ ሽያጭ የሚገኘው ትርፍ በየመንና በኢትዮጵያ ውስጥ ለሚገኙ እጓለ ማውታን የሚውል ነው፡፡ በዚህ መልክ ለሰው ልጆች በጎ ምግባር በመፈጸም እንደኔ የወላጅ ፍቅርና ምሪት ያጡትን ሕጻናት ማገዝ ቀዳሚ፤ው ፍላጎቴና ውሳኔዬ ነው፡፡

በሦስት አህጉር ውስጥ መኖሬ የዛሬ ማንነቴን ከመቅረጹም በላይ የአፍሪካ፣ የዐረብ፣የአሜሪካና ካናዳ ቅይጥ ሰብዕእና እንዲኖረኝ ብርቱ ተጽዕኖ አሳድሮብኛል፡፡

የእስልምና፣ የአይሁድ፣ የክርስትና፣ የማርክሲዝም፣ የሞርሞኒዝ አስተምህሮዎችን ብቀስምም ከሁሉም ውስጥ ያስወገድኳቸው ሀሳቦችና ያስቀረኋቸው ቁም ነገሮች አሉ፡፡ በዚህች ፕላኔት ላይ በተጓዝኩባቸው ስድሣ ዓመታት ውስጥ ማንነቴን የቀረጹት መንፈሳዊ፣ ርዕዮተ ዓለማዊ፣ ባህላዊና ፍልስፍና ነክ እሳቤዎችና እሴቶች ተቀናብረውና ተዋህደው የዛሬው እኔነቴን ፈጥረዋል፡፡

በቅይጥ የትውልድ ሐረጌ፣ ውጣ ውረድ በበዛበት የሕይወት ልምዴና የትምህርት ዝግጅቴ ሳቢያ እኔን በአንድ ቅርጫት ውስጥ መጠርነፍ ከቶም የማይሞከር ጉዳይ ነው፡፡ የአንድ ውስን ባህል አባል ወይም የየትኛውም ሀገር ዜጋ አይደለሁም፡፡ የተቀጸረ ማንነት የለኝም፡፡ ብዙ ዓይነት ነኝ፡፡ ብዙ ሰው...

በዚህም ምክንያት የማዘጋጀው መጽሐፍ ርዕስ "አጥር የለኝም" የሚል ርዕስ እንዲኖረው ወጥኜ ነበር፡፡ ሆኖም የቤተሰቤን ማንነትም ሆነ የገዛ ሕይወቴን እየፈተሸኩ በሄድኩ ቁጥር፤ የተለያዩ አርዕስት ያላቸው ባለ ሦስት ቅጽ መጻሕፍት

ማዘጋጀት እንዳለብኝ ወሰንኩ። ይኸው ብቻ ነው፤ የእኔንም ሆነ የቤተሰቤን ሕይወት የተሟላ ሥዕል ለአንባቢያን ሊያደርስልኝ የሚችለው።

የትኛውም መጻተኛ ወደተለያዩ ሀገሮች ወይም አህጉሮች ሲሰደድ፤ ከግራ መጋባትና ከመገለል ጋር መጋፈጡ አይቀሬ ነው። በዚህ ተግዳሮት ውስጥ ነው ማንነትን መፈተሽና ራስን ማወቅ የሚገኘው።

መራር ፈተና እየጎረበጠኝ እዚህ የደረስኩ ብሆንም ብዙዎች የሚገነዘቡኝ ግን ቀና፣ ደስተኛና በተስፋ እንደተሞላ ዕድለኛ ፍጡር አድርገው ነው። ደግሞም ነኝ።

በቀናው መንገድ ላይ መጓዝን የምመርጥ ሰው መሆኔ እርግጥ ነው።ለዚህም ነው በበርካታ የማህበረሰብ መገናኛዎች ላይ “ምንም እንኳን ሁሉም ነገር ጥሩ ቢሆንም፣ በመልካሞቹ ጊዜያትና ክንውኖች ላይ ማትኮርን እመርጣለሁ” የሚል ሐሳብ የማቀርበው። መቼም ሳቅ ነፍሴ ነው። ሳቅ ደግሞ መድኃኒት ነው።

መሳቅ የመውደዴና በራሴ ላይ የመቀለዴ ምሥጢር፤ የሚገጥሙኝን ተግዳሮቶች ተቋቁሞ ለመጓዝ ብቻ የተጠቀምኩበት ስልት አይደለም። እንዲያውም በኖርኩባቸው አህጉሮች ሁሉ ካጋጠሙኝ የተለያየ ማንነትና የዘር ዳራ ካላቸው ሰዎች ጋር ተጣጥሞና ተግባብቶ ለመኖር ያስቻለኝ ሳቅ ወዳድነቴ ነው። እናም ሳቅ ዓለማቀፋዊ ቋንቋ ነው።

ምንም እንኳን ሕይወቴ በአሜኬላ የተከበበና ፈተናዬ የገዘፈ ቢሆንም፤ የትኛውም መሰናክል ድል ከመጎናጸፍ አላገደኝም። ትግልና ድል የሰው ልጅ ማንነት የሚቀረጽባቸው ሞረዶች ናቸው። ሁላችንም በሕይወት ጎዳና ስንጓዝ፤ ቀድሞ ከገጠሙን ልምዶች ተምረን፤ ወደፊት የሚጋረጡብንን እንቅፋቶች በቀላሉ እንሻገራቸዋለን።

በስድሣ ዓመት ምድራዊ ቆይታዬ፤ የማውቀውን የራሴንና የቤተሰቤን ታሪክ ከእነ ወዙ በሦስት ቅጾች ለማቅረብ ሞክሬአለሁ። የመጀመሪያው ቅጽ ኢትዮጵያ ውስጥ ያሳለፍኳቸውን አሥራ ስድስት ዓመታት ያካትታል። ሁለተኛው ቅጽ ደግሞ በሁለት የተለያዩ ጊዜያት ሰሜን የመን ውስጥ የኖርኩባቸውን አሥራ ሁለት ዓመታት ይዳስሳል። ለሁለተኛ ጊዜ ወደ የመን እስከሄድኩበት ወቅት ድረስ የነበረው የአሜሪካ ቆይታዬ የቀረበው በሦስተኛው ቅጽ ውስጥ ነው።

ከዚህ በተጨማሪ ሰሜን የመንን ለሁለተኛ ጊዜ ለቅቄ፤ እስከአሁን ድረስ ያለሁበት የካናዳው ሕይወቴ በሦስተኛው ቅጽ ውስጥ ተካትቷል።

አሁን በምገኝበት በምዕራባዊው የካናዳ ክፍል ውስጥ ተደላድዬ ሕልሜን እየኖርኩ ነው። ዳሩ ግን ኢትዮጵያና የመንም ሀገሮቼ ናቸው። የእናት የአባቴ ምድሮች።

ብዙዎቹ የሥጋ ዘመዶቼ የሚኖሩት ኢትዮጵያና የመን ነው፡፡ የሕይወትን አቀበትና ቁልቁለት እንዴት እንደምቋቋምና የመኖርን ጾጋ ማጣጣም የምችልበት ዕውቀትና ብልኃት የቀሰምኩት ከእነዚያ ምድሮች ነው፡፡ በሕይወቴ ውስጥ የገጠመኝን መከራና ፈተና ማጤን የቻልኩት ደግሞ፤ የኋሊት ወደ ልጅነቴ ተመልሼ ያሳለፍኩትን ፍዳ ማውጠንጠን ከጀመርኩ በኋላ ነው፡፡ እነሆም ይህን አሰሳዬን ባካሄድኩበት ባለፈው አንድ ዐሠርት ውስጥ ራሴን በምለዐት አገኘሁት፡፡

ዛሬም በመማርና በማደግ ላይ ነኝ፡፡ በየዕለቱ ዓለምንና ራሴን ለማወቅ እጥራለሁ፡፡ ፍለጋዬም ሆነ ግኝቴ ያነቃቃችኋል፣ ያዝናናችኋል፣ ያበረታታችኋል... ብዬ ተስፋ አደርጋለሁ፡፡

ርዕሱን በተመለከተ

"ባዶነት" እጅግ የጠነነ ናፍቆት በምልሰት የሚቃኝበት የሥነ ጽሑፍ ውጤት ነው፡፡ እረፍት የሚነሳ ናፍቆት፣ በድሮ ጊዜ በተነሱ ፎቶግራፎች፣ ቁሳቁሶችና ቁሳዊ ቅሪቶች፤ እንዲሁም በዚህ መጽሐፍ ምዕራፍ አንድ ውስጥ እንደሆነው ሁሉ በንግግር ምልልሶች ሊቀሰቀስ ይችላል፡፡ ናፍቆት ሌላ ናፍቆት እየጠራ... የኋሊትና ወደፊት እያማተረ... እየጎተተና እየገፈተረ...

ጊዜ ይከንፋል፡፡ ዛሬ ትናንት ይሆናል፡፡ ከቶም የጊዜን ጎማ ማቆም አይቻልም፡፡ ዳሩ ግን ወቅት ተለዋዋጭ በመሆኑ ብቻ፤ ትናንትናዬን መርሳት አልሻም፡፡ ይልቁንም በገዛ ትዝታዬ እቅፍ ውስጥ ወድቄ፣ የሌሎች የሕይወት ፈለግ ይቃና ዘንድ ትውስታዬን አዳውራለሁ፡፡

"ባዶነት" በመጀመሪያዎቹ አሥራ ስድስት ዓመታት ውስጥ ከገጠመኝ ምድራዊ ፍዳ ጋር የገጠምኩት ትንቅንቅ ይተረከበታል፡፡ ባለፀጋ አባትና የሁለት እናቶች ከብከቤ የነበረኝ ብላቴና፤ ገና በአምስት ዓመቴ በአንድ ጀንበር ወደጎዳና ሕይወት ተገፈተርኩ፡፡ እንደ የቲም ልጅ ተቆጠርኩ፡፡ ቤት አልባ ሆንኩ፡፡ ለዓመታት ያህል ወላጅ የሌለው፣ ቢደከመው ወገቡን የሚያሳርፍበት ታዛ ያጣ፣ የሚላስ የሚቀመስ የተነፈገ... ተስፋ ቢስና በድቅድቅ ጨለማ የተዋጠ... አበሰኛ ፍጡር ነበርኩ፡፡ በዚያን የሰቆቃ ዘመን ያልተለየኝ ፈጣሪዬ ብቻ ነበር፡፡

ሃይማኖተኛ እንጂ እጅግም መንፈሳዊ ሰው ባልሆንም፤ በመለኮታዊ ጣልቃ ገብነት አምናለሁ፡፡ ለዚህም ነው ጠፍሮኝ የነበረው የሰቆቃዬ ሠንሰለት ተበጣጥሶ፤ አመርቂ የሕይወት ማማ ላይ የተገኘሁት፡፡

መግቢያ

“የራሱን ዕጣ ያገኘውን ልጅ ፈጣሪ ይባርክ” የሚለው ንኡስ ርዕስ የራሱ ታሪካዊ ዳራ አለው፡፡ ይህ የሰፈረው ያለፍኩትን ጎምዛዥ የልጅነት ሕይወት ለማውሳትና፤ የኋለኛን ኑሮዬን ለማሻሻል ተኪ የለሽ ሚና ለተጫወተች አንዲት ሴት ልባዊ ከበሬታ ለመስጠት ነው፡፡ ዳሩ ግን በጎ ተጽዕኖ ያሳደሩብኝ ብዙዎች መኖራቸው እርግጥ ነው፡፡

የኢዳሆ ዩኒቨርስቲ ፕሮፌሰር የሆነችው ዶክተር ካትሊን ዋርነር የልጅነት ታሪኬን ካጫወትኳት በኋላ፤ “ፈጣሪ ልጁን ይባረክ” የተሰኘውን የቢሊ ሆሊዴይን ነጠላ ዜማ በአንድ የገና በዓል በስጦታ አበረከተችልኝ፡፡

በወቅቱ ለምን ይህን ዘፈን ልታበረክትልኝ እንደቻለች ግር ብሎኝ ነበር፡፡ በዚህ ላይ ደግሞ ድምፃዊውንም ሆነ ዘፈኑን አላውቃቸውም፡፡ የዘፈኑን ስንኞች እያፍታታችና በመጽሐፍ ቅዱስ ውስጥ ከተጠቀሰው አምላካዊ ጥበቃ ጋር እያጠቀሰች አብራራችልኝ፡፡ ከማቲዮስ ወንጌል 25፣29 ላይ ጠቅሳ፤ የዘፈኑን ቅጂ ሰጠችኝና “አንተ ይሄ ነህ” ስትል ገለጸችልኝ፡፡ ይህን ታሪክ መጻፍ ስጀምር፤ ወደዚያ ዘፈን ትርጉምና ርዕስ የኋሊት ተወሰድኩ፡፡ በእርግጥም ሕይወቴን ፍንትው አድርጎ የሚያሳይልኝ መሰለኝ፡፡

ይህ ንዑስ ርዕስ ከሃይማኖታዊ አውድ ይልቅ፤ ካትሊን ዋርነር ከእኔ ጋር የነበራትን ቅርበት፣ ለታሪኬ ያላትን መረዳትና እውቅና የሚገልጽ ነው፡፡

አሁን በምገኝበት በምዕራባዊው የካናዳ ክፍል ውስጥ ተደላድዬ ሕልሜን እየኖርኩ ነው፡፡ ዳሩ ግን ኢትዮጵያና የመንም ሀገሮቼ ናቸው፡፡ የእናት የአባቴ ምድሮች

ብዙዎቹ የሥጋ ዘመዶቼ የሚኖሩት ኢትዮጵያና የመን ነው፡፡ የሕይወትን አቀበትና ቁልቁለት እንዴት እንደምቋቋምና የመኖርን ጸጋ ማጣጣም የምችልበት ዕውቀትና ብልሐት የቀሰምኩት ከእነዚያ ምድሮች ነው፡፡ በሕይወቴ ውስጥ የገጠመኝን መከራና ፈተና ማጤን የቻልኩት ደግሞ የኋሊት ወደ ልጅነቴ ተመልሼ ያሳለፍኩትን ፍዳ ማውጠንጠን ከጀመርኩ በኋላ ነው፡፡ እነሆም ይህን አሰሳዬን ባካሄድኩበት ባለፈው አንድ ዐሥርት ውስጥ ራሴን በምለዐት አገኘሁት፡፡

ዛሬም በመማርና በማደግ ላይ ነኝ፡፡ በየዕለቱ ዓለምንና ራሴን ለማወቅ እጥራለሁ፡፡ ፍለጋዬም ሆነ ግኝቴ ያነቃቃችኋል፣ ያዝናናችኋል፣ ያበረታታችኋል... ብዬ ተስፋ አደርጋለሁ፡፡

ካርታ

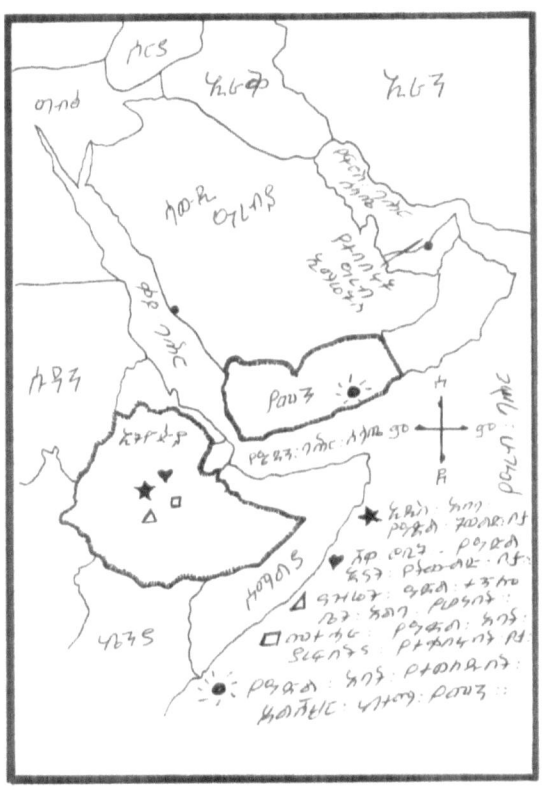

ካርታ በጄኒን ሻምና የቃላት አወጣጥ በዓድል (2014) ። በፍቃድ ጥቅም ላይ

ምዕራፍ አንድ

ልጅነቴን ፍለጋ

“ስሜት ትውስት ነው። በምስላዊም ሆነ በድምፅ ገጠመኝ አማካኝነት፣ በግላዊ ታሪካችን ጫካ ውስጥ ውድ ጊዜዎቻችንን ስናገኛቸው፣ ካለፈው ጊዜ ማህደራችን የተንጸባረቁ ምትሐታዊ ፍንጣቂዎች እናያለን፡፡ ፍንጣቂዎቹም የተዳፈኑ የማስተዋል ብልጭታዎችን የሚቀሰቅሱና ውስጣዊ ውጋገንን የሚገልጡ ናቸው። እነዚህ የመንቂያ ቅጽበቶች አስደሳች ስሜትንና የተሟላ መነሳሳት የሚያቀጣጥሉ ቆስቋሾች ሊሆኑ ይችላሉ።”

- ኤሪክ ፔቨርናጊ

እኔና ሁለት ሴት ልጆቼን ያሳፈረው ጠያራ ሐምሌ 4 ቀን 2002 ዓ.ም. በኢትዮጵያ ዋና ከተማ አዲስ አበባ ምድር ላይ አረፈ። እዚህ ቦታ ለመጨረሻ ጊዜ የነበርኩት ከሠላሳ ሁለት ዓመታት በፊት፣ ማለትም ጥር 5 ቀን 1970 ዓ.ም. ነበር፡፡ በጊዜው የአሥራ ስድስት ዓመት ለጋ ወጣት የነበርኩ ሲሆን፣ ማርክሲስታዊው ወታደራዊ መንግሥት አገሪቱን ይመራ ነበር።

እንደማስታውሰው፣ በጊዜው የነበረው ድባብ ነውጠኛና አስፈሪ ነበር። ለጉዞ በተነሳሁበት ቀን፣ አየር ማረፊያው ውስጥ ባለው የመቆያ ቦታ ውስጥ፤ የተለያዩ የውጭ ሀገር ዜጎች ተኮልኩለው፤ የየራሳቸውን በረራ እየጠበቁ ነበር። በጊዜው፣ ዓለም አቀፍ ጉዞ ማለት፣ ከሀገር ለመውጣት የሚያስችል አቅምና ዕድል ያላቸው ምርጥ ዜጎች ብቻ የሚታደሉት ቅንጦት ይመስለኝ ነበር። እናም፣ የመቆያ ቦታውን ከነዚያ ተጓዦች ጋር መጋራት መቻሌ፣ ምርጥና የላቀ ዜጋ የሆንኩ ያህል እንዲሰማኝ አድርጎኝ ነበር፡፡

ጠያራው ውስጥ ከገባሁና መቀመጫዬን ካገኘሁ በኋላ፤ የጉዞ ቀበቶዬን ማሰር ስላቃተኝ የበረራ አስተናጋጇን እርዳታ ለመጠየቅ ተገደድኩ፡፡ አስታውሳለሁ፣

ከደስታና ከጉጉቴ ብዛት የተነሳ ሌሊቱን ሙሉ አልተኛሁም ነበርና ከፉኛ ደክሞኝ ነበር። ታዲያ ጠያራው በሚነሳበት ጊዜ ያጥወለውለኝ ጀመር፡፡ ከነአካቴውም ሸቅብ አለኝ፡፡ እንደ ዕድል ሆኖ፣ ተመሳሳይ ችግር ላለባቸው ሰዎች የተዘጋጀ የወረቀት ከረጢት ከፊት ለፊቴ አገኘሁ።

ከሠላሳ ሁለት ዓመታት በኋላ፣ ከልጆቼ ጋር ከጠያራው ስንወርድ፣ በጣም ተገረምኩ። ያኔ ያየሁት የአየር ማረፊያ በጣም ትንሽ፣ ጥራም መዐዛ የገነነበትና በተሻለ ሁኔታ የተደራጀ እንደነበር አስታውሳለሁ። ንጹህ ሽታ የሚያውደው፣ በብርሃን የተጥለቀለቀ ሰፊ ቦታ እንደነበር ትዝ ይለኛል። ከሀገሬ ስወጣ ጥቂት ሰዎች በሰፊው ቦታ ላይ ሲንገላወዱ የሚታዩ ሲሆን፣ አብዛኛዎቹ ስለሚቀመጡ ማንኛውንም እንቅስቃሴ ከሩቅ ለመመልከት ቀላል ነበር፡፡ በጊዜው በአየር ማረፊያው ውስጥ ከኢትዮጵያውያን መንገደኞች ይልቅ የውጪ ሀገር ሰዎች ይበዙ ነበር።

አሁን ግን በጣም ትልቅና አለቅጥ የተጨናነቀ ሥፍራ ሆኖ ጠበቀኝ፡፡ በሚያስደንቅ ሁኔታ ጫጫታው ጆሮ ይጠልዛል። ለመጨረሻ ጊዜ እዚህ ቦታ ከገባሁ በኋላ ባሉት ሠላሳ ሁለት ዓመታት ውስጥ፣ አየር ማረፊያው በከፍተኛ ደረጃ ተስፋፍቷል። አሁን ወለሉን ለማጽዳት የሚጠቀሙበት የኬሚካል ጠረን አየሩን ተጭኖታል። ተሳፋሪዎቹም ጉራማይሌ ናቸው፡፡ ከሀገሬው ሰዎች መሳ ለመሳ ሌሎች አፍሪካውያን፣ አውሮፓውያን እና እስያውያን ይተረማመሳሉ።

አካባቢው በጩኸት ስለተናወጠ፣ መደማመጥ አስቸጋሪ ነበር። የአየር ማረፊያው ሠራተኞች እርስ በእርሳቸው የሚነጋገሩባቸው የሬዲዮ መሳሪያዎች ሲርሲርታ አየሩን ሞልቶታል። የሬድዮዎቹ ሁካታና የትርምሱ ኳኳታ የፈጠረው ትዕይንት፣ የደራ ሰፊ ገበያ አስመስሎታል። በ1970 ዓ.ም. ከዚች ምድር ስለይ ቁመቴ አጭር ነበር፡፡ አሁን ግን፣ ከአብዛኛዎቹ የአየር መንገዱ ሠራተኞች ጋር በትይዩ ዓይንና ቁመና ማውራት ችያለሁ።

"ከሠላሳ ሁለት ዓመታት በፊት፣ እነዚህ ሰዎች ከእኔ በበለጠ ረጅም እና ልበ ሙሉ ይመስሉኝ ነበር፡፡ ለውጡ የተፈጠረው በሠራተኞቹና በትዕይንቱ ላይ ነው? ወይስ በእኔ በራሴ ላይ? እያልኩ በውልብታ አሰላሰልኩ።"

የጉምሩክና ኢሚግሬሽን ክፍል የድንበር ዘለል አገልግሎት ኃላፊዋ፣ ፊቴንና ፓስፖርቴን ስታስተያይ ቆየች። ፓስፖርቱ ላይ ያለው ስምና ከፊት ለፊቷ የቆመው ሰው ምስል የማይዛመድ መስሎ እንደታያት ታወቀኝ። የፊቴ ገጽታ ከአብዛኛው ኢትዮጵያዊ መልክ እምብዛም አይርቅም፡፡ ስሜ ግን እንደዚያ አይደለም። የካናዳ ፓስፖርቴ ኢትዮጵያ ውስጥ እንደተወለድኩ ይመሰክራል። አማርኛ እናገር እንደሆነ በእንግሊዘኛ ጠየቀችኝ። በአማርኛ መለስኩላት። ከዚያም ከኢትዮጵያ መቼ እንደወጣሁ ጠየቀችኝ። "ከሠላሳ ሁለት ዓመታት

በፊት፣ ምናልባትም አንቺ ከመወለድሽ ከብዙ ዘመናት በፊት…" የሚል መልስ ሰጠኋት። ፈገገች።

ምንም እንኳን ለእንደዚህ ዓይነት ጥያቄና መልሶች የዳበረ ልምድ ቢኖረኝም፤ የዛሬው ሁናቴ፣ ዳንዚ ሴና "አዲስ ሰዎች" በተሰኘው መጽሐፏ ውስጥ "በፊትህና በዘርህ መካከል፣ በህጻኑና በእናቲቱ መካከል፣ በአካልህና በማንነትህ መካከል አለመጣጣም ሲፈጠር፤ በየሄድክበት ቦታ ሁሉ ከፍተቱን ማስረዳት ይጠበቅብሃል፣" ያለችውን አስታወሰኝ። በሁሉም ሕዝባዊ ቦታዎች፣ ባለፍኩ ባገደምኩበት ቦታ ሁሉ፣ ሁልጊዜ ማንነቴን ለማብራራት አገደዳለሁ።

ያም ሆነ ይህ ወደ ኢትዮጵያ መግባት እንድንችል ተፈቀደልን።

ሻንጣዎቻችንን እየጠበቅን ሳለ፤ የተሳፋሪዎችን ጓዝ ለመሸከም እየተሻሙ የነበሩት ሠራተኞች የሰውነት ጠረን አፍንጫዬን ወጋው። የተወለድኩባትና ያደኩባት ሀገር እንደገና፣ ከሦስት ዐሥርት በኋላ፣ መላ የስሜት ሕዋሳቶቼን መነካካት ጀመረች።

ከዚያም ከልጆቼ ጋር ተያይዘን ወደ መውጫው አመራን፡፡ እንደ ወጣን ሒልተን ሆቴል የሚወስደን ታክሲ አገኘን። ወደ ሆቴላችን አቅጣጫ እያከነፈን ሳለ፤ ልጆቼ በጸጥታ ተለጉመው ከኋላ ወንበር ተቀምጠዋል። እኔ ግን የማስታውሰው አንዳች ነገር አገኝ እንደሁ በመጓጓት፤ የመንገዱን ግራና ቀኝ በማማተር ተጠመድኩ። በእውነቱ ቅንጣት ማስታወስ አልቻልኩም፡፡

እኔ ከሀገር እስከወጣሁበት ድረስ የነበሩ የአዲስ አበባ ነዋሪዎች መኪና በሚነዱበት ጊዜ፤ ለትራፊክ ደንቦች የተሻለ ክብር የነበራቸው መስሎ ተሰማኝ። አሁን ግን ሁኔታው ትርምስምስ አለብኝ። ሰዉ ሁሉ ድንጉጥና የተረበሸ ይመስላል።

መንገዱ ወደ አርባ ደቂቃዎች ያህል ወሰደብን፡፡ ነገር ግን ይህንን ያህል ጊዜ የወሰደብን መዳረሻችን ሩቅ በመሆኑ ወይም በመንገዱ ላይ ብዙ መኪኖች ስለነበሩ አልነበረም። ይልቁንም መንገዶቹ የትራፊክ ፍሰቱን ለማስተናገድ ብቁ ስላልሆኑ ነው፡፡ መንገዶቹ ጠባብ ከመሆናቸውም በላይ ከፊት የሚመጡ ሌሎች ተሽከርካሪዎች እስኪያልፉ ድረስ፤ እየቆምን መጠበቅ ነበረብን። ያም ሆኖ የሆቴሉ ታክሲ አንደኛ ደረጃ ትምህርቴን እከታተልበት በነበረበት በኢዮቤልዩ ቤተ መንግሥት በኩል እስኪያልፍ ድረስ በመንገድ ላይ የማየውን ማንኛውንም ነገር ማስታወስ አልቻልኩም ነበር።

ትንሿ ልጄ በመንገዱ ዳር ላይ አንዳች ያልተለመደ ነገር የሚያደርግ ሰው አየች።

"ባባ፣ እየው ያ ሰውዬ ግድግዳው ላይ እየሸና ነው!" ብላ ጮኸች።

ሰውዬው በግድግዳው ላይ ለምን እንደሚሸና እንዴት እንደምገልጽላት ግራ ስለገባኝ፤ እንዳልሰማኋት ጭጭ አልኩ፡፡ መንገድ ላይ መሽናት ለልጆቼ ዓይን ፍጹም እንግዳ ነገር ነው። ይህ ጉዳይ ሀገሬ ውስጥ የተለመደ ተግባር ቢሆንም፤ ሙሉ በሙሉ ከረሳኋቸው ክስተቶች አንዱ መሆኑ እኔንም አስገረመኝ። እንዲህ ያለውን ትዕይንት ከሀገሬ ውጭ ማየቴን እርግጠኛ አይደለሁም። ሹፌሩ በፍጥነት እየነዳ ከዚያ አስከፊ ትዕይንት እንዳራቀን ስገነዘብ፤ እረፍት ብጤ ተሰማኝ።

ሆቴል እንደ ደረስን በእናቴ በኩል ከሚወለደኝ ወንድሜ ዘንድ ደውዬ አዲስ አበባ እንደገባን አሳወቅሁት። ከእኔ አምስትና ስድስት ዓመት ገደማ የሚያንሰው ይህ ከፊል ወንድሜ የሚኖረው እዚሁ አዲስ አበባ ውስጥ ነው።

የ1950ዎቹን እና የ1960ዎቹን የልጅነት ጊዜዬን ከእናቴ ጋር አላሳለፍኩም ነበርና፤ ከግማሽ ወንድሞቼና እህቶቼ ጋር አብሬ አላደግኩም። በዚያ ላይ ገና በልጅነቴ ከሀገሬ በመውጣቴና፤ ከጉርምስና ዕድሜዬ በኋላም በእናቴ በኩል ካሉት ዘመዶቼ ጋር ምንም ዓይነት ግንኙነት ስላልነበረኝ፣ እነዚህ የቤተሰቤ አባላት ምን እንደሚመስሉ ለማወቅ የሚያስችል አንዳችም የአዕምሮ ትውስታ የለኝም፡፡ በዚህ የስልክ ጥሪ ሌላኛው ጫፍ ላይ ሆኖ ስለሚያወራኝ ወንድሜም፤ ሽርፍራፊ ምስል እንኳን አልነበረኝም።

በማግስቱ ጠዋት ወንድሜን ለመጀመሪያ ጊዜ በአካል ሳገኘው ያ ክፍተት ተሞላ። ይህ ወንድሜ ወደ አንድ ሜትር ከሰማንያ ሳንቲ ሜትር ያህል ቁመት አለው፣ ከእኔ በእጅጉ ይረዝማል። የቆዳው ቀለምም ቢሆን ከእኔ በበለጠ የፈካ ሲሆን፤ ጎላ ያለ ግንባር አለው። ግንባሩ የፊቱን ግማሽ የሚስተካካል ይመስላል! ወይ ትልቅ ግንባር አለው፣ አለያም የፀጉሩ መነሻ በራስ ቅሉ አጋማሽ ላይ ስለጀመረ ይሆናል።

ወንድሜ ጭምት ነው፡፡ እንዳገኘሁት በዝምታው ውስጥ ሁለመናየን እየመዘነ መስሎ ተሰማኝ፡፡ ምናልባትም “በየመንና በሰሜን አሜሪካ ለረጅም ጊዜ ስለኖርኩ ይሆን?” ብዬ አሰብኩ። የደመ ነፍስ ግምቴን ትክክለኛነት በኋላ አረጋግጫለሁ ፡፡

በቆይታችን ጊዜ የማልፈልጋቸውን ወይም የማያስፈልጉኝን ዕቃዎች እንድገዛ፤ ወደ ገበያ ይዞኝ ይሄድ ጀመር፡፡ ከዚያም ብዙ ዕቃዎችንና አገልግሎቶችን ልከፍለው ከሚገባኝ በበለጠ ዋጋ እንዳስከፈለኝ ዘግይቼ ተረዳሁ። ወደ ኢትዮጵያ የተመለስኩት ከማውቃቸውም ሆነ ከማላውቃቸው፣ የቤተሰቤ አባላት ጋር ለመገናኘት ጓጉቼ ነበር፡፡ ወንድሜ ግን እንደ አንድ ተራ ሃብታም የሰሜን አሜሪካ ሀገር ጎብኚ ስላየኝ፤ ቅር ተሰኘሁ፡፡ ከእኔ ከወንድሙ ይልቅ ጓደኞቹን አስበልጦ የገንዘብ ማግኛ እንደ አደረገኝ አውቃለሁ።

ኢትዮጵያ ውስጥ በነበረን ቆይታ ወንድሜ ጥሩ እንግዳ ተቀባይና አጋዣችን ነበር፡፡ ሆኖም ከእኔ ገንዘብ ለማግኘት ያደረገው ሙከራ ግን ውስጤን ሳይጎዳው አልቀረም፡፡ ከኢትዮጵያ ጋር ጥልቅ ትስስር ያለኝ ቢሆንም፣ የመናዊ ደሜና በሰሜን አሜሪካ ረጅም ዓመታት ማሳለፌ፤ አንዳንድ ኢትዮጵያውያን እንደ ውጭ ሰው እንዲመለከቱኝ ምክንያት ሳይሆናቸው አልቀረም።

በመጀመሪያው ቀን ጠዋት በሆቴሉ አዳራሽ ውስጥ ከወንድሜ ጋር ከተገናኘን በኋላ፤ የቤተሰብ ጉብኝታችንን ቅደም ተከተል በባህልና በደንቡ መሠረት እንዲሆን ሀሳብ አቀረበ። በኢትዮጵያውያን ልማድ መሠረት፣ ግንኙነቱ ምንም ይሁን ምን፣ ልጆች በመጀመሪያ የአባታቸውን ወገኖች መጎብኘት ይጠበቅባቸዋል። ነገር ግን በእኔ በኩል፣ የአባቴ ዘመዶች በዋናነት የመን ስላሉና፤ የበረራ መርሐ ግብራችን ከቶሮንቶ በቀጥታ ወደ አዲስ አበባ ስለነበር፣ በኢትዮጵያ ያሉትን የእናቴን ወገኖች መጎብኘት የመጀመሪያው እቅዳችን ሆነ።

“በመጀመሪያ ወላጅ እናትህን፣ ከዚያም አክስትህንና ከእንጀራ እናቶችህ አንዷን ብትጎበኙ የተሻለ ይመስለኛል...” ሲል ምክረ ሐሳብ አቀረበ። ከሦስቱ የመናዊ የእንጀራ እናቶቼ አንዷ የሆነችውና በሕይወቴ የመጀመሪያዎቹን አምስት ዓመታት ያሳደገችኝ ሩቅያ እዚሁ አዲስ አበባ ትኖር ነበር።

እናቴ ወይም ሌሎች ዘመዶቼ በየትኛው የከተማው ክፍል እንደሚኖሩ አላውቅም ነበር፡፡ እናቴ መርካቶ በሚባል የከተማው አካባቢ እንደምትኖር እንኳን ወንድሜ ነበር የነገረኝ፡፡ ይህ የአዲስ አበባ ዝነኛ ሠፈር “የአፍሪካ ትልቁ ግልጽ ገበያ” እየተባለም ይሞካሻል። መርካቶ በ1928 ዓ.ም. እና 1933 ዓ.ም. መካከል ኢትዮጵያን ለአጭር ጊዜ በወረረው፤ በጣሊያን የቅኝ ግዛት መንግሥት የተመሠረተ መሆኑን ከልጅነት ንባቤ ተረድቻለሁ።

መርካቶ አካባቢ ስንደርስ፤ በድጋሚ ሌላ ሰው መንገድ ላይ ሲሸና አየን። በዚህ ጊዜ ሁለቱም ሴት ልጆቼ በትዕይንቱ ተገርመው ጥያቄዎች አዘነቡብኝ፡፡ ሁለቱም ልጆቼ፣ “አባዬ ሰዎች ለምን እንደዚህ ያደርጋሉ?” ብለው በመደነቅ ጠየቁ።

“ኢትዮጵያ ውስጥ ጎዳና ላይ መሽናት የተለመደ ነገር ነው። መንግሥት ሰዎች እንዲህ ዓይነቱን ነገር እንዳያደርጉ እያስተማረና፤ የሕዝብ መጸዳጃ ቤቶችን ለመገንባት እየሞከረ ነው።” ወንድሜ በግሩም እንግሊዘኛ ለማስረዳት ሞከረ፡፡

አክሎም፣ “እስከ ቅርብ ጊዜ ድረስ ሴቶች በመንገድ ላይ ምግብ ለመብላት ያፍሩ ነበር፡፡ በሚያስገርም ሁኔታ በጎዳና ላይ መሽናት ግን የተሻለ ተቀባይነት ነበረው” አለ።

ይህ ከተወለዱ ጀምሮ ሰምተውት የማያውቁት እጅግ አስደናቂ ነገር እንደሆነባቸው፣ ከሁለቱም ልጆቼ ገጽ ላይ አነበብኩ። ከዚያ በኋላ ለተወሰኑ ደቂቃዎች ያህል ውይይቱ ፀጥ አለ።

ወላጅ እናቴ፣ ወይንሸት

እናቴ የምትኖረው ሁለት መኝታ ክፍሎች ባሉት ጠባብ ቤት ውስጥ ነበር። ቤቱ ምን ያህል ትንሽ እንደሆነና አምስት ልጆቿን እንዴት በዚያ ሁኔታ ማሳደግ እንደቻለች ሳስበው ግርምት ጫረብኝ። በቤቱ ጥበት መገረሜ ምናልባትም የሀገሬን ሰዎች ሕይወት ምን ያህል እንደረሳሁ የሚያሳይ ሌላ ምልክት ይሆናል።

እንደ ደረስን አራታችንም ገብተን ከእናቴና ከባሏ ጋር ዋናው ክፍል ውስጥ ተቀመጥን። ወዲያው አንዲት ወጣት ቡና እየቀዳች አደለችን። ከአሁን በፊት አግኝቼው የማውቅ መሆኔን እንኳን የማላስታውሰው፣ የእንጀራ አባቴ አብሮን ተቀምጧል። በአንክሮ እያጠናኝ ይመስላል፡፡ አንድም ቃል ሳይናገር፣ ሙሉ ጊዜውን ከራስ ጸጉሬ እስከ እግር ጥፍሬ እያማተረ ቆየ። በየተራ ከተዋወቅን በኋላ ከልጆቼ ጋር ባህላዊ የዶሮ ወጥ ቀረበልን፡፡ ተመገብን፡፡ ቀጥሎም የእንግዳ ቡና እንደገና ተፈላ።

እናቴን ስለ ልጅነቴ ሁኔታ መጠየቅ ፈልጌ ነበር። እርሷ ግን ስለ እኔ ሕይወትና ስለ ልጆቼ ይበልጥ የማወቅ ፍላጎት ነበር ያላት። ጨዋ፣ የተረጋጋችና የተከበረች ሴት ወይዘሮ መሆኗን ተገነዘብኩ፡፡ አያይዛም ተከታታይና ቀጥተኛ ጥያቄዎች

አቀረበችልኝ። ልጆቼም አያታቸው የምትኖርበት የኑሮ ደረጃ ምንም እንኳን ዝቅተኛ ቢመስል፣ ልከኛና የተዋበች መሆኗን ተረዱልኝ፡፡

ከዚህ ወንድሜ በስተቀር አብዛኞቹ ልጆቿ ውጭ ሀገር ስለሚኖሩ፣ ስለ ልጆቿ ሁኔታና ስለ ጤንነቷ ጠየቅኋት።

ስለ ልጅነት ጊዜዬ ልጠይቃት ዕድል ሳላገኝ ከቤት ወጣን። ከካናዳ የመጣሁት ስለ ኋላ ታሪኬ ለመጠየቅ ብቻ እንደሆነ እንድትገምት አልፈለግኩም። ስለዚህ የመጀመሪያው ጉብኝት በእሷ ኑሮና ሕይወት ላይ ብቻ በማተኮር ተጠናቀቀ፡፡ ከጉብኝታችን ማጠቃለያ በኋላ ወንድሜ ወደ ሆቴላችን መለሰን።

በማግስቱ ስልክ ደውዬ እናቴን አናገርኳት፡፡ በድጋሜ ላገኛት ስለምፈልግ የሚመቻት ሰዓት የቱ እንደሆነ ጠየቅኋት። እንዲሁም የእንጀራ እናቴን ሩቅያንና ታናሽ እህቷን እመቤትን ስጎበኝ አብራኝ መሆን ትችል እንደሁ አግባባኋት።

በቀጣዩ ቀን ስንገናኝ፣ ከቡናማ አንቦልክ ውስጥ ጥቂት ፎቶዎች እያወጣሁ አንድ በአንድ አሳየኋት። ስለ ፎቶዎቹ አንዳች ትዝታ ይኖራት እንደሆነም ጠየቅኳት። የሁለት ወር፣ የስድስት ወር፣ የአንድ ዓመትና የአምስት ዓመት ልጅ ሳለሁ የተነሳኋቸው ምስሎች ነበሩ።

በተጨማሪም እናቴ የአሥራ አምስትና የአሥራ ሰባት ዓመት ልጅ እያለች የተነሳቻቸውን ምስሎች አሳየኋት። ሌላኛው ፎቶዋ በወቅቱ በሞግዚትነት ታሳድጋት ከነበረቻው የመናዊት ልጅ ጋር የተነሳችው ምስል ነበር።

በጥልቅ ፈገግታና በተሰበረ ስሜት ፎቶዎቹን አንድ በአንድ ተመለከተቻቸው። በመካካላችን ረጅም ጸጥታ ሰፈነ። በመገረም ስሜት ተውጣ ወደ እኔ ዞር አለችና ፎቶግራፎቹን ከየት እንዳገኘኋቸው ጠየቀችኝ። በየመን ካሉት ከታላቅ ወንድሞቼና እህቶቼ፣ እንዲሁም ከእንጀራ እናቶቼ ቤት እንደሰበሰብኳቸው ነገርኳት።

ዓይኗን ቡዝዝ አድርጋ እንዲህ አለችኝ፣ “እነዚህ በልጅነትህ ከእኔና ከእህቴ ጋር ሆነህ የምትታይባቸው ፎቶዎች የተነሱት በመጀመሪያው የልደት ቀንህ ነው። የአምስት ዓመት ሕጻን ሆነህ የተነሳሃቸው ፎቶዎችም እንዲሁ በአምስተኛ ዓመት ልደትህ ዕለት የተነሱ ናቸው።”

ፎቶዎቹ የተነሱበትን ጊዜና ቦታ ልቅም አድርጋ አስታወሰች። የአምስተኛ ዓመት ልደቴ ዕለት ፎቶ ስንነሳ፣ ፎቶዎች እንዴት እንደሚነሱ ለማወቅ የነበረኝን ጉጉት፣ በዕለቱ የተከሰተውንም ታሪክ ጭምር ስትነግረኝ ድንገተኛ ሳቅ ፈነቀላት።

“ፎቶ አንሺው በአንተ ሁኔታና በጥያቄዎችህ ብዛት ትኩረቱ ተወሰደ። አንተም ጨለማውን የፎቶ ማጠቢያ ክፍል ለማየትና ፊልም እንዴት እንደ ተሠራ

ለማወቅ ጓጉተህ ነበር። የፎቶግራፍ አነሳሱ ነገር ሙሉ ትኩረትህን እንደሳበው ሲረዳ፤ አንድ የአምስት ዓመት ልጅ ሊገባው በሚችለው ልክ ሊያስረዳህ ሞከረ። ነገር ግን ፎቶ አንሺው በሰፊው ባብራራልህ ቁጥር አንተም በርካታ ጥያቄዎች አከታተልክበት። ሌሎች ሰዎችም ፎቶ ለመነሳት ወረፋ እየጠበቁ ስለነበር፣ በብዙ ልመና ነበር ተነስተን የወጣነው፡፡"

ከትንሽ ዝምታ በኋላ በዕለቱ ፎቷችንን ተነስተን ስንወጣ፤ ፎቶግራፍ አንሺው ወደ ዓይኗ ትኩር ብሎ እያስተዋለ ያላትን እንዲህ ነገረችኝ፡፡ "መልካም ዕድል ለዚህ ልጅ... በእውነቱ የማያልቁ ጥያቄዎች አሉት!"።

ስለ ልደት ቀኖቼ፣ ስለ ተወለድኩባት ቀንና ስለ ምጧ ሁኔታ ስጠይቃት፣ "የተወለድከው ቅዳሜ ታህሳስ 28 ቀን 1954 ዓ.ም. ከጠዋቱ 1፡01 በአዲስ አበባ ፍልውኃ ሆስፒታል ነው።" ስትል መለሰችልኝ፡፡

ወንድሜ እናቴ የምትናገረውን ለልጆቹ በመተርጎም ተጠምዶ ነበር።

ትልቋ ልጄ ሊና፣ "ባባ፣ የተወለድከው በ1962 መስሎኝ ነበር?" ስትል ጠየቀችኝ። የኢትዮጵያን ልዩ የሰዓትና የዘመን አቆጣጠር ሥርዓት ላስረዳት ሞከርኩ። "በኢትዮጵያ የዘመን አቆጣጠር ቀመር አሥራ ሦስት ወራት ያሉ ሲሆን፣ አሥራ ሁለቱ እያንዳንዳቸው ሠላሳ ቀናት አሏቸው፡፡ ጳጉሜን የሚባለው አሥራ ሦስተኛው ወር እንደየሁኔታው በየዓመቱ አምስት ወይም ስድስት ቀናት ይኖሩታል፡፡

በኢትዮጵያና በጎርርዮሳውያን ዘመን አቆጣጠር መካከል ከሰባት እስከ ስምንት ዓመታት ልዩነት አለ፡፡ ይህም ልዩነት የሁለቱ ዘመን ቀመሮች የማብሰሪያ ቀን በመለያየቱ ምክንያት የተፈጠረ ነው። የካቶሊክ ቤተክርስቲያን ከክርስቶስ ልደት በኋላ በ500 ዓመት የቀን አቆጣጠር ቀመሯን አስተካክላ ነበር፡፡ የኢትዮጵያ ኦርቶዶክስ ቤተክርስቲያን ግን ያንን አላደረገችም። የኢትዮጵያን የዘመን አቆጣጠር ያመጡት ሚሲዮናውያን ሲሆኑ፣ ከኮፕቲክ ኦርቶዶክስ የቀን አቆጣጠር ጋር ተመሳሳይነት አለው፡፡ ይህም በግብፅ ውስጥ ጥቅም ላይ ከሚውለውና የአሌክሳንድርያ ዘመን አቆጣጠር ተብሎ ከሚጠራው የዘመን ቀመር ጋር ይቀራረባል። የፀሐይ ዑደት የሚከተለው ይህ የዘመን አቆጣጠር በግብፅና በጁሊያን የዘመን ቀመሮች ላይ የተመሠረተ ነው፡፡

"የኢትዮጵያው የጊዜ ቀመር የአሥራ ሁለት ሰዓታት ዑደትን የሚከተል ሥርዓት ነው። በምዕራባውያን ሀገሮች ውስጥ ጥቅም ላይ ከሚውለው የሃያ አራት ሰዓት ዑደት በተቃራኒ የኢትዮጵያ ቀን በሁለት አሥራ ሁለት-ሰዓታት የተከፋፈለ ነው፡፡ የቀኑ ሁለት ግማሾቹ ከንጋት እስከ ምሽትና ከምሽት እስከ ንጋት ድረስ ይዘረጋሉ፡፡ የቀኑ ክፍል ከጠዋቱ አሥራ ሁለት ሰዓት ይጀምርና ማታ አሥራ ሁለት ሰዓት ላይ ያበቃል (ከፀሐይ መውጫ እስከ ፀሐይ መግቢያ)

፡፡ ስለዚህ በዓለም ላይ ላለ ማንኛውም ሰው ከጠዋቱ 7 ሰዓት ሲሆን፣ ኢትዮጵያ ውስጥ ግን ከጠዋቱ አንድ ሰዓት ነው።"

አያይዤም እንዲህ አልኩ፣ "የእኔ ስሌት ትክክል ከሆነ እንደ አውሮፓውያን አቆጣጠር ጥር 6፣ 1962 7፡01 ሰዓት ላይ ነው የተወለድኩት፡፡ በልደት ምስክር ወረቀቴ ላይ የተጻፈውም ይሄ ነው።" ልጆቼ በረዥም ገለጻዬ ሳይረኩ አልቀሩም።

"ጥሩ፣ ለመሆኑ በኢትዮጵያውያን አቆጣጠር ዛሬ ዓመቱና ቀኑ ስንት ነው?" ብለው ጠየቁኝ።

እርዳታ ፍለጋ ወደ ወንድሜ አማተርኩ።

"ሐምሌ 6 ቀን 2002፣ ማክሰኞ ቀን" ሲል መለሰ፡፡ በአውሮፓውያን አቆጣጠር ግን ቀኑ ሐምሌ 13 ቀን 2010 ዓ.ም. ነበር።"

ልጆቼ በሰሙት ነገር ተገረሙ።

ወደ ተወለድኩበት ሆስፒታል ልትወስደኝ ትችል እንደሆነ እናቴን ጠየቅኳት፡ ፡ ለማስታወሻ እንዲሆን አንድ ሁለት ፎቶዎች ማንሳት ፈልጌ ነበር።

"እየውልህ ልጄ፣ ሆስፒታሉ የተመሠረተው ከእንግሊዝ በመጡ ሚስዮኖች ነበር፡፡ አንተ በተወለድክበት ጊዜ የነበሩት ሠራተኞችና ነርሶች ከህንድ የመጡ ነበሩ። ሆስፒታሉ ኢዮቤልዩ ቤተመንግሥት ግቢ ውስጥ በስተጓሮ ይገኝ ነበር፡፡ ነገር ግን ቤተ መንግሥቱ ሲሰፋ የሆስፒታሉን ቦታ ወስደው በቤተመንግሥቱ ይዞታ ሥር አስገቡት። ከዚያም በምትኩ አዲስ ሐኪም ቤት ተገነባ። ከአሮጌው ሆስፒታል ሁለት መቶ ሜትር ያህል ርቆ የተገነባው አዲሱ ሆስፒታል ዛሬ ትልቅ ሐኪም ቤት ሆኗል።"

ስለዚህ ፎቶ ለማንሳት ወደ ቤተመንግሥቱ መግባት የማይታሰብ ነው ማለት ነው። እናቴ የመጀመሪያው የአሸዋ ድንጋይ ሕንፃ አሁንም ድረስ ስለመኖሩ፣ ወይም ቤተ መንግሥቱ ለሌላ አገልግሎት እየተጠቀመበት መሆኑን እንኳን እርግጠኛ አልነበረችም።

"ስለዚህ የተወለድኩት ቤተመንግሥት ውስጥ ነው እያልኩ መኩራር እችላለኋ!" አልኩና አሳቅኋት።

ወደ ካናዳ ከተመለስኩ በኋላ፣ ስለ ሆስፒታሉ ምርምሬን ቀጠልኩ። ዘውዲቱ ሆስፒታል መሀል አዲስ አበባ ላይ የሚገኝ ሐኪም ቤት ነው። ሆስፒታሉ በሰባተኛው ቀን አድቬንቲስት ቤተክርስቲያን የተገነባ ሲሆን፣ ንብረትነቱን ይዞ ያስተዳድረው የነበረውም ቤተ እምነቱ ነበር፡፡ ሆኖም በደርግ ዘመን በ1968 ዓ.ም. አካባቢ በመንግሥት ተወርሶ የህዝብ ሆነ። ሆስፒታሉ ስሙን ያገኘው

ከአፄ ኃይለ ሥላሴ በፊት የኢትዮጵያ መሪ ከነበሩት ከንግሥት ዘውዲቱ ነው። ዛሬ ዘውዲቱ ሆስፒታል በጤና ጥበቃ ሚኒስቴር ሥር ይገኛል።

እናቴ የልጅነት ጊዜያቴን መተረኩን ገፋችበት…

“አንተን በወለድኩበት ጊዜ በቂ የጡት ወተት ስላልነበረኝ፤ ለአንድ ወር ገደማ ያህል ብቻ ነበር ያጠባሁህ። አንተም ከጡት ይልቅ የዱቄቱን ወተት ነበር የምትወደው።”

በተጨማሪም ያገኘሁትን ነገር ወደ አፌ የማስገባትና ዕቃዎችን የመሰባበር ባህርይ ስለነበረኝ፤ ከአምስት ደቂቃ በላይ ለብቻዬ ትተውኝ መሄድ እንደማይችሉም ነገረችኝ።

“የአንድ ዓመት ከመንፈቅ ልጅ ሳለህ፣ አባትህ ከተለያዩ ጠርሙሶች ውስጥ ቢራና ሌሎችም መጠጦችን ሲጠጣ በተደጋጋሚ ታይ ነበር። ታዲያ ለሽርሽር ከከተማ በወጣንበት ጊዜ አባትህ ለምግብ ማብሰያ የሚሆን ናፍጣ ጋዝ ይዞ ነበር። በ1950ዎቹና 1960ዎቹ ሰዎች በሽርሽር ጉዞዎች ላይ ምግብ ለማብሰል የሚጠቀሙት የናፍጣ ጋዝ ነበር። አንተ ታዲያ በጠርሙስ ውስጥ ያለው ፈሳሽ የአባትህ መጠጥ መስሎህ በጥቂቱ ተጎነጨህለት፡፡ ለቀጣዮቹ ብዙ ቀናት ሆስፒታል ውስጥ ተኝተህ ስናስታምም ከረምን።”

“በሌላ ጊዜ ደግሞ፣ የሁለት ዓመት ልጅ ሆነህ መሰለኝ፣ የአይጥ መርዝ በልተህ ነበር፡፡ በድጋሚ ሆስፒታል ስንመላላስ ከረምን። መቼም ኩሽና ውስጥ ገባህ ማለት ወንበር ላይ ትወጣና፣ ምድጃ ላይ ባገኘኸው ማንኛውም ምግብ ውስጥ ጨው፣ ስኳር፣ ዱቄት… ሌላም እጅህ ላይ የገባውን ነገር ሁሉ ትጨምርበታለህ። አንተን መከታተልና መቆጣጠር ስለማይችሉ፤ በየጊዜው ብዙ ምግዚቶች ማቀያየር ነበረብን። በተለይ በተደጋጋሚ ሽቦዎችን ወደ ኤሌክትሪክ ሶኬቶች ታስገባ ስለነበር አምስት ዓመት ሳይሞላህ በሆነ አደጋ ልትሞት ትችላለህ ብለን እንሰጋ ነበር፡፡”

“ከጊዜውና ከሀገሪቱ ኑሮ አንጻር በተሻለ ሁኔታ ከሚያድጉ ልጆች አንዱ ነበርክ ማለት ይቻላል። በዚያን ጊዜ ኢትዮጵያ ውስጥ አብዛኞቹ ልጆች ምቹ አልጋ፣ ከውጪ የሚመጡ ቅንጡ ጫማዎች፣ ወይም እያቀያየሩ የሚለብሱት በቂ ልብስ እንኳን አልነበራቸውም። በእንግሊዝ ቅኝ ግዛት ሥር ከምትገኘው ኤደን ከተማ የምናስመጣልህን ዓይነት ከትባትም ሆነ የህጻን ምግብ ለማግኘት የታደሉ አልነበሩም። አንተ ግን፣ ዕድሜ ለአባትህ እነዚህን አግኝተሃል፡፡”

“አባትህ ወንድ ልጅ በማግኘቱ ይደሰት ስለነበር ብዙ ቦታዎች ይዞህ ይሄድ ነበር። ብዙውን ጊዜ ከጎኑ አይለይህም። እርሱ በድንገት ከዚህ ዓለም በሞት ሲለየን፤ አንተ የአምስት ዓመት ልጅ ነበርክ። አስከሬኑ ሲታጠብ ልትቀሰቅሰው

ሞክረህ እንደነበር አስታውሳለሁ፡፡ እንደ ወትሮው ከእርሱ ጋር መጫወትና ማውራት ፈልገህ ነበር። የአባትህ አስከሬን ያለበት ክፍል እንዳትገባ ሳንታክት መጠበቅ ነበረብን።"

ሰፊ ማብራሪያዋን በመቀጠል እንዲህ አጠገበችኝ፡፡ "በአባትህ ሞት ምክንያት ከባድ ችግር አጋጥሞን ነበር። በክርስቲያኖች የመቃብር ቦታ እንዲቀበር የአካባቢው ክርስቲያኖች ፈቃደኛ አልነበሩም፡፡ ምክንያታቸው ደግሞ "ክርስቲያን አይደለም" ብለው በማሰባቸውና የውጭ ሀገር ዜጋ በመሆኑ ጭምር ነበር፡፡ ሙስሊሞቹ በበኩላቸው አባትህ አልኮል ሲጠጣ እንጂ፤ መስጊድ ውስጥ ሲሰግድ አይተውት አያውቁም ነበር። የረመዳን ወር ጾምን የመሳሰሉ እስላማዊ ወጎችን ሲጠብቅም አላዩትም፡፡ ስለዚህ እንደ ሙስሊም አልተቀበሉትምና በመቃብር ስፍራቸው እንዲቀበር ፈቃደኛ አልሆኑም፡፡ በዚህም ምክንያት ብዙ ክርክርና መጓተት ተፈጠረ፡፡ አስከሬኑ መበስበስ እስኪጀምር ድረስ ቀብሩ ተጓተተ።"

"መበስበስ" የሚለውን ቃል ስትጠቅስ አንዳች የትዝታ ሽውታ ጎነተለኝ። በየቀኑ እየበሰበሰ የነበረው የአባቴ አስከሬን ስለፈጠረው ሽታ የደበዘዘ ትውስታ ነበረኝ።

"የከተማዋ ከንቲባ በጉዳዩ ላይ ጣልቃ መግባት ነበረበት፡፡ አባትህ የእንግሊዝ ዜጋ ስለነበር ከኤምባሲም ሰው ተጠራ፡፡ በስተመጨረሻ ባለሥልጣናቱ አስከሬኑ በሁለቱ ቤተ እምነቶች መቃብር መካከል እንዲቀበር ወሰኑ፡፡" ስትል ጎፍናኝ ትዝታዋን ደመደመች፡፡

በበኩሌ ስለዚህ እስጥ አጋባ ምንም የማስታውሰው ነገር የለም። አሁን ግን፣ ጎልማሳ እንደመሆኔ መጠን፣ የተለያዩ ሃይማኖታዊና ባህላዊ ወጎች፣ ሥርዓቶችና ክንውኖች በእንደዚህ ዓይንት ክስተቶች ላይ ያላቸውን ጠቀሜታ በቅጡ እረዳለሁ፡፡ ከአባቴ ቀብር ጋር በተያያዘ ቤተሰቦቼ አጋጥሟቸው የነበረውን ችግር በቀላሉ መገመት አያዳግተኝም።

የአባቴን መቃብር ማየት እንደምፈልግ እናቴን አግባባኋት። ተስማማች፡፡ ከልጆቼ ጋር አዲስ አበባ ውስጥ ሦስት ቀናት ካሳለፍን በኋላ፣ ከመዲናዋ በ188 ኪሎ ሜትር ርቀት ላይ ወደ ምትገኘው መተሐራ ከተማ ተጓዝን። እናቴ የአባቴን መቃብር ካየች ከአርባ ዓመታት በላይ ሆኗት ስለነበር፤ ትክክለኛውን የመቃብር ቦታ ላታስታውስ እንደምትችል ቀደም ብላ ነግራናለች፡፡ በዚህም ምክንያት በከተማው ውስጥ ያሉ አረጋውያን የቀብር ቦታውን እንዲጠቁሙን ለመጠየቅ አቀድን።

መተሐራ እንደ ደረስን የመቃብር ቦታውን ለማግኘት የሚረዱን ሰዎች አገኘን፡፡ ነገር ግን ሁለቱ የመቃብር ቦታዎች በጊዜ ቆይታ ተቀላቅለው ስለነበር፤ አባቴ የተቀበረበትን ትክክለኛ ቦታ ማግኘት ሳንችል ቀረን።

በስተመጨረሻ እንዲህ የሚል ሐሳብ ስለለኝ፡፡ “ከእነዚያ ሁሉ ግጭቶችና ግርግሮች በኋላ፣ ስለ አባቴ የቀብር ሁኔታ ከተነሱት ከባድ ሃይማኖታዊ ክርክሮች በኋላ፣ ነገሮች በዚህ መንገድ ተጠናቀቁ። በጊዜው ሲከራከሩ የነበሩት አብዛኞቹ ሰዎች ዛሬ በዚሁ ሥፍራ አንድ አፈር ውስጥ ገብተዋል፡፡ አሁን ማንም ሰው ቢሆን መቃብር ውስጥ ሙስሊሙን ከክርስቲያኑ፣ ክርስቲያኑን ከሌላው መለየት አይቻለውም፡፡ ያ ከዓመታት በፊት የነበረው ውዝግብና አንጃ ግራንጃ ምንኛ አሳዛኝና አላስፈላጊ ነበር!

ምዕራፍ ሁለት

ቤተሰብ ነበረኝ

"አንዲት ልከኛ የሆነች የእንጀራ እናት፣ አንዳንድ ቀን የመድረክ ተጫዋች፣ በሌላው ቀን ደግሞ መሪ ሴት፣ ደግሞም አንዳንድ ቀን ተመልካች ትሆናለች... እናም እያንዳንዱን ሚናዋን በቅጡ እና በጸጋ ትጫወታለች።"

- ያልታወቀ

አባቴ ብዙ ሚስቶችና እቁባቶች ነበሩት፡፡ አንዳንዴም በተመሳሳይ ጊዜ ከአንድ በላይ ሚስቶችና ቅምጦች ኖረውት ያውቃል፡፡ ከስድስት ልጆቹ መካከል አራቱ ሴቶች ናቸው። በአባቴ በኩል ብቻ፣ ሦስት የእንጀራ እናቶች፣ እንዲሁም ብዙ ግማሽ ወንድሞችና እህቶች አሉኝ።

እናቴ እንዳረጋገጠችልኝ ከአባቴ ጋር ሳይጋቡ ነበር የወለደችኝ፡፡ በጊዜው አባቴ የመን ውስጥ ሁለት ሚስቶች ነበሩት። በተጨማሪም እኔ የሁለት ዓመት ልጅ እያለሁ ሩቅያ የምትባል የመናዊት ሴት እንዳገባና፣ ከእርሷ ጋር ከሦስት ዓመት በላይ እንዳሳለፍኩ ነገረችኝ። ከሩቅያ ጋር የኖርኩት ከሁለት ዓመቴ ጀምሮ እስከ አምስተኛ ዓመት ዕድሜዬ መሆኑ ነው፡፡

በእቅዱ መሠረት ሩቅያን ለመጠየቅ ከእናቴ ጋር ተስማማን፡፡ ሩቅያ ከአባቴ ጋር በትዳር ውስጥ በነበረችበት ወቅት ስላሳለፍኳቸው የጨቅላነት ዘመኔ፤ ምናልባት መጠነኛ የብርሃን ጭላንጭል ትፈነጥቅልኝ ይሆናል ብዬ ተስፋ አድርጌ ነበር። ወደ ኢትዮጵያ ከመምጣቴ በፊት ስለ ሩቅያ ሁኔታ የምሰማው ግማሽ እህቴ ከሆነችው ከልጇ ከሙና ብቻ ነበር፡፡ ይህ የሆነው ከኢትዮጵያ ከወጣሁበት ጊዜ ጀምሮ እስካሁን ድረስ፤ ከሙና ጋር ግንኙነታችን አልተቋረጠም ነበርና ነው።

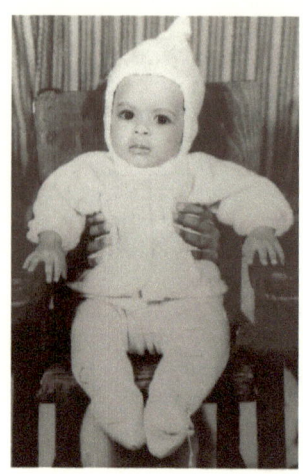

ዓድል ሰኔ 1955 ዓ.ም.

ሩቂያ የየመን ተወላጅ ሙስሊም ነች፡፡ ነገር ግን አባቴን ካገባች ጀምሮ ላለፉት በርካታ ዐሠርት የኖረችው ኢትዮጵያ ውስጥ ነው። እኔና ልጆቼ በ2002 ዓ.ም. ወደ ኢትዮጵያ ባደረግነው ጉዞ አጋማሽ ላይ ሩቅያን ጎበኘናት ።

ከእንጀራ እናቴ ጋር ስለ ልጅነቴ ወራትና ስለ ሌሎች ልጆቿ በምንጨዋወትበት ጊዜ ከአባቴ ሞት በኋላ ያገባችው ባሏ አብሮን ነበር። የጤንነቷ ሁኔታ ጥሩ አልነበረም፡፡ እናም ስለ ጤናዋ ሁኔታና ስለ እህቴ (ሙና) በሰፊው አወጋን።

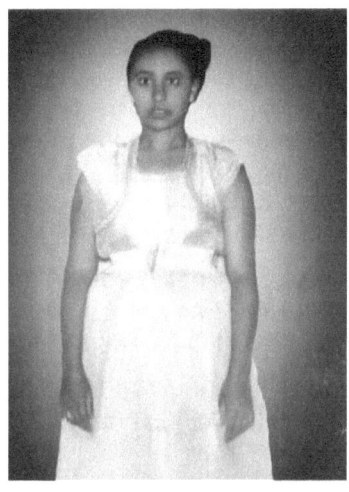

ከእንጀራ እናቶቼ አንዷ፣ ሩቅያ

ከእሷና ከአባቴ ጋር አብሬ የኖርኩባቸው የልጅነቴ ጊዜያት ምን ይመስሉ እንደነበር ጠየቅኳት። ያ ወቅት በሕይወቷ ውስጥ ካሳለፈቻቸው ጊዜያት በጣም አስቸጋሪው እንደነበር ነገረችኝ። ለዚያ ጣጣዋ ዋናው ምክንያት እኔ እንደነበርኩ ደግሞ ግልጽ ነው።

ሩቂያ በፈገግታ የታጀበ ትረካዋን ቀጠለች፣

“አንተን መጠበቅ በጣም ከባድ ሥራ ነበር። ለቅጽበት ያህል ብቻህን ከተውኩህ፣ ዕቃዎችን ሳትሰብር ወይም ሳታጠፋ ወይም ከአባትህ ጋር ችግር የሚፈጥርብኝን አንዳች ነገር ሳታደርግ አትጠብቀኝም ነበር፡፡”

ምን ያህል እረፍት የለሽና ሞገደኛ ልጅ እንደነበርኩ ጥሩ አድርጋ አጠገበችኝ፡፡ በዚያ ላይ ደግሞ አባቴ፣ እኔ ውድ ልጁ ከፍተኛ ከብካቤ እንዳይጓደልብኝ ይሻ ነበር። ለሩቅያ እኔን መቆጣጠር ቋሚ የራስ ምታቷ ነበር፡፡ በዚህ ላይ በእኔ ምክንያት አባቴን ማስከፋት አለመፈለጓም እርግጥ ነው።

በሶኬት ውስጥ ሹካ ከትቼ በኤሌክትሪክ የተያዝኩበትን አጋጣሚ ጨምሮ፤ ሌሎችም ከፉ ድንገቴዎችን ልቅም አድርጋ አስታወሰቻቸው። እናቴ ሽቦዎችን ወደ ሶኬት ቀዳዳዎች አስገባ እንደነበር የነገረችኝ ተመሳሳይ ታሪክ ትውስ አለኝ፡፡ በልጅነቴ ከኤሌክትሪክ ሶኬቶች ጋር የነበረኝ ቁርኝት ከምን የመነጨ ይሆን?

ሌላው ሩቂያ የምታስታውሰው አደጋ የደረሰብኝ ባለ ሦስት ጎማ ብስክሌቴን ሠፈር ውስጥ እየነዳሁ ሳለ ነበር። ስንቀዠቀዥ ከሦስት - አራት ሜትር ያህል ጥልቀት ባለው አዲስ የተቆፈረ የመጸዳጃ ቤት ጉድጓድ ውስጥ ሰመጥኩ። እንደ ሩቅያ ገለጻ ድንጋጤዋ ልክ አልነበረውም፡፡ መሞቴን እርግጠኛ ነበረች። የጉድጓዱ ሠራተኞች ለምሳ ወጥተው ነበርና እኔን ከጉድጓዱ ውስጥ ለማውጣት የሚያግዛት ሰው ፍለጋ ስትጮህ ጥቂት ሰዎች ኡኡታዋን ሰምተው መሰላል ይዘው መጡ፡፡ ከዚያም ወደ ጉድጓዱ ገብተው ሽቅብ ይጎትቱኝ ጀመር። አፍንጫዬ ይደማ እንደነበርና ጭንቅላቴም ተፈንክቶ እንደነበር ነገረችኝ ።

“በጣም ፈርቼ ስለነበር በደንብ እንድትተኛልኝ ከአባትህ ውስኪ ቀንሼ ሰጠሁህ። አባትህ ወደ ቤት መጥቶ ስለ አንተ ሲጠይቅ፤ ቀለል አድርጌ “ተኝቷል” አልኩት። “አባትህ ወደ ቤት ሲመለስ ስለ ጉዳዩ እንዳያውቅና እንዳይናደድብኝ”

ከአባቴ ጋር ስለነበረኝ ቅርርብ፣ እንዲሁም እሷ ከአባቴ ጋር ስለነበራት ግንኙነት ጠየቅኋት። ምግብ በአግባቡ የማልበላ፣ ግን ደግሞ ፈጣን ልጅ እንደነበርኩ ወላጅ እናቴ ከነገረችኝ እውነታ ጋር በሚጣጣም ሁኔታ አጫወተችኝ፡፡

አባቴ ወንድ ልጅ በማግኘቱ ደስተኛ እንደነበርና፤ በሄደበት ቦታ ሁሉ ይዞኝ ይዞር እንደነበር ነገረችኝ። ሁሉም የቤተሰቡ አባላት ላይ በእኔ የተነሳ የተፈጠረባቸውን ችግሮች ተረከችልኝ። ይህን ሁሉ ታሪክ ከሰማሁ በኋላ፣ ብዙ ዓመታት ቆይቼ ያገኘኋቸው አብዛኞቹ የአባቴ ጓደኞች (ስለ እኔ መኖር ጠንቅቀው የሚያውቁ በየመን ያሉ ቤተሰቦቼን ጨምሮ) እኔን እንደ ልጅ ለመቀበል ለምን እንዳልተቸገሩ ገባኝ፡፡

ሩቅያ ትውስታዋን መበርበሯን ቀጠለች፡፡

“በልጅነትህ አልቃሻ ወይም ነጭናጫ አልነበርክም፡፡ ነገር ግን የማያቋርጥ ክትትል ያስፈልግህ ነበር። ስለ አንተ የማስታውሰው ይህንኑ ነው፡፡”

እናቴን እያስተዋለች ጸጉሬ የት እንደገባ በመደነቅ ጠየቀች.

“በልጅነትህ ወፍራምና የሚጠቀለል ሉጫ ጸጉር ነበረህ። የጸጉርህን የፊተኛውን ክፍል ካበጠርኩልህ በኋላ የኋለኛውን አበጥሬ ስጨርስ የፊተኛው ተጠቅልሎ ይጠብቀኛል።”

ዛሬ ግን ከጭንቅላቴ ይልቅ በቅንድቤ ላይና በጆሮዬ ውስጥ ብዙ ጸጉር እንደሚገኝ የማውቀው እኔ ብቻ ነኝ።

ከዚያም ወደ ዓይኖቹ ትኩር ብላ ተመለከተችና፣ “በማህፀኔ ያልተሸከምኩህ፣ አምጬ ያልወለድኩህ፣ ጡቴን ያላጠባሁህ የመጀመሪያ ልጄ አንተ ነህ” አለችኝ።

ምን ለማለት እንደፈለገች ስጠይቃት እንዲህ መለሰችልኝ፣ “እኔ ወላጅ እናትህ ባልሆንም ከአንድ ዓመት ከመንፈቅ ዕድሜህ ጀምሮ ያደግኸው በእኔ እጅ ላይ ነው። አባትህ ከሌሎች ልጆቹ በተለየ ሁኔታ ይወድህ ነበር። አንድ ነገር እንዳያጋጥምህና እንዳይጮህብኝ እጠነቀቅ ነበር፡፡ እውነቱን ለመናገር ለሌሎቹ ልጆቼ ሰጥቼ የማላውቀውን እንክብካቤ እየሰጠሁ ነበር ያሳደግኩህ።

“ከአባትህ ጋር መኖር አስቸጋሪ ነበር፡፡ ከባህላችንና ከሃይማኖታችን ጋር የማይጣጣም ስለሆነ መጠጥ እንዲጠጣ አልፈልግም ነበር፡፡ እሱ ግን አይሰማኝም። አብዝቶ ይጠጣ ነበር፡፡ ስለ መጠጥ ባነሳሁበት ቁጥር ይጮህብኛል። በእርግጥ ጥሩ ሰው ነበር፣ ግን ደግሞ ብዙም አልተረዳነውም ነበር።”

“ሌላው ማወቅ ያለብህ፣ እኔና ወላጅ እናትህ ከአባትህ ልጆች ስንወልድ በአሥራዎቹ ዕድሜ ውስጥ ነበርን፡፡ እሱ ግን ቢያንስ በሠላሳ አምስት ዓመት ይበልጠን ነበር። በዚያ ላይ የቀድሞ ወታደር እንደመሆኑ በጣም ግትር ሰው ነበር።”

ሩቅያ ከአባቴ ጋር ያላት ግንኙነት ሲበዛ ረብሻና መሰናክል የበዛበት ነበር። እንደ እርሷ ምኞትና ተስፋ ጥሩ ሙስሊምና ዐረብ ባል ለመሆን ብቁ አልነበረም፡ ፡ የየእለቱ ጭቅጭቃቸው ምክንያት የመጠጥ ሱሱ ጉዳይ ነበር፡፡ የቤት እመቤቷ ወጣት ሚስቱ የምታቀርብለትን ተማጽኖ ይቅርና የዶክተሮቹን ምክር እንኳን ሊሰማ የሚችል ሰው አልነበረም፡፡

ወንድ ልጅ አንዲትን ዓይን አፋር፣ ዝምተኛና ታዛዥ የሆነች ሴት የሚያገባ ከሆነ፣ አውቆም ይሁን ሳያውቅ የበላይ የመሆን ፍላጎቱን የምታረካለት ሚስት ይፈልጋል ማለት ነው። ልክ እንደ ሌሎቹ የአባቴ ሚስቶች ሁሉ፣ ሩቅያም ልትጫነው የምትችል ዓይነት ሚስት አልነበረችም። ጥንብዝ ብሎ በሚሰክርበት ጊዜ እንኳ ምላሿ ባህርይውን ከመንቀፍ አያልፍም፡፡

በልጅነቴ ስለሰጠችኝ ፍቅርና እንክብካቤ ሩቅያን አመሰግንኳት። እኔን ባሳደገችባቸው አራት ዓመታት ውስጥ አማርኛን በቅጡ መናገር አለመቻሏን አስታውሳለሁ። በጊዜው ትናገር የነበረው ኦሮምኛና ዐረብኛ ቋንቋዎችን ነበር። አማርኛን በደንብ ስለማትናገር፣ ለዕለት ፍጆታ የሚሆን ትኩስ አትክልትና ሥጋ ለመግዛት በአካባቢው ወደሚገኝ ገበያ በምንወጣበት ጊዜ፣ ከባለሱቆቹ ጋር ለመግባባት የእኔ የትርጉም ድጋፍ የግድ ያስፈልጋት ነበር።

ሌላው ስለ ሩቅያ ማስታውሰው፣ በቀን አምስት ጊዜ ትጸልይና ትሰግድ እንደነበር ነው፡፡ በተጨማሪም ከአብዛኞቹ ኢትዮጵያውያን ሴቶች በተለየ ሁኔታ ወደ ውጪ በወጣን ቁጥር ጸጉሯን ትሸፍን ነበር፡፡

ሩቅያን ከሌሎቹ በልጅነቴ ከማውቃቸው የአካባቢው ነዋሪዎች የሚለያት፣ መንገድ ላይ የማትሸና መሆኗ ነው። ለአካባቢው ነዋሪዎች በየጫካውና በየጓሮው መጸዳዳት የተለመደ ቢሆንም፣ እርሷ ግን ይህንን ስታደርግ አይቻት አላውቅም፡ ፡ ለምን እንደሆነ ስጠይቃት፣ "ለሙስሊም ሴቶች ጎዳና ላይ መሸናት አይፈቀድም" ነበር የምትለኝ።

ገና በልጅነቴ፣ በሙስሊሞች እና በክርስቲያኖች የዕለት ተዕለት ክንውኖች መካከል ያለውን ልዩነት ባየሁ ቁጥር እንቆቅልሽ ይሆንብኝ ነበር። እነዚህ ልዩነቶች ለእኔ ምንም ትርጉም ስለማይሰጡኝ፣ ለምን አስፈላጊ እንደሆኑ እንኳን መረዳት አልችልም ነበር፡፡

የሩቅያ ወግ አላባራም ፣ "የአራት ዓመት ከአራት ቀን ልጅ ሳለህ፣ የዐረብኛ ፊደላትን ማንበብና መጻፍ እንዲያስተምሩህ ብዬ ከአረቦቹ ዘመዶቻችን ጋር አስተዋወቅኩህ፡፡"

የአራት ዓመት ልጅ ሳለሁ፣ ገና በይፋ ትምህርት መጀመሪያ ዕድሜዬ ላይ ሳልደርስ፣ ዐረብኛ ማንበብና መጻፍ ልታስተምረኝ የምትችል የግል ሞግዚት ተቀጥራልኝ ነበር።

አማርኛ መናገርና መጻፍ ከመጀመሬ በፊት ዐረብኛ ብቻ እናገር እንደነበር ሩቅያ ነገረችኝ።

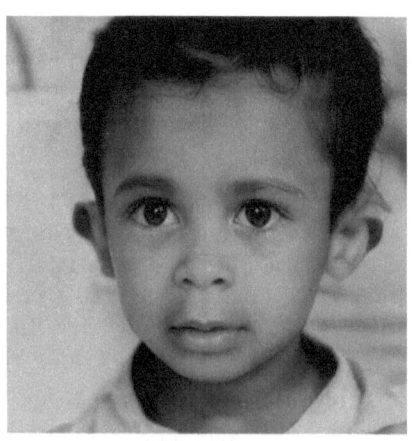

ጥር 1959 ዓ.ም.

አስከትላም፣ “አባትህ አንዳንድ የእንግሊዝኛ ቃላትንም ሊያስተምህ ሞክሮ ነበር...” አለችኝ፡፡

አባቴ ዐረብኛ፣ ጣሊያንኛ፣ እንግሊዘኛ፣ ስዋሂሊና ልከኛ አማርኛ ይናገር ነበር። በጠቅላላው ግን ገና በልጅነቴ ብዙ ቋንቋዎችን ለመማር ዕድል ሳይከፈትልኝ አልቀረም ።

ድንገት ስለ ልጅነቴ አንዳች ትዝታ ነገር አስታውሳ ሳቋን መቆጣጠር ተሳናት፣ ሩቅያ።

“ሌላው አስገራሚ ነገር ደግሞ፣ አራት ዓመት እስኪሞላህ ድረስ ምንም ዓይነት ንግግር አታወጣም ነበር። መስማማትህንም ሆነ አለመስማማህን የምትገልጸው ጭንቅላትህን በመነቅነቅ ብቻ ነበር፡፡”

የተወለድኩበት ቤት አጥር በር

የተወለድኩበት ቤት የፊት ለፊት ግቢ፤ከትንሿ ልጄ ጋር ግቢውን እያሰስን

የምር ግን እስከ አምስት ዓመቴ ድረስ እንዴት አፌን እንዳልፈታሁ ጠየቅኳት።

“አዎ፤ አራት ዓመት እስኪሞላህ ድረስ ምንም አልተናገርክም። አራት ዓመትህ ላይ መናገር ስትጀምር ግን በዐረብኛና በአማርኛ ክርክም ያሉ ዓረፍተ ነገሮች ከአፍህ መውጣት ጀመሩ። ወዲያው በኦሮምኛም በደንብ መናገር ጀመርክ፡፡ እንከን የሌለባቸውና የአዋቂ የሚመስሉ ዓረፍተ ነገሮችን…” አለችና መናገር እስከጀመርኩበት ጊዜ ድረስ ከነአካቴው ዲዳ እንዳልሆን ፈርታ እንደነበርም ጨመረችልኝ።

“አቤት መናገር ስትጀምር የነበረው እፎይታ! በዚያ ላይ በተሟሉ ቃላት በዚያ ፍጥነት አቀላጥፈህ መናገርህ… በዚህ ምክንያት እንደ ሕጻን ልጅ ተኮላትፈህ ስትናገር ሰምቼህ አላውቅም። በዚያ ላይ ግራኝ መሆንክን ስንረዳ፣ ግራ እጅህን እንዳትጠቀምበት በጀርባህ በኩል ካለ ወንበር ጋር ማሰር ነበረብን። እንደምታውቀው በእስልምና ሀይማኖት የግራ እጅ ለጽዳት እንዲውል ነው የሚፈቀደው። ደግነቱ፣ ለስድስት ወራት ያህል ግራ እጅህን ከወንበር ጋር ካሰርንህ በኋላ ቀስ በቀስ ቀኝ እጅህን መጠቀም ጀመርክ።”

አያይዛም አሁን የምጠቀመው የትኛውን እጄን እንደሆነ ጠየቀችኝ። እንደየሁኔታው ሁለቱንም እጄን እንደምጠቀም ገለጽኩላት። የምጽፈው በቀኝ እጄ ነው፤ እግር ኳስ ስጫወት ግን ግራ እግሬ ይቀናኛል። ራሴን በምከላከልበት ጊዜ ቀድሞ ምላሽ የሚሰጠው ግራ እጄ ነው።

የተወለድኩበት ቤት በ60 ዓመታት ውስጥ ብዙ ተቀይሯል፣ አርጅቷል - በሩ ባለ መስተዋት ነበር

“ትዕዛዛትንና መመሪያዎችን በደንብ ትከተል ነበር፡፡ ነገር ግን አታወራም፡፡ መናገር አለመቻልህ ትልቅ ችግር የነበረው ለዚህ ነው፡፡ ስለዚህ የመናገር ችሎታህ ቢሻሻል እያልን ከፍርዶስ ጋር ብዙ ጊዜ እንድታሳልፉ እናደርግ ነበር። (ፍርዶስ ሙኒር በአሁኑ ጊዜ በሰሜን አሜሪካ አትላንታ ውስጥ የምትኖር የእህቷ ልጅ ነች፡፡ የፍርዶስ አባት የአባቴ ጓደኛም ነበር፡፡ ታላላቅ ወንድሞቿና እህቶቿ አባቴን በደንብ ያውቁታል።)”

በረጅሙ ወጋችን መሃል አንዴ የእሷን ታሪክ፣ ከዚያ የአባቴን፣ ወዲያው ደግሞ የእኔን ጉድ ተራ በተራ ስንከካ ቆየን።

“በወቅቱ፣ አብዛኞቹ ልጆች የኩፍኝ ወይም የማንኛውም ዓይነት በሽታ ክትባት በቀላሉ አያገኙም ነበር፡፡ አንተ ግን ክትባቶችን እንድታገኝ ስለምንፈልግ ወደ እንግሊዝ፣ ዴንማርክና ስዊድን ሚሲዮን ሆስፒታሎች መውሰድ ነበረብን። በተጨማሪም ለአብዛኛው የሀገሬው ልጆች ሐኪም ቤት መሄድና መደበኛ ምርመራ ማድረግ የተለመደ አልነበረም፡፡ የአንተ አባት ግን የጤናና የምግብ ሁኔታህን በጥንቃቄ ነበር የሚከታተለው፡፡”

“በጊዜው ኢትዮጵያ ውስጥ ክትባትና መደበኛ ምርመራዎች ብዙም ትኩረት አይሰጣቸውም ነበር፡፡ አብዛኛዎቹ እኩዮችህ ባይከተቡም የከፋ የጤና ችግር ሳይገጥማቸው ያደጉ ናቸው። ብዙ እናቶች ያለ ሐኪም እርዳታ ቤት የሚወልዱ በመሆኑ፣ ብዙ ጨቅላዎች በወሊድ ጊዜ ይሞታሉ። በሕይወት የተረፉት ግን

የከፋ ችግር ሳይገጥማቸው ሮጠው፣ ቦርቀው ያድጋሉ:: እንዲያውም ከትባት እንድትወስድ በተደጋጋሚ ወደ ሆስፒታል ሳመላልስህ ያየች አንዲት ጎረቤታችን፣ ለምን ደጋግሜ ወደ ሐኪም ቤት እንደምወስድህ ጠይቃኝ ነበር። ማንም የእንጀራ እናትህ መሆኔን አያውቅም ነበር:: እኔም ልጄ እንደሆንክ ነበር የምነግራቸው::"

አባቴ ከእኔ ጋር ጥብቅ ቁርኝት ሊኖረው የቻለበትን ምክንያት ስጠይቃት፣ "እርሱ እዚህ ሀገር አራት ሴቶች ልጆች ያሉት ሲሆን ወንድ ልጅ የወለደው አንተን ብቻ ነበር። በእርግጥ የበኩር ልጁ ከየመን እዚህ አዲስ አበባ መጥቶ ሳንፎርድ ትምህርት ቤት ተምሯል። ነገር ግን አባትህና ያ ልጅ በፍቅር መቀጠል አልቻሉም። ብዙ ጊዜ ይጣላሉ:: በመጨረሻም የአሥራ ሰባት ዓመት ልጁ አባቱን ጥሎ ወደ የመን ተመለሰ።"

በአካል አግኝቼው የማላውቀው ታላቅ ወንድሜ በ1952 ዓ.ም. ነበር ከኢትዮጵያ ወደ የመን የተመለሰው። ከዚያም የደቡብ የመኗ ኤደን ከተማ ከእንግሊዝ ቅኝ አገዛዝ ነጻ እስከትወጣ ድረስ እዚያ ኖረ:: ከሁለት ዓመት በኋላ ደግሞ ወደ ሳዑዲ አረቢያ ሄደ። ይህ የማላውቀው ወንድሜ በሠላሳ ዘጠኝ ዓመቱ ከዚህ ዓለም በሞት ሲለይ ከአሥር ዓመት በታች ዕድሜ ያላቸው አራት ሴት ልጆች ትቶ ነበር የተሸኘው:: ሕይወቱ ባለፈበት ወቅት እኔ የመን ውስጥ ነበርኩ:
: ልጠይቀው እያሰብኩ ከዛሬ ነገ ስል ድንገት መርዶው ደረሰኝ። እሱም ስለ እኔ በአቅራቢያው መኖር ያውቅ ነበር:: ሆኖም ተገናኝተን አናውቅም።

"አባትህ በልጁ ጉዳይ ሲያማርር ነው የኖረው:: በሚስቶቹ በማርያምና በታላቅ ወንድምህ እናት በዘይናብ ላይም ምሬት ነበረው። በዚህ ምክንያት አንተን እንደሸልማት ነበር የሚቆጥርህ። እንዲያውም "አዴ" የሚል ቅጽል ስም አውጥቶልህ ሁሉ ነበር።"

የዚህን ቅጽል ስሜ ትርጉም ስጠይቃት ግን "እንብብና ድረስበት" አለችኝ። እናም እንዲህ መሆኑን አወቅኩ ...

የቅጽል ስሜ ታሪክ ከእኔ ይልቅ ከአባቴ ባህርይ ጋር የተያያዘ ነው። አባቴ "ዓዴ" ወይም "ዓድ" የሚል ስም የሰጠኝ ዐረቦችን ለማበሳጨት ነበር። እርሱ ራሱ ዐረብ ቢሆንም፣ ራሱን እንደ እንግሊዛዊ ይቆጥር ነበር:: እናም በዐረባዊ ባህልና ሃይማኖት አክራሪ የሆኑ ዐረቦችን ማበሳጨት ያስደስተው ነበር። ወግ አጥባቂ ዐረቦች ለመቃወም ሲልም ወጣ ያሉ ድርጊቶችን ይተገብር ነበር።

በቁርዓን ውስጥ "ዓዴ" ስለሚባለው የጠፋ የዐረብ ጎሳ የሚያወሱ አንዳንድ ታሪኮች አሉ። ይህ "ዓድ" ወይም "ዓዴ" ተብሎ ይጠራ የነበረው ጎሳ በደቡብ ዐረቢያ የሚገኝ ጥንታዊ የዐረብ ነገድ ነበር። የዚህ ነገድ ሰዎች የ "አንድ አምላክ ነቢይ" አስተምህሮን ያልተቀበሉ የመጀመሪያዎቹ የዐረብ ክፍሎች ነበሩ።

ዐረቦች ለባህላቸውና ለሃይማኖታቸው ቀናዒ ናቸው። ለምሳሌ አንድ ሰው ነቢዩ ሙሐመድ (ሰ.ዐ.ወ.) ን የሚያንቋሽሽ ሥዕል ቢስል፣ አክራሪ ሙስሊሞች ሊገድሉት እንኳን ፈቃደኞች ይሆናሉ። ሙስሊሞች አንድ ክርስቲያን መጠጥ ወይም ዝሙት ሲፈጽም ቢያዩ፤ መታገስ ይችሉ ይሆናል፡፡ እንዲህ ያሉትን ድርጊቶች ለሚፈጽሙ ሙስሊሞች ላይ ግን ርህራሄ የላቸውም።

አባቴ ዐረብ ቢሆንም፤ መጠጥ ይጠጣ ነበር፡፡ ጾምም ሆነ ሰግዶ አያውቅም። የሙስሊም ዐረቦችን ሃይማኖታዊና ባህላዊ እሴቶች በመካድ ረገድ ዓይነተኛ ምሳሌ ነበር፡፡ በዚህ የአኗኗር ዘይቤው የተነሳ፣ ያለማቋረጥ ሐሜቶች፣ ቅሬታዎችና መገለሎች ይደርሱበት ነበር። በሚሰነዘሩበት ትችቶች ሲበሳጭ ነበር ዕድሜውን የገፋው ፡፡

እርሱም ቢሆን በማያባራ የስም ማጥፋት ዘመቻ ውስጥ ይሳተፍ ነበር፡፡ በእርግጥም በዚህ የአዙሪት አባዜ ውስጥ ሲዳክር ነበር፤ የዕድሜውን ብዙ ክፍል ያሳለፈው።

ዕድሜዬ ደርሶ ትምህርት ቤት ስገባ፣ በቤተሰባችን ዙሪያ ያሉ አንዳንድ ዐረቦች በስሜ ምክንያት መገለል እንዳይደርስብኝ ሰጉ፡፡ አህመድ ባንሰር የተባለውና አባቴ ከተገኘባት አል ሺሂር ከተባለች (ሃድራማውት፣ የመን ውስጥ

:
አህመድ ባንሰር

የምትገኝ) መንደር ወደ ኢትዮጵያ የመጣ የአባቴ ቅርብ ጓደኛ ግን አንድ መላ ዘየደ፡፡

“ዓድ” በሚለው ስሜ መጨረሻ ላይ “ል” የተሰኘችውን የእንግሊዝኛ ሆሄ ለመጨመር ወሰነ። ከዚያም ስሜ ወደ “ዓድል” ነት ተቀየረ፡፡ አዲሱ ስሜ በአውሮፓም ሆነ በዐረብ፣ እንዲሁም በአይሁድ አውድ ጭምር (በወንድም ሆነ በሴት ስምነት) አመርቂ ትርጓሜ ያለው ስም ሆኖ ተገኘ።

ትልቁ ወንድሜ ሀሰን፣ 1947 ዓ.ም

ሩቅያ በዚህ ጉዳይ ላይ ተጨማሪ ገለጻ አከለችልኝ፣

“አባትህ የኢትዮጵያን ቡና ላኪነትና አስመጪነት ንግድ በዋነኝነት ከተቆጣጠሩ ጥቂት ዐረብ ነጋዴዎች ጋርም ሆድና ጀርባ ነበር። ነጋዴዎቹ ጸረ እስላማዊና ዐረባዊ በሆኑት ባህሪያቱ ምክንያት አይወዱትም ነበር፡፡”

እህቴ ፋውዚያ፣ 1947 ዓ.ም

“ከግል ሰብዕናው አንጻር፣ ልክ እንደ አንድ የቀድሞ ወታደር በእዝ የሚያምን፣ ከሕይወት መርህ አኳያ ደግሞ የምዕራቡን ዓለም አኗኗር ዘዬ የሚከተል ዓይነት ሰው ነበር። ማጨስ፣ መጠጣት፣ ጭፈራ ቤት መሄድን ጨምሮ፣ ጾም አለመጾምና መስጊድ አለመሄድ የመሳሰሉት አፈንጋጭ ባህርያቱ ነጋዴዎቹን ክፉኛ ያበሳጫቸው ነበር።”

“በኋላ ወደ ሌላ የኢትዮጵያ ክፍል ሄዶ አዲስ የንግድ መስመር ለመዘርጋት ወሰነ፡፡ እኔን ከወላጆቼ ጋር ትቶኝ፣ ወደ አዋሽ ሸለቆ ሄደና መተሐራ በምትባል ከተማ ውስጥ መኖር ጀመረ፡፡”

“አንተንም ለመጨረሻ ጊዜ ያየሁህ ያኔ ነው። ከአባትህ ጋር ወደ መተሐራ ስትሄድ የአምስት ዓመት ልጅ ነበርክ፡፡ እንዳለመታደል ሆኖ አባትህ ብዙም ሳይቆይ ከዚህ ዓለም በሞት ተለየ። ከዚያን ጊዜ ጀምሮ በእናትህ በኩል ያሉት ዘመድ አዝማዶችህ የአንተን ጉዳይ ምን ማድረግ እንዳለባቸው ተጨነቁ፡፡ እናትህና ወንድሟ ተመካከረው ምናልባት የመን ውስጥ ከሚገኙት የአባትህ የቅርብ ዘመዶች አንዱ አንተንና እህትህን (የኔን ልጅ) ማሳደግ ይችሉ እንደሁ ለማወቅ አድራሻቸውን ለማፈላለግ ወሰኑ፡፡ የኔ ቤተሰቦች ግን ሁለታችሁንም መቀበል ስለመቻላቸው እርግጠኛ አልነበሩም፡፡”

“ከዚያ ጊዜ ጀምሮ ለቀጣዮቹ አሥር ዓመታት ሳንገናኝ ቆየን። ከዚያም በድጋሚ በ1970 ዓ.ም. ወደ የመን ከመሄድህ በፊት ለጥቂት ሰዓታት ያህል አገኘሁህ።”

በጨዋታችን መገባደጃ ላይ ሩቅያ በጥልቅ ስሜት ውስጥ ሆና ዞር አለችና መላጣዬን በድጋሜ ተመለከተች። ቀጥላም ወደ እርሷ ዘንበል አድርጋ በእናትነት እቅፏ ውስጥ ሽጉጥ አደረገችኝ።

አናቴን እየደባበሰች እንዲህ አለችኝ፤ "*መመለጥህ በእውነቱ የሚገርም ነው። በልጅነትህ ያን የመሰለ ወፍራምና ድብልብል ጸጉር እንዳልነበረህ ሁሉ...*"

ምዕራፍ ሦስት

ወደዚህ አለም አመጣጥ

"አንድን ሰው ማጣት ስለሚያስከትለው ማቆሚያ የሌለው ኪሳራ በበቂ ሁኔታ መገንዘብ ነበረብኝ፡፡ የሆነ ሆኖ፣ ያጣሁት ሰው ትቶት በሄደው ጉልህ ቀዳዳ በኩል እየዳሁ መኖርን፤ መላመድ እንዳለብኝ ዘግይቼም ቢሆን ተምሬያለሁ።"

- አሊሰን ኖኤል

አባቴ ሴት አውል ነበር ማለት ነገሩን ማቃለል ይሆናል። እኔ በሰማሁት እንኳ ቢያንስ ስድስት ሴቶች አግብቷል፡፡ ከሚስቶቹ አንዷ ፈረንሳዊት ነበረች ይባላል ፡፡ ከእነዚህ ስድስት ሴቶች መካከል ልጆች የወለዱለት አራቱ ብቻ ናቸው - ዘይነብ፣ ወይንሸት መርየምና ሩቂያ፡፡

ያም ሆኖ ፣ ከሌሎች ሴቶችም ጋር በድብቅ አንሶላ ይጋፈፍ ነበር - እንግዲህ እኔ የተፈጠርኩት በዚህኛው መንገድ መሆኑ ነው።

ትዳር፣ ፍቺና ውርስ በኢትዮጵያ

በአብዛኛው የክርቲያን ማኅበረሰብ ዘንድ ሦስት ዋነኛ የጋብቻ ዓይነቶች አሉ። የመጀመሪያዎቹ ሁለቱ ትዳሮች በሙሽራውና በሙሽራዋ ወላጆች የሚመቻቹ ናቸው፡፡

ሀ - የመጀመሪያው ቃል ኪዳን ይባላል፡፡ *ሥራት* ወይም ሰማኒያ ተብሎም ይጠራል፡፡ ይህ በፍትሐ ብሔር ሕግ የሚጸና ጋብቻ ነው። ይህ ዓይነቱ ጋብቻ መደበኛ ከሆነውና በሕጋዊ ስምምነት ከሚጸናው ትስስር ያነሰ አስገዳጅነት ስላለው ብዙ ሰዎች ይመርጡታል። በማህበራዊ ህግ የሚታሰርና በቀላሉ ሊፈርስ የሚችል ነው፡፡ አንደኛው የትዳር ጓደኛ ከማይረባ ሰበብ ላይ ተነስቶ ጋብቻውን

ሊያፈርሰው ስለሚችል፣ በዚህ ዓይነቱ ስምምነት በተመሠረተ ጋብቻ ውስጥ ፍቺ የተለመደ ጉዳይ ነው፡፡

በዚህ ጋብቻ ምናልባት ባልየው ድንገት ትዳሩን ትቶ ቢኮበልል እንኳ፣ ሚስቲቱ እንደተፈታች በማሳወቅ ብቻ በቀላሉ ሌላ ሰው ማግባት ትችላለች፡፡ ይህ ዓይነቱ ጋብቻ እናቴ ከአባቴ ጋር ያላትን ግንኙነት ያሳያል።

ለ - ሁለተኛው የጋብቻ አይነት ቁርባን የሚባለው ነው፡፡ የቁርባን ጋብቻዎች በጣም የተከበሩና የተቀደሱ በመሆናቸው ፈጽሞ ሊፈርሱ አይችሉም። ከተጋቢዎቹ አንዱ ቢሞት እንኳ፣ ባሏ የሞተባት ሴት እንደገና ሳታገባ መበለት ሆና ልትኖር ትችላለች። ይህ ጋብቻ በተቀደሰ ክርስቲያናዊ ሥርዓት ቤተ ክርስቲያን ውስጥ የሚከናወን ነው። የቁርባን ጋብቻ እምብዛም የማይዘወተር የጋብቻ ዓይነት ነው።

ሐ - ሦስተኛው የጋብቻ ዓይነት ደመወዝ የሚባል ሲሆን፣ ከሦስቱ የጋብቻ ዓይነቶች ዝቅተኛውን ደረጃ የሚይዝ ነው፡፡ አንድ ወንድ የጭን ገረድ ከሚይዝበት ሁኔታ ጋር ተመሳሳይ ነው፡፡ ይህ ጥምረት በወንዱና በሴቷ መካከል ብቻ የሚደረግ ስምምነት ነው። ቋሚ ወይም የረጅም ጊዜ ግንኙነት አይደለም፡፡ እንዲህ ባለው ግንኙነት ውስጥ ያለች ሴት፣ በወንዱ ንብረት ወይም የገንዘብ ሁኔታ ላይ መብት አይኖራትም፡፡ ሰውየው ድንጋት ቢሞት እንኳን ውርስ መጠየቅ አትችልም። እንዲህ ዓይነት ጥምረቶች፣ በተለምዶ በዐረብ ወንዶችና በመጠኑም ቢሆን በኢትዮጵያውያን ወንዶች ይዘወተራሉ።

ሥረ መሠረቴ

ኢትዮጵያ ውስጥ ከሚገኙ ብሔረሰቦች ውስጥ በቁጥር የሚበዙት አማራና ኦሮሞ ናቸው፡፡ አማራ ከጠቅላላ የኢትዮጵያ ህዝብ 25 በመቶውን ይይዛል። በእናቴ በኩል የሚዛመዱኝ አማራዎች ቀደምት መነሻቸው ከጥንታዊዎቹ ሴማዊያን ነገዶች የሚመዘዝ ነው፡፡ እነዚህ ድል አድራጊ ነገዶች ወደ ደቡብ በኩል ተስፋፍተው የቦታው ተወላጅ ከሆኑት የኩሽ ህዝቦች ጋር ተዋሕደዋል፡፡ በአሁኑ ጊዜ አማራ በመካከለኛውና በምዕራባዊው የኢትዮጵያ ክፍል የሚገኝ ሕዝብ ነው።

በወላጆቼ ውስጥ ጎልቶ የሚታየውና በአስገራሚ ሁኔታ በአረብ ወገኖቼ በኩልም የተንሰራፋው የአማራ ባህል ጉልህ ገጽታ አለ፡፡ ይኸውም “ለሌሎች ሰዎች አመለካከት አለቅጥ መጨነቅ” ነው።

በእኔና በታላቅ እህቴ መካከል ያለው ቀላል የሚመስል ግን ደግሞ የማያቋርጥ ግጭት መንስዔም ይሄው ነው፡፡ ንፍቀ እህቴ ሌሎች ሰዎች ፊት የሁላችንም (የእኔም ሆነ የመላው ቤተሰባችን) ክብርና ዝና ከፍ ብሎ እንዲታይ አጥብቃ የምትሻ ነች ፡፡

በእርግጥ እኔም የራሴን ወይም የቤተሰቤን ስምና ክብር ለማጉደፍ ፈቃደኛ ባልሆንም፣ ሰዎች ስለ እኔ ለሚያስቡት ጉዳይ ግን የተጋነነ ትኩረት አልሰጥም። የሀድራሚ ዐረብ ዝርያ ያላት እህቴ ሂንድ ግን፣ ስለ ራሴና ስለቤተሰባችን የተወሰኑ ዝርዝር ጉዳዮችን ይፋ እንዳላደርግ ትመክረኝ ነበር፡፡ ለሌሎች ሰዎች የቤተሰባችንን ከፍታ ላሳይ በምችልበት ደረጃ እንዳማትር ደጋግማ ትወተውተኝ ነበር። እኔ ግን ማንነቴንና የቆምኩበት መሠረት ምን እንደሆነ ሰዎች ያውቁ ዘንድ፤ በታማኝነትና በእውነተኛነት ላይ አተኩራለሁ ።

የግሌ አስተሳሰብ ያለኝ ሰው ነኝ፡፡ በማንኛውም ጉዳይ ላይ አቋሜን ከማሳወቅ ወደ ኋላ አልልም። (መቼም እህቴ በዚህ መጽሐፍ ውስጥ ባሉ አንዳንድ ገለጻዎቼ ደስተኛ አትሆንም) ይህ ስለ መልካም ስም አብዝቶ የመጨነቅ አባዜ፣ የመጀመሪያዎቹን የዕድሜዬን ዓመታት አቅጣጫ በመወሰን ረገድ ጉልህ ሚና ተጫውቷል።

ሌላው ሊጠቀስ የሚገባው የአማራ ባህል ገጽታ፣ በመጋራትና በመተባበር ለወል ጥቅም ትኩረት ሰጥቶ መሥራት ነው። "የሀገሪቱ እምነት ወይም ሉዓላዊነት አደጋ በተጋረጠበት ወቅት ሁሉ፣ አማራዎች ያለማንገራገር ስንቅና ትጥቃቸውን አዘጋጅተው ወደ ጦርነት ከመገስገስ ወደኋላ ብለው አያውቁም። በእርግጥም፣ አማሮች እንደ አብዛኞቹ ኢትዮጵያውያን ሁሉ፣ የሕይወት መደባቸው የቱንም ያህል ዝቅተኛ ቢሆን፣ ምናልባትም ለሌሎች እብሪት በሚመስል መልከ ከሚያሳዩዋቸው ልዩ የክብር ማማዎች በስተቀር፣ የማይነጥፍ የትህትናና የመተናነስ ስሜት የተላበሱም ናቸው። በእኔ በኩል፣ ልግስናና በጎነት እጅግ ክብር የምሰጣቸው የላቁ ሰብዓዊ ባሕርያት ናቸው።

አሁንም ድረስ ከሞላ ጎደል ለአብዛኞቹ አማራዎች የኑሯቸው መሠረት መሬት ነው፡፡ ለዚህም ነው የመሬት ባለቤትነት የኑሮ ደረጃ መገለጫ የሆነው። በሌሎች ብዙ ማህበረሰባዊ መዋቅሮች ውስጥም የተለመደ እንደሆነው ሁሉ፣ አንድ ሰው ሰፊ መሬት በያዘ ቁጥር የሀብቱ ደረጃ እየጨመረ ይሄዳል፡፡ ሀብቱ እየጨመረ በሄደ መጠን ደግሞ፣ ማህበራዊ ተፅዕኖውም እያየለ ይሄዳል።

የአማራ ባህል አባዊ ባህርይ ይጫነዋል፡፡ ጥንዶች ከተጋቡ በኋላ፣ ኑሯቸውን በባል ቤተሰቦች ቤት አቅራቢያ እንዲያደርጉም ባህሉ ያበክራል፡፡

ከ1950ዎቹ መጀመሪያ አንስቶ ከገጠር መንደሮች እየተነሱ አዲስ አበባን ጨምሮ ወደ ሌሎችም ከተሞች መፍለስ የተለመደ ተግባር ነበር። የገጠሩ ኑሮ

ውኃ፣ መብራት፣ ትምህርት ቤት፣ ጤና ጣቢያ እና ዘመናዊ መጓጓዣዎች ያልተሟሉለትና ለኑሮ አስቸጋሪ ስለነበር፤ ብዙዎች የተሻለ ሕይወትና ትምህርት ፍለጋ፤ ወደ ከተሞች ይጎርፉ ነበር።

የእናቴ አባት፣ ከአሥር እስከ አሥራ ስምንት ዓመት ዕድሜ ያላቸው አራት ልጆቹን (አንድ ወንድና ሦስት ሴት ልጆች) ትቶ አለፈ። ሁሉም ልጆች የተወለዱት በማዕከላዊ ሰሜን ኢትዮጵያ ውስጥ በሆነችውና ሸዋ ሮቢት አቅራቢያ በምትገኝ አነስተኛ ትንሽ መንደር ውስጥ ነው።

በ1940ዎቹ መጨረሻና በ1950ዎቹ መጀመሪያ ላይ፤ የእናቴ ቤተሰቦች በዚች ከተማ አቅራቢያ ይኖሩ ነበር፡፡ በዚያን ዘመን የሸዋ ሮቢት ሕዝብ በመቶዎች የሚቆጠሩ ሊሆኑ እንደሚችሉ በድፍረት መናገር ይቻላል።

የቤቱ ታላቅ ልጅ የሆነው የእናቴ ታላቅ ወንድም፣ በልጅነቱ መንደሯን ለቆ በመውጣት ፋና ወጊ ሆነ፡፡ ብዙም ሳይቆዩ የእናቴ እናትና ሦስቱ ሴት ልጆች ተከተሉ።

ከትንሿ መንደራቸው ተነስተው ያደረጉት ጉዞ አሰልቺ መሆኑ አይቀርም፡፡ ብዙ ኪሎ ሜትሮችን በእግር ይጓዛሉ፡፡ ከዚያም በበቅሎ ተጉዘው በአቅራቢያቸው ወዳለች ትንሽ ከተማ ይደርሳሉ፡፡ ቀጥሎም ናዝሬት ለመድረስ በአውቶብስ ተሳፍረው ወደ 300 ኪሎ ሜትር የሚጠጋ ጉዞ ያደርጋሉ።

አያቴና ሦስቱ ሴት ልጆቿ በመጀመሪያ ያገኟት የቅርብ ከተማ፣ ከአዲስ አበባ ዘጠና ዘጠኝ ኪሎ ሜትር ርቀት ላይ የምትገኘው ናዝሬት ነበረች።

ሁለቱ ታላላቆች (ወንዱ እና ትልቋ ሴት ልጅ) ወደ አዲስ አበባ መጓዛቸውን ሲቀጥሉ፣ አያቴ፣ እናቴ እና ታናሽ እህቷ እመቤት ናዝሬት ቀሩ፡፡ ከዚያም ለሚቀጥሉት አሥራ ሦስትና አሥር ዓመታት እዚያው ኖሩ፡፡

ሴት አያቴ ብልህ ነበረችና ጊዜ ሳትፈጅ ከአካባቢው የኦሮሞ ተወላጆች ጋር የንግድ ልውውጥ ጀመረች፡፡ የጥራጥሬ ዘሮችን በጨውና በወተት በመለወጥ ኑሮዋን መግፋት ቻለች። ከዚያም ከየመን ሀድራሚ ቤተሰብ ጋር ተዋውቃ የአሥራ ሦስት ዓመት ሴት ልጇን የትርፍ ሰዓት ሥራ ማስቀጠር ቻለች።

የ15 ዓመቷ ሞግዚት እርግዝና

እንግዲህ ያቺ የአሥራ ሦስት ዓመቷ አጎጠጎጤ ነች፤ ወላጅ እናቴ የሆነችው። ወይንሸት ፈርተውሃል ታችበሌ ትባላለች። ፤ለቤተሰቧ ሦስተኛ ልጅ ነች ፡፡

ይህች ኮረዳ የሞግዚትነት ሥራዋን ካገኘች በኋላ ናዝሬት በሚገኘው የአሠሪዋ ቤት ውስጥ መኖር ጀመረች፡፡ ኃላፊነቷም ናዲያ ባሽርሂል የተባለችውን የቤተሰቡን ትንሽ ልጅ መንከባከብ ነበር።

እናቴ ከናዲያ ባሽርሂል ጋር፣ 1953 ዓ.ም.

ወይንሸት ትምህርቷን እየተማረችና ለዚህ የመናዊ ቤተሰብ በሞግዚትነት እያገለገለች ሳለች ከአባቴ ጋር ተዋወቀች። አባቴና የናዲያ አባት (ባሽርሂል) ጓደኞች ነበሩ።

የክረምቱ የአዲስ አበባ ቅዝቃዜ የማይስማማው አባቴ ብዙውን ጊዜ በናዝሬት ያሳልፍ ነበር። በተፈጥሮው በመስክ ጉዞና ከቤት ውጭ በሚደረጉ የሽርሽር አዳሮች የሚደሰት ሰው ነበር። በ1950ዎቹ ውስጥ ለመስክ አዳርና ለሽርሽር የጓደኞቹን ልጆች እየያዘ በተደጋጋሚ ወደ ሶደሬ የተመላለሰበት ዘመን ነበር፡፡

አብዛኞቹ ዐረቦቹ ከእርሱ ጋር አብረው ከከተማ መውጣት ስለማይፈልጉ፣ የመኪና ጉዞና ሽርሽር የሚወዱት ትናንሽ ልጆቻቸው ብቻ አብረውት ወደ ሶደሬ መሄድን ያዘወትራሉ። ዐረቦች ቅዳሜና እሁድን በንግድና በሱቆቻቸው ውስጥ ደፋ ቀና ሲሉ የሚባትሉ ሲሆን፣ እርሱ ግን የእረፍት ጊዜውን በመዝናኛ ቦታዎች በማሳለፍ ይዝናና ነበር።

በጊዜው የነበረውን የአባቴን ልማድ ለማስታወስ፤ ዕድሜያቸው የፈቀደላቸው ልጆች ስለ አስደሳች ትዝታዎቻቸው ኋላ እንዳካፈሉኝ ከሆነ፣ በእነዚያ ጉዞዎች ወቅት መኪናው የምትችለውን ያህል ልጆች ይጭን ነበር። በመስከ ጉዞዎች ምግብ ማብሰልና ልጆችን ማዝናናት ያስደስተው ነበር።

በጊዜው ከባሽርሂል ቤተሰብ ጋር ትኖር የነበረችው እናቴ፣ ልጆቹን መንከባከብ ዋነኛው ሥራዋ እንደመሆኑ አብራቸው ትጓዝ ነበር። እንግዲህ ከእነዚያ ጉዞዎች በአንዱ፣ የአሥራ አምስት ዓመቷ ኮረዳ እኔን ጸነሰች ።

ከጸነሰች ከአራት ወር በኋላ እርግዝናዋ እየታወቀ በመሄዱ፤ የምትንከባከባቸው ልጆች እናት ስለ እርግዝናዋ ጠየቀቻት። መጀመሪያ ላይ የጸነሰችው ከባሽራሄል እንደሆነ ተገምቶ ነበር።

በጊዜው ኢትዮጵያ ውስጥ የነበሩ አብዛኞቹ የዐረብ ነጋዴዎች እንደ ቆዳና ቡና ያሉ የሀገሬውን ምርቶች ለመግዛት እንዲሁም ስኳር፣ ጨርቃጨርቅና ሌሎች ሸቀጦችን ለማከፋፈል በተለያዩ የሀገሪቱ ክፍሎች ይዟዟሩ ነበር። በዚህም የተነሳ ወንዶቹ አብዛኛውን ጊዜያቸውን በመንገድ ላይና ከቤታቸው ርቀው ለማሳለፍ ይገደዳሉ፡፡

ባሽርሂል የንግድ ጉዞውን ጨርሶ ወደ ቤቱ እንደ ተመለሰ፡፡ ሚስቱ የሞግዚቷ መጸነስ ጉዳይ ይመለከተው እንደሁ ጠየቀችው።

ከበርካታ ውዝግብ በኋላ ባሽርሂል በቁርዓን ላይ እጁን ጭኖ በመማል ጽንሱ የእርሱ እንዳልሆነ ተገዝቶ ቃሉን ሰጠ፡፡ ሚስቱ ግን ስለ ሁኔታው የበለጠ ለማወቅ ጓጓች፡፡ ለከት ካጣ ዛቻና ማስፈራሪያ በኋላ፤ እናቴ ከማን እንደጸነሰች ሀቁን መስማት ቻለች። ሆኖም ግን ባሏንም ሆነ እናቴን ከአንጀቷ ማመን ተሳናት፡ ፡

እናቴ የአምስት ወር ነፍሰ ጡር ሳለች፣ የባሽርሂል ሚስት ጽንሱ የአባቴ መሆኑን ባሏ በደብዳቤ እንዲጠይቀውና የማረጋገጫ መልስ እንዲቀበል ወተወተችው። በጊዜው አባቴ ወደ ኤደን ተሻግሮ ነበር።

ባሽርሂል በደብዳቤው ላይ ሞግዚቷ ነፍሰ ጡር ሆና እንደተገኘች፣ ሚስቱ ደግሞ ጽንሱ የባሏ መሆኑን እንደጠረጠች፣ እናም የተጸነሰው ከእርሱ መሆኑን የሚገልጽ መተማመኛ ደብዳቤ እንዲጽፍለት ገልጾ ለአባቴ ደብዳቤ ጻፈ።

የማረጋገጫ ደብዳቤውን እንዳገኘ፤ ስለ ሁኔታው ለቅድመ አያቴ ለማሳወቅ ባሸርሂል አቅዶ ነበር። በጊዜው ከጋብቻ ውጪ ልጅ መውለድ የተለመደ ጉዳይ አልነበረም፡፡ በዚያ ላይ እናቴ ከአማራ ክርስቲያን ቤተሰብ፣ አባቴ ደግሞ ከዐረብ ሙስሊም ወገን የተገኙ መሆናቸው ነገሩን ይበልጥ ውስብስብ እንደሚያደርገው ግልጽ ነው።

አባቴ ለባሸርሂል በጻፈው የመልስ ደብዳቤ ግን፣ “ብቻ ጽንሱ እንዲጨነግፍ አድርግልኝ እንጂ ወጪውን እኔ እሸፍናለሁ” የሚል ቃል ነበረው።

ባሸራሂል መልስ ጻፈ፡፡ ምግዚቷ የአምስት ወር ነፍሰ ጡር መሆኗንና በዚህ ደረጃ ጽንሱን ማስወረድ ፍጹም አደገኛ እንደሆነ ገለጸ። አባቴም በምላሹ ወይንሸትን እንዳስረገዘ ከማመኑ ወይም ከመካዱ በፊት ልጅቷ እስከትወልድ ድረስ እንዲጠብቅና ከወለደች በኋላም የልጁን ጾታ እንዲያሳውቀው ለጓደኛው ጻፈለት፡፡ ሲጠበቅ የነበረው መልስ ግን ይህ አልነበረም።

በሁለቱ ጓደኛሞች መካከል የተደረገው የደብዳቤ ልውውጥ ሂደት ሳምንታት ፈጀ። የመጨረሻው የአባቴ ደብዳቤ በደረሰ ጊዜ እናቴ ወንድ ልጅ ተገላግላ ነበር። ባሸርሂል ልጁ ወንድ መሆኑን በመግለጽ በፍጥነት ደብዳቤ ላከ።

የአባቴ የሰላ መልስ ግን፣ “በስድስት ወሯ የምትወልድ ፍየል ናት እንዴ? ወይስ ነገሩ ምንድን ነው?” የሚል ነበር።

ህጻኑ ከመወላጃ ጊዜው ሁለት ወር ቀደም ብሎ የተወለደ መሆኑን፤ ለአባቴ ግልጽ ለማድረግ ባሸርሂል ሌላ ደብዳቤ መጻፉ የግድ ሆነ፡፡ አባቴ በመጨረሻም የልጁ አባት መሆኑን አምኖና አዲሱን ወንድ ልጁን ለማቀፍ ጓጉቶ፣ ሳይውል ሳያድር የአራስ ስጦታዎች ተሸክሞ ወደ አዲስ አበባ ከነፈ፡፡

የልጁ እውነተኛ አባት ማን እንደሆነ ማወቅ አስቸጋሪ የመሆኑን ያህል፣ ለእናቴ ቤተሰቦች የእርግዝናውን ጉዳይ የማሳወቁ ሂደትም እጅጉን ፈታኝ ነበር። አልፎ ተርፎም የእናቴ ታላቅ ወንድም አባቴን ሊገድለው አድብቶ ነበር።

ደግነቱ እናቴ ልጇን የወለደችው በትውልድ ቀያቸው ከማይታወቅ ዐረብ አባት መሆኑ በጀ፡፡ ይህም ወሬው ከሰው ጆሮ እንዳይደርስ ማገዙ አልቀረም፡፡ ይሁን እንጂ ውርደቱና ጸጸቱ ልብ መስበሩ አይታበልም፡፡

እናቴ ልጇን ትታ ከምትሠራበት ቤትና ከናዝሬት ከተማ እንድትሰደድ፤ በባሸርሂል ቤተሰብ በኩል አባቴ የተወሰነ ገንዘብ ሸጎጠላት።

እኔ ከተወለድኩ በኋላ፣ አባቴ ከአንድ ታዋቂ የየመን ቤተሰብ ውስጥ ልጅ እግር ሚስት አገባ። ይህች ለሁለት ዓመታት አብሬያት ያሳለፍኳት ሚስቱ ሩቅያ

አቱፋ የምትባል ሲሆን፣ ወግ አጥባቂ ሙስሊም ነበረች፡፡ ሩቅያ የአባቴን አንዳንድ ልማዶች በተለይም የመጠጥ ሱሱን አጥብቃ የምትቃወም ሴት ነበረች።

*

የአሥራ ስድስት ዓመቷ እናቴና የእናቴ እናት ወደ ማያውቁት ሀገር ተሰድደው አዲስ ህይወት ከጀመሩ ከጥቂት ዓመታት በኋላ፤ ያልታሰበ ልጅ ማስተናገዳቸው ምን ያህል የኑሮ ቀንበራቸውን እንዳከበደው መገመት አያዳግትም፡፡ ድንገተኛው ሸክም የእናቴን የልጅነት ቅስም ሳይሰብረው አልቀረም ።

ባልጸና ለጋ ጉልበቷ አድካሚ ሥራ መጀመሯ ሳያንስ፣ ከትዳር ውጪ በመጣ እርግዝና ምክንያት ሊነገር በማይችል ሀፍረትና ጭንቀት ውስጥ ለማለፍ ተገደደች። ምርጫ አልነበራትም፡፡ የእናትነት መብቷን እርግፍ አድርጋ ትታ፤ ጨቅላውን እኔን ለአባቴ አስታቀፈችና ተገላገለች።

በጊዜው የነበረውን የእናቴን (የእኔንም ጭምር) ተስፋ ቢስ የሕይወት ዕጣ ስትገምተው፤ ከዚህ ሌላ ምን ማድረግ ትችል ነበር?

በገዛ ሕይወቷ ላይ እዚህ ግባ የሚባል ሥልጣን ያልነበራት፤ አንዲት ቀንበጥ ኮረዳ ልጇን ለአባቱ ጥላ፤ (ምናልባት ራሷንም ጭምር እንደጣለች ይሰማት ይሆናል) ከአካባቢው ዞር እንድትል ከቀረበላት የገንዘብ ጉርሻ ጋር ይህን መወሰኗ ሊያስወቅሳት አይችልም፡፡ የእናቷን ክብር ለመጠበቅ ስትል ምናልባትም በትክክል ለማታውቀው አባቴ ጥላኝ እብስ ብትል ነውር የለባትም ።

መቼም ለየትኛዋም እናት ጨቅላ ልጇን ለአባቱ ትታ በመሄድ፤ ሌሎች ሴቶች እንዲያሳድጉላት መፍቀዷ እጅግ የሚጎመዝዝ ውሳኔ ነው። አሁን በደረስኩበት ዕድሜና ልምድ፣ እናት ልጇን መቼም ቢሆን ከአእምሮዋ እንደማታወጣውና እንደማትረሳው እረዳለሁ። በልጅነት ዘመኔ ሊሰማኝ የሚችለው ግን እንደተጣልኩ ብቻ ነበር፡፡ ይህ ስሜት ሕይወቴን ሙሉ ሲፈታተነኝ የኖረ ጥልቅ ምሥጢር ነው።

ልጆች ለወላጆቻቸው ርኅራኄ እንዲኖራቸው የሚያስችል የስሜት ብስለት የላቸውም። ሕጻናት የእናትነትን ውስብስብ ፈተና ሊገነዘቡት አይችሉም፡፡ በእርግጥ ልጆች “ፍቅር ሁሉንም ያሸንፋል” እና “ከእናት ፍቅር የሚበልጥ ምንም ነገር የለም...” በሚሉ የዘልማድ እሳቤዎች ይወሰዳሉ።

እኔም እያደግኩ ስሄድ ነበር፤ ስለ እናት ፍቅር መረዳት የጀመርኩት፡፡ በተጨማሪም እናቶች ከቤተሰብ፣ ከኃይማኖት፣ ከባህልና በሕይወታቸው ላይ ሥልጣን ካላቸው ወንዶች የሚደርስባቸውን ከባድ ጫና በሚገባ እረዳለሁ።

ይህንን መረዳቴ ለእናቴ ልባዊ ርኅራኄ እንዲሰማኝ አድርጎኛል። ነገር ግን በእኔ ውስጥ ያለው ልጅ እስካሁን ድረስ ጉዳተኛ እንደመሆኑ፣ "ምነው እናቴ ከዚያም የበለጠ መስዋዕትነት ከፍላ በተንከባከበችኝ፣ ባሳደገችኝና በወደደችኝ ኖሮ..." ብሎ ይመኛል።

ባልጠናው ልጅነቴ ላይ ያረፈብኝ ዘግናኝ የመጣልና የሙተው ስሜት፣ በመላው ቀሪው ሕይወቴ ላይ ከባድ ተጽዕኖ እንዳለው ሁሉ፣ እናቴም ከፀፀት ስሜት የምታመልጥ አይመስለኝም። እነዚህ ሥር የሰደዱ የእጦት ስሜቶች ሕይወቴን ሙሉ ከሴቶች ጋር ባለኝ ግንኙነት ላይ ተጽዕኖ አሳድሯል፡፡ የእናቴ ፀፀት ከእኔ በኋላ ከወለደቻቸው ሌሎች ልጆቿ ጋር ባላት ግንኙነት ላይ ተጽዕኖ ይኖረዋል።

እኔና እናቴ የተዋሐድነው በአካልና በደም ብቻ ሳይሆን በአሰቃቂ ፈተናዎች፣ በመካድና በሀዘን ስሜትም ጭምር ነው። ለዚህም ነው ለራሴ በማዝነው መጠን ለእናቴም ልቤ የሚሰበረው ።

*

ይህን ማስታወሻዬን መጻፍ እንደጀመርኩ፣ ስለዚያ የሕይወታችን ምዕራፍ ለእናቴ ሳነሳባት፣ ፈተናችንን ለማስታወስ ደስተኛ እንዳልሆነች ወዲያው ገባኝ። አሁንም ድረስ ከአፏ ቀድመው የሚወጡት የማያቋርጡ የይቅርታ ቃላት ናቸው፡ ፡

በጊዜው እኔን ትታ መሄዷ በፈቃዷ ያደረገችው ጉዳይ እንዳልሆነ ደጋግማ ነግራኛለች፡፡ አዎ፣ በእርግጥ አቅሙና ምርጫው ቢኖራት ኖሮ ባልተወችኝም ነበር። ስለዚህ ርዕስ ባነሳን ቁጥር በረጅም ትካዜ ውስጥ ትሰምጥና እንባ ይቀድማታል።

በአንድ ወቅት፣ ከሌላ አባት ከወለደቻቸው ልጆቿ አንዱ፣ "እናታችን፣ እውነተኛ ልጇ አንተ ብቻ እንደሆንክ ነው የምታስበው" ብሎኝ ነበር። አከሎም፣ "እኛ ካንተ በኋላ ከሌላ ባል የወለደችን አምስት ልጆቿ በቅርቧ እያለን፣ አንተን ደጋግማ ስታነሳና ስታስታውስ ነው የኖረችው - እኛ የሌለን ይመስል።" በማለት ፊቱ ላይ ቅሬታ እየተነበበበት የነገረኝን አልዘነጋውም።

ያም ሆነ ይህ፣ እናቴ ሕማማታችንን እንዲህ ጠቅለል አድርጋ ትገልጸዋለች፣ "ስህተት ነበር። ያልተጠበቀ ወይም ያልታቀደ ነገር ነበር፡፡ በዚያ ላይ በአባትህና በእኔ መካከል ያለው የባህል፣ የሃይማኖት፣ የቋንቋና የበርካታ አመታት የዕድሜ ልዩነት ሁኔታውን የበለጠ አወሳስቦታል። ቤተሰቦቼ በእኔ ምክንያት የሐፍረት ካባ ተከናንበው ነበር፡፡ በነዚህ ምክንያቶች ለእኔ የቀረልኝ ብቸኛ አማራጭ፣

አንተን ለአባትህ ቤተሰቦች ትቼ መጥፋት ነበር። ከዚያ ተደራራቢ ፈተና ልወጣ የምችልበት ብቸኛው መንገድ ይሄ ብቻ ነበር። እንዲያውም የአባትህ ሞት በእርሱና በእኔ ቤተሰቦች መካከል ሊከሰት ይችል የነበረውን አለመግባባት አስወግዶ ሊሆን ይችላል።"

ዛሬ ሳስበው፤ ነፍስ ያወቅን ልጆች አሁንም የእናቶቻችንን ቁስል የመፈወስ አቅም አለን፡፡ እንዲህ ልንላቸው እንችላለን፤ "ስላደረግሽልኝ ሁሉ አመሰግንሻለሁ፣ እወድሻለሁም። ሕይወት ስለሰጠሽኝና ይሄንንም ውድ ስጦታ ለእኔ ለማበርከት የአቅምሽን ስላደረግሽልኝ በእውነት እወድሻለሁ፣ የምትችይውን ሁሉ እንዳደረግሽልኝም አውቃለሁ። የተጎዳሁበት ነገር ቢኖር እንኳን፣ ረቂቅ በሆነ ተአምር በውስጡ በረከቶች ስለያዘ አልጸጸትበትም። አንቺን ግን፣ በመላው የሰውነቴ ህዋሳት እወድሻለሁ፡፡"

በውስጤ ያደፈጠው ትንሹ ዓድል አሁንም እነዚያ ያመረቀዙ ሕመሞች ይጠዘጥዙታል፡፡ እናቱን ይናፍቃል፣ አሁንም "ለምን?" እና "እንዴት እንደዚያ ልታደርግ ቻለች?..." እያለ ይጠይቃል።

*

በሚያሳዝን ሁኔታ፣ እናቴ እኔን ለመውለድ ምጥ ላይ በነበረችበት ምሽት ነበር አያቴ (የእናቴ እናት) ያረፈችው፡፡ በኋላ እንደሰማሁት ስሜ "የእናት ፋንታ" እንዲባል አከስቴ ጠይቃ ነበር፡፡ ትርጉሙም "በእናታችን ምትክ ልጅ አገኘን" ለማለት ነው።

ሴት አያቴ ከዚህ ዓለም ባለፉበት ጊዜ ስለተፈጠሩት ክስተቶች መረጃ ማግኘት አስቸጋሪ ነው። ታሪኩን ሊነግሩኝ ከሚችሉ ሰዎች ብዙዎቹ ሞተዋል። እናቴ በበኩሏ ስለ እናቷ ሓልፈት ሊኖራት የሚችለው እውቀት በእርግዝናዋ ምክንያት በተሰማት ህፍረት፣ ስለወደፊት ሕይወቷ በተፈጠረባት ጭንቀት፣ በሕይወቷ ላይ (በእኔም ላይ ጭምር) መወሰን አመቻሏ አሳዛኝ የሕሊና አዘቅት ውስጥ እንደሚጥላት መጠራጠር አይቻልም።

ያኔ ትኖር የነበረው በአሠሪዎቿና ባስረገዛት ሰው ሙሉ ፈቃድ ሥር ነበር። በነዚህ ተደራራቢ ሳንኮች ምክንያት፤ ከእናቷ ጋር እንደልቧ የመገናኘት ዕድሏ ጠባብ እንደነበር መገመት ይቻላል። በእኔ መወለድ ምክንያት በቅጡ መደሰት እንዳልቻለችው ሁሉ፣ የእናቷንም ሐዘን በአግባቡ ልትወጣ የምትችልበትን ዕድል አጣች።

ይህን እውነታ ከልብ የምገነዘብ ቢሆንም፣ አሁንም ድረስ የታሪኬን ሙሉ ሥዕል ለማየት ከመጓጓት አልዳንኩም። ሁሌም ስለተጸነስኩበትና

ስለተወለድኩበት ሁኔታ፣ በኋላም እኔን ትታ ስለሄደችበት ታሪክ በዝርዝር ማወቅ እፈልግ ነበር።

በታሪኬ ውስጥ እናቴ ባላት ሚና ላይ በማተኮ፤ር ከአባቴ ጥፋቶች ጋር መታገልን ችላ ብዬው ነበር። የዚህ ዋነኛው ምክንያት፣ በአብዛኛው የሕይወቴ ክፍል ውስጥ አባቴ ስላልነበረ ሳይሆን አይቀርም፡፡

ሆኖም፣ ይህ የትኩረቴ አቅጣጫ ልጆች ከአባቶቻቸውና ከእናቶቻቸው ጋር ያላቸውን የግንኙነት ሚዛን የሚያሳይ ይመስለኛል፡፡ አረረም መረረ፣ የተሸራረፉትንና ከፍተኛ አርትዖት የተደረገባቸውን የእናቴን ትዝታዎች ከመቀበል ውጪ አማራጭ የለኝም፡፡

እናቴ ስለ አባቴ ባወራች ቁጥር ለጋስና ደግ እንደነበር፣ እኔን ወንድ ልጁን በማግኘቱም እጅግ ደስተኛ የነበረ በመሆኑ ላይ ማትኮርን ትመርጣለች። በብዙ ሀገሮችና ባህሎች ውስጥ እንደሚታየው፣ በየመንም ሆነ በኢትዮጵያ ወላጆች ከሴቶች ይልቅ ብዙ ወንዶች ልጆች እንዲወለዱላቸው ይሹ ነበር፤፡፡ ወንዶች ልጆች ከሴቶቹ ይልቅ የሚመረጡበት ዋናው ምክንያት ኢኮኖሚያዊ፣ ፖለቲካዊ፣ ሃይማኖታዊና ማህበራዊ ጠቀሜታቸው የላቀ በመሆኑ ነው።

ወንዶች ልጆች ከልጅነታቸው ጀምሮ “ወንዶች” እንዲሆኑ ተደጋግሞ ይነገራቸዋል፡፡ ምክንያቱም ወንዶች በቤተሰባቸው ውስጥ የሚኖሩ ሴቶችንና ሕጻናትን የመጠበቅና ከቤት ውጭ የመሥራት ኃላፊነት አለባቸው፡፡ ሴት ልጆች ደግሞ የቤት ውስጥ ሥራዎችን እንዲከውኑና፤ ሌሎች የዘልማድ እማዊ ባህርያትን እንዲላበሱ ይገደዳሉ፡፡

ወንዶች ልጆች አብዛኛውን ጊዜ የገቢ ምንጮች እንደመሆናቸው፣ ከሚስቶቻቸውና ከልጆቻቸውም ባለፈ ለወላጆቻቸውና (በተለይ በዕድሜ የገፉ ከሆነ) ለዘመዶቻቸውም ጭምር ቁስ አካላዊና ሞራላዊ ድጋፍ ማድረግ ይጠበቅባቸዋል።

ምዕራፍ አራት

የአባቴ የመጨረሻዎቹ ዓመታት

"በመጀመሪያ መጠጥ ትወስዳለህ፣ ከዚያም መጠጡ ሌላ መጠጥ ይወስዳል፣ ከዚያም መጠጡ አንተን ይወስድሃል።"

- ኤፍ. ስኮት ፍዝጌራልድ

ዕድሜው በሃምሳዎቹ መጀመሪያ ላይ የነበረው አባቴ፣ ምንም እንኳን ቀድሞውኑም የለየለት ጠጪ ቢሆንም፣ በሕይወቱ የኋለኞቹ ዘመናት ግን ከነአካቴው ለይቶለት ነበር፡፡ በዕድሜው አመሻሽ ላይ የሚወስደው አልኮል መጠንና ድግግሞሹ ከወትሮው ባሰ፡፡ ከእንግሊዝ ኤምባሲ በዛ

ያሉ የመጠጥ ሣጥኖች እያመጣ ቀኑን ሙሉ በመታጠቢያ ገንዳ ውስጥ ተዘፍዝፎ ሲጠጣ ይውል ነበር። በመታጠቢያ ገንዳ ውስጥ ሆኖ ይጠጣ የነበረው፤ እያበጡ የነበሩ እግሮቹን ውሃ ውስጥ ነክሮ ያለማቋረጥ ለመጠጣት እንዲያስችለው ነበር፡ ፡ የጉበት ሕመም ስለነበረበት ሐኪሞቹ መጠጥ እንዲያቆም አስጠንቅቀውት ነበር፡ ፡ ሆኖም ምክራቸውን ችላ ብሎ መንገጨቱን ቀጠለበት።

ለአባቴ ሞት ዋነኛው ምክንያት ከመጠን በላይ መጠጣቱ እንደነበር እርግጥ ነው። ከመኪናው ውስጥ የጆኒ ዎከር ወይም የሄይግ ውስኪ ጠርሙስ ይጠፉል ማለት ዘበት ነው። በዚያ ላይ እልም ያለ አጫሽ ነበር፡፡

በእኔ የአዕምሮ ንባብ ደረጃ ሰክሮ ያየሁት ጊዜ ባይኖርም፣ ከሻይ ወይም ከቡና ውጪ የሆኑ ሌሎች ነገሮችን መጠጣቱን ግን አስታውሳለሁ።

ሰክሮ አይታው ታውቅ እንደሆነ እናቴን ጠይቄያት ነበር፡፡ እንዲያ ሆኖ አይታው እንደማታውቅ፣ ይልቁንም በዝምታ ወደ መኝታ ክፍሉ እንደሚያመራ ነው የነገረችኝ።

በአንድ የአደን ጉዞ ወቅት፣ ከቅርብ ጓደኞቹ አንዱ የሆነውን ባሆሜድን በአጋጣሚ ተኩሶ የገደለውም በዚሁ የሕይወቱ መገባደጃ ቀናት ውስጥ ነበር። ለአንድ ሳምንት ያህል ከታሰረ በኋላ፣ የሟቹ አስከሬን አዲስ አበባ እንደ ደረሰ ከእስር ተፈታ፡፡ ከእስር ቤት እንደተለቀቀ ለባሆሜድ ቤተሰቦች ከፍተኛ መጠን ያለው የካሳ ገንዘብ መክፈል ነበረበት። ጓደኛው የነበረውና በኋላ እኔም እንደ አባቴ የምቆጥረው አህመድ ባንሰር፣ አባቴ በሕይወቱ አመሻሽ ላይ ላጋጠመው የኑሮና የጤና መንሳቀል፣ ከፍተኛ ገንዘብ በካሳ መልክ መክፈሉ፣ ቁማር መጫወቱ፣ ግድየለሽነት የበዛበት ቅንጡ አኗኗሩ አስተዋጽዖ እንዳደረጉ ታዝቧል።

ፋታ የማይሰጡ የራስ በራስ ውድቀቶቹን ለመቀልበስ አቅም አጣ። ይሁነኝ ብሎ መጠጣቱን አጠናክሮ ቀጠለ፡፡ ይህ ደግሞ ቀድሞውንም እያሽቆለቆለ የነበረውን የጤና ችግሩን አባባሰው።

ሱስ የጠናበት አባቴ፣ ሥር የሰደደ የአልኮል መጠጥ ማጋበስ የሚያስከትለውን እያንዳንዱን ደዌ አስተናግዷል። ዕድሜው ከሃምሳ ካለፈ በኋላ፣ በሳለ ቁጥር በትንባሆ ከተጎዳው ሳንባው የሚገነፍል ደም ይተፋ ጀመር፡፡ በልጅነት አዕምሮዬ ቢሆንም፣ ሲያጨስና ሲያስል እንዳየሁት ግን በደንብ አስታውሳለሁ፡፡ በሚያስልበት ጊዜ ደም ይተፋ እንደነበርም ትዝ ይለኛል። እንዲህ ያሉ ጭጋጋማ የልጅነት ትዝታዎቼ ምናልባትም አልኮል በደረሰበት እንዳልደርስ ምክንያት ሳይሆኑኝ አልቀሩም።

ከቀድሞዎቹ ሚስቶቹ አንዷ ከሆነችው ዘይነብ የተወለደውና ለአባቴ የበኩር ልጅ የሆነው ሁሴን፣ ወደ ኢትዮጵያ መጥቶ የነበረ ቢሆንም፣ ብዙ ሊቆይ አልቻለም ነበር፡፡ ለዚህ ደግሞ፣ የመን ውስጥ ትቷቸው የመጣው ቤተሰቦቹን መናፈቁ በከፊልም ቢሆን አስተዋጽዖ ነበረው።

ሁሴን አዲስ አበባ በሚገኘው አዳሪ ትምህርት ቤቱ ውስጥ ተነጥሎ ስለሚኖር፣ ከቤተሰቡ ጋር የሚገናኘው አልፎ አልፎ ነበር። እሱም በለጋ ዕድሜው ወደ መጠጣትና ማጨስ ማዘንበሉ ሳያንስ፣ ትምህርቱም አልሆንልህ አለው፡፡ እንዲህ ያለው ክፉ አባዜ ለአባታችን አልተዋጠለትም፡፡ ታድያ ሁሴን በል ያለው ዕለት በጅቡቲ በኩል ወደ የመን ኮበለለ።

በዚያ ሁሉ ላይ ደግሞ፣ በእነዚያ ቀናት የአባቴ ንግድ እየከሰረ ሄደ፡፡ ዝናውና ማሕበራዊ ክብሩ ተያይዘው በፍጥነት አሽቆለቆሉ፡፡ አዱኛ ራቀው፡፡ በሞራሉ ደቀቀ፡፡

እንዲህ በሆነበት ዘመን፣ ከቅርብ ጓደኞቹ አንዱ የነበረው ባሃሮን ከተደረገለት አነስተኛ ቀዶ ሕክምና ሳይተርፍ ቀረ። ባሃሮን የአፍንጫውን ቅርጽ ማስተካከል ፈልጎ ነበር ወደ ቀዶ ሕክምና ክፍል የገባው፡፡ ነገር ግን በዚሁ ሳቢያ ውስብስብ የጤና ችግሮች ተደራረቡበትና በሚያሳዝን ሁናቴ ከዚች ዓለም ተሰናበተ፡፡

የዚህ ጓደኛው ድንገተኛ ሞት በከፍተኛ ድንጋጤና ሐዘን ውስጥ ጣለው። ይባስ ብሎም፣ ከየመን ያመጣት ሚስቱ መርየም፣ ለአምስት ዓመታት አብራው ከኖረች በኋላ በ1951 ዓ.ም፣ ከሴት ልጇ ከፈውዚያ ጋር በምሥራቅ የመን ወደምትገኘው ሃድራሙት ለመመለስ ወሰነች።

መርየም የእርሱን አኗኗር፣ የባህል ልዩነቶችንና የከተማውን የአየር ንብረት መቋቋም አለመቻሏን እንደ ምክንያት ብታቀርብም፣ ወደ የመን ስትሄድ ፍቺ አልፈጸመችም ነበር። እርሷ ወደ ትውልድ ሀገሯ ወደ የመን ከሄደች በኋላ ብዙም ሳይቆይ ሁሴንም ተከተላት።

መርየም ለአባቴ ጥልቅ ፍቅር ነበራት። ከትዳር አጋሮች አንዱ ሌላውን በጥልቅ ፍቅር በሚወድበት መጠን፣ አባቴም በምላሹ መርየምን ይወዳት ነበር። ሆኖም፣ ፍቅራቸው ከግጭት የጸዳ አልነበረም።

አባቴ የእንግሊዞች ማንነትና ሥነ ልቦና ከፍተኛ ተጽዕኖ ካሳደሩባቸው ሰዎች አንዱ ነው፡፡ ለዚህም ምክንያቱ ከእነርሱ ጋር በውትድር ሕይወት ውስጥ ማሳለፉና የነበረውንም ግንኙነት በማስቀጠሉ የተነሳ ነበር፡፡ ሌላው ቀርቶ የአልኮል መጠጡን እንኳን የሚገዛው ከእንግሊዝ ኤምባሲ ነበር፡፡

ይሄ ባዕዳዊ ተጽዕኖው ደግሞ፣ ከእርሱም አልፎ ወደ ሚስቱ መርየም በመጋባት፣ ጥብቅ ሃይማኖታዊና ባህላዊ እሴቶቿን ችላ ብላ አዳጉል ባህርያት እንድትላመድ ይገፋፋት ነበር።

በወቅቱ የመናዊያን ሴቶች ሲጋራ ሲያጨሱ ጉድ ከማስኘቱም በላይ ውጉዝ ነበር፡፡ አባቴ ግን እንደ ምንም እያባበለ ሚስቱን ሲጋራ ማለማመድ ተሳካለት። በዚህ ሁኔታ ከሲጋራ ጋር የተዋወቀችው እንጀራ እናቴ የዕድሜ ልክ አጫሽ ሆና ቀረች።

በዚሁ በባሏ ጠንካራ ተጽዕኖ ምክንያት ዳንስም ትሞካክር ጀመር፡፡ አንዲት በወግ አጥባቂ ሙስሊም ማኅበረሰብ ውስጥ ላደገች የመናዊት ሴት፣ ጉርድ ቀሚስ ለብሳ በአደባባይ መደነስ ማለት ደግሞ፣ እርቃን ከመቅረት ጋር የሚስተካከል ሌላ ቅሌት ነበር፡፡

ሞገደኛው አባቴ በዚህ አላበቃም፡፡ ቆንጆዋ ሚስቱ የፊት መሸፈኛ ሂጃቧን እርም እንድትል አደረገ፡፡ መርየማ እጅግ ውብ ነበረችና፣ ያለ ሂጃብ ፎቶ እንድትነሳ አድርጎ፣ ፎቶግራፏን ለጓደኞቹ ሁሉ በመላክ፣ ምን ዓይነት ቆንጆ ሚስት እንዳለችው አሳወቀ፡፡ ለጉራ ተመቸችው ፡፡

መርየማ በባሏ ላይ ማግጣ ነበር፤ ከአባቴ ጸንሳ ያገባችው፡፡ ያንን የሚያህል መስዋዕትነት የከፈለችለት አዲሱ ባሏ ያሳያት አፈንጋጭነት ግን፤ እርሷኑ ለፅንፈኝነት ዳረጋት።

ምንም እንኳን ራሷም የተለያዩ እንከኖች ቢኖሩባትም፣ የባሏ የመጠጥ ሱሰኝነትና ሴት አውልነት ግን ከአቅሟ በላይ ሆኑባት። እርሱ ለሥራ ጉዳይ ርቆ ሲሄድ ከሌሎች ሴቶች ጋር መማገጡ አይቀርም ብላ በማሰብ ብቻመጠጡን ሸንት ቤት ውስጥ ትደፋበታለች። በሱሱ ትበቀለዋለች፡፡

መርየማ በአንድ ወቅት መንታ ከጸነሰች በኋላ በሁለተኛው መንፈቀ ጽንስ ተጨናግፎባታል፡፡ በጊዜው አባቴ እርሷ ግድም ሊገኝ ስላልቻለ፣ ሆስፒታል ውስጥ በምትቆይበት ጊዜ አልጋዋ አጠገብ ያልተለያት አህመድ ባንሰር ነበር። ከብዙ ዓመታት በፊት እንጀራ እናቴን ባገኘኋት ጊዜ፣ ኢትዮጵያ ውስጥ በኖረችባቸው ዓመታት ባንሰር ስላደረገላት ተከፍሎ የማያልቅ ውለታ አጫውታኝ ነበር።

በዚህ ሁኔታ የባሏ አስቸጋሪ ባህርያት ከቀን ወደ ቀን እየተባባሱ በመሄዳቸውና፤ አፈንጋጭነቱ ከአቅሟ በላይ ቢሆንባት ጣጥላው ወደ የመን ተመለሰች።

ብቸኝነት የተጫጫነውና ዝናው ከፉኛ እያሽቆለቆለ የነበረው አባቴ፣ ራሱን ከማኅበራዊ ሕይወት ማግለሉን ቀጠለ፡፡ ዳሩ ችግሮቹን ለመከላከል የሚችልበት

አቅምም አልነበረውም። ያለው ብቸኛ አማራጭ አዲስ አበባን በመልቀቅ ወደ መተሐራ ሄዶ አዲስ ሕይወት መጀመር ብቻ መሰለው።

ለአዲሱ ሕይወቱ መተሐራን የመረጠበት ምክንያት ለብዙዎች ግልፅ ባይሆንም፣ የአዲስ አበባን ቀዝቃዛ አየር ለመሸሽ ሳይሆን አይቀርም፡፡ ክረምት በመጣ ቁጥር የተሻለ የአየር ሁኔታ ባላት ናዝሬት ከተማ ውስጥ ያሳልፍ የነበረ መሆኑ ለዚህ ጥሩ ማስረጃ ሊሆን ይችላል።

አዋሽ አካባቢ የቤተሰብ እርሻ ቦታ በእኔ ስም ገዝቶ የመኖሪያ ቤት መገንባት ጀምሮ ነበር፡፡ ቤቱ በእኔ ስም የተመዘገበው አባቴ የውጭ አገር ዜጋ በመሆኑ ምክንያት እንደ መሬት ያሉ ቋሚ ንብረቶችን ማስተዳደር ስለማይችል ነው። በኢትዮጵያ ህግ መሠረት አንድ ሰው በኢትዮጵያዊ እናት ወይም አባት በኩል ኢትዮጵያዊ ዜግነትን ያገኘ ካልሆነ በስተቀር የንብረት ባለቤት መሆን አይችልም።

እኔ ግን የተወለድኩት ኢትዮጵያ ውስጥ እንደመሆኑ፣ ለመሬት ባለቤትነት ብቁ ነበርኩ፡፡ ለዚህም ነበር ገና በብላቴናነቴ መሬት ለመግዛት ስሜን የተጠቀመው።

አባቴ እንደልማዱ ለአካባቢው ተወላጆች እንግዳ የሆኑ የብሪታንያ ልማዶቹን ይዞ ነበር መተሐራ የወረደው፡፡

እንዲህ ሆነ፤ አባቴ ከመሞቱ ትንሽ ቀደም ብሎ፣ በምንጅላቱ በኩል ሳይዛመደው የማይቀር የሩቅ አጎቱን ልጅ ጠርቶ አዲስ አበባ በሚገኘው መኖሪያ ቤቱ ውስጥ እንዲቀመጥ አደረገ። ሰውዬው ቤቱን እየጠበቀ እንዲቆይ፣ ለዚህ አገልግሎቱም ከቤቱ ላይ አንድ ወይም ሁለት ክፍል ለግሉ እንዲጠቀም ነበር የተስማሙት።

ይህ ሰው የአባቴን የአኗኗር ዘይቤ አጥብቆ የሚቃወም ወግ አጥባቂ ሙስሊም ነበር። የተወለድኩበት ሁኔታ ከእስላማዊ ህግጋት ውጭ በመሆኑ ምክንያት፣ የእኔን መኖርም ጭምር እስካለመቀበል የሚደርስ አክራሪነት ነበረው። ከቶም ከእናቴ ጋር የመቀራረብ ፍላጎት አልነበረውም።

መተሐራ ለአባቴ የአኗኗር ዘይቤ ተስማሚ መዳረሻ ልትሆን እንደማትችል ሳይታለም የተፈታ ነው። በዚህ ላይ የግል እና የንግድ ግንኙነቱ በከፍተኛ ሁኔታ እየቀረቀዘ በመምጣቱ፣ ራሱን ከከተማው ኑሮና ከሚያውቃቸው ሰዎች ሁሉ ማራቅ ነበረበት፡፡

ወለል ላይ ተቀምጦ በጣቶቹ ከመብላት ይልቅ በጠረጴዛ ላይ ተቀምጦ በሹካና በቢላ መመገቡ፣ ከዐረቦች ባህላዊ ልብስ ይልቅ ቶክሲዶ ሸሚዞችን

ማዟዟተሩ፣ ከሁሉም በላይ ደግሞ አልኮል በመጠጣቱ ምክንያት፣ በእሱና በሌሎች የዐረብ ነጋዴዎች መካከል ያለው ግጭት እያከረረው ሄደ።

የልብስና የሰነድ ሻንጣዎቹን ሸክፎ መተሐራ ከከተመ በኋላ አዲሱን ኑሮውን እንደ ምንም ተያያዘው። በአዲስ አበባና በመተሐራ መካከል ወዲያና ወዲህ እየተንከላወሰ ሲኖር ቆይቶ መጋቢት 1958 ዓ.ም. እዚያው መተሐራ ውስጥ በድንገት ሕይወቱ አለፈች፡፡

በአንጻሩ፣ የእርሱ እረፍት ለእኔ የአዲስ ምዕራፍ መከፈቻና የማያባራ የልጅነት መከራ መባቻ ሆነ።

አባቴ (በኮፍያ ውስጥ ከግራ በኩል ሁለተኛ) እና ጓደኞቹ — 1940s.

ምዕራፍ አምስት

ጎርባጣው ሕይወቴ

"ቁምነገሩ የአባቴ የቀድሞ ሰብዕና አይደለም፣ እኔ ውስጥ የተቀረጸው ማንነቱ እንጂ።"

- አኔ ሴክስተን

አሁንም ድረስ፣ አባቴ ከሞተ ከሃምሳ አምስት ዓመታት በኋላ እንኳ፣ እርሱን በተመለከተ ያሉኝ ትዝታዎች አልደበዘዙም። በልጅነቴ በክንዱ ላይ ተጋድሜ አብሬው እተኛ እንደነበር አስታውሳለሁ፡፡ በሞተበት ዕለት ደግሞ፣ ገላውን እንዴት እንዳጠቡትና አንድ ክፍል ውስጥ እንዳንጋለሉት ትዝ ይለኛል። በዚያ ዕድሜዬ ስለ ሞት ምንም ዓይነት ዕውቀት ስላልነበረኝ፤ እየሆነ ያለው ነገር ሁሉ እምብዛም ስሜት አልሰጠኝም ነበር፡፡

አስከሬኑ መሬት ላይ ተዘርግቶ ሳየው የተኛ ስለመሰለኝ፣ ተነስቶ እንዲያጫውተኝ መፈልጌን አልዘነጋውም። የቤተሰባችን አባላት በአንድ በኩል የሚቀበርበትን ቦታ አስመልክቶ በተፈጠረው ችግር ምክንያት እየተወዛገቡ፣ በሌላ በኩል ደግሞ እኔ አስከሬኑ ወደተቀመጠበት ክፍል እንዳልገባ መጠበቅ ነበረባቸው።

የአባቴ ጉዳይ ሲጠቃለል

አባቴ እንደሞተ፣ አዲስ አበባ ውስጥ በሚገኘው ቤቱ ውስጥ ይኖር የነበረው ወኪሉ፣ የአባቴን የግል ንብረት እንዲከውን ከአዲስ አበባ ተጠርቶ መተሐራ መጣ። የቀብር ሥነ ሥርዓቱ ከተጠናቀቀ በኋላ ሁሉም በየፊናው ሲበታተን፣ ይህ ሰው ግን አዲስ አበባ በሚገኘው የአባቴ ቤት ውስጥ መኖሩን ቀጠለ። ፓስፖርቱን

ጨምሮ ሌሎች የግል ዕቃዎቹን ወሰደ። የእርሱን ሞት መጠቀሚያ አደረገው፡፡ የሀብት ይገባኛል ጥያቄ ሊያነሳ የሚችል ወራሽ አለመኖሩን በመገመት ከሁኔታው ተጠቃሚ መሆንን መረጠ።

በጊዜው እናቴና የእንጀራ እናቴ ሩቅያ፣ የአባቴን ልጆች በማሳደጉ በኩል እንዲረዳቸው ጠይቀውት ነበር፡፡ ያኔ ታድያ የሟቹን ሀብት ንብረት እኩል በመሸንሸን ከሁሉም ትዳሮቹ ለተወለዱ ልጆች እንደሚያከፋፍል ቃል ገባ፡፡

ቀጣዮቹ ሳምንታትና ወራት ከሰውዬው በኩል አንዳችም ዜና ሳይኖር አለፉ። ከጥቂት ወራት በኋላ ደግሞ፣ ከሃያ አንድ ዓመት በታች ዕድሜ ያላቸው ሁለቱ የአባቴ የቀድሞ ሚስቶች (እናቴ እና የእንጀራ እናቴ) ሰውዬውን ደግመው አናገሩት፡፡ ሁለቱ ሴቶች ከሟቹ የወለዷቸው ትናንሽ ልጆች ያሏቸው ሲሆን፤ ራሳቸውንና ልጆቻቸውን ለማስተዳደር የሚበቃ ጥሪት የሌላቸው ነበሩ፡፡

ኢትዮጵያ ውስጥ አብዛኞቹ ሴቶች ለማንኛውም ጉዳይ ቢሆን፤ ወንድን በቀጥታ ከመቅረብ ይቆጠባሉ። በተቃራኒው ከተገኙ ከባህላዊም ሆነ ከሃይማኖታዊ አመለካከቶች አንጻር ከነውር ይቆጠራል። በዚያ ላይ ደግሞ፣ እናቴ ዐረብ ባለመሆኗ ወኪሉን ለማናገር አስተርጓሚ ያስፈልጋት ነበር፡፡ ስለዚህ እናቴና የእንጀራ እናቴ ከዚህ የአባቴ የሩቅ ዘመድ ጋር የሚኖራቸው ድርድር በሙሉ፣ በአንድ አባቴንና በቤተሰቡን በሚያውቅ የዐረብ ነጋዴ በኩል መሆን ነበረበት። ይህ ሰው ደግሞ አህመድ ባንሰር ነው፡፡ የድርድሩ አብዛኛው ክፍል የተከናወነው በዚህ ሰው በኩል ነበር።

ከመጀመሪያው ዙር ድርድር በኋላ ሰውዬው የባንክና ሌሎች የሒሳብ ሰነዶችን እንዲሁም የአባቴን ንብረቶች እንደሚያስረክብ ለእናቴ መልእክት ላከ። በተመሳሳይ ሁኔታ የመንና ኢትዮጵያ ውስጥ ለሚገኙ ሌሎቹ የአባቴ ልጆች፤ በእናቸው በኩል የአባታቸውን ንብረት በሙሉ እንዲረከቡ የሚገልጽ ደብዳቤ ጻፈ። ከዚህ ባለፈ እነርሱን ለመርዳት ግዴታ እንደሌለበት አስረግጦ ተናገረ። ባጭሩ ሁሉንም የአባቴን ቤተሰቦች በዚህ ስልት ካስወገደ በኋላ፤ ከድህነት የሚያመልጥበትን መንገድ አገኘ። የአዱኛ በር ወለል ብሎ የተከፈተለት መሰለው፡ ፡

ሁኔታውን የታዘቡ በኢትዮጵያ የሚኖሩ በርካታ ዐረቦች የወሰዳቸውን የአባቴን ንብረቶችና ጥሬ ገንዘብ፤ ለቤተሰቡ እንዲመልስ ተማጸኑት። ጆሮ ዳባ ልበስ አለ።

ሰውዬው ስለ ወሰደው ንብረት ማስረጃ ያጣው ፍርድ ቤት፣ የቤት ዕቃዎቹ እንዲሸጡና ገንዘቡ ለልጆቹ እንዲከፋፈል ወሰነ። ይሁን እንጂ የጠበቃ ክፍያ ከሽያጩ ላይ የሚከፈል በመሆኑ፣ ቀሪው ገንዘብ እዚህ ግባ የሚባል አልነበረም፡፡

የፍርድ ቤቱ ውጣ ውረድ በሂደት ላይ እያለ፣ የሚችለውን ሁሉ አጠፋፍቶ የነበረው ዘመድ ተብዬ በአንጎል ካንሰር እየተሰቃየ መሆኑ ታወቀ። ሕመሙ እየጠናበት ሄዶ የአልጋ ቁራኛ ከሆነ በኋላ ግን የጥፋተኝነት ስሜት ተሰማው፡፡

ምናልባት ፈጣሪ ነፍሴን ቢምራት በሚል ተስፋ ይመስላል፣ እናቴንና ሩቅያን ጠርቶ በእጁ ላይ ያለውን ሀብት ሁሉ ወደ እነርሱ ማስተላለፍ እንደሚፈልግ ነገራቸው።

ሁለቱ ሴቶች ባንሰርን ጨምሮ፤ ከጥቂት የአባቴ ጓደኞች ጋር ሰውዬው ይኖርበት ወደነበረው የአባቴ ቤት ሄዱ፡፡ ዳሩ ግን ያ ሰው ከጥቂት ቀናት በፊት መሞቱን ሚስቱ አረዳቻቸው። በተጨማሪም ሁለቱ ወጣት ሴቶች የማጂድን (የአባቴን) ገንዘብ ለመጠየቅ ፈልገው ከሆነ፣ ሟች ባለቤቷ ወደተቀበረበት ቦታ ሄደው እንዲያናግሩት በማሳወቅ ተመጻደቀችባቸው። በዚህ ሁኔታ ልጆቻቸውን ማሳደጊያ የሚሆን አንዳች ጥሪት የሻቱት እናቶች ተስፋቸው ተሟጠጠ።

በሚገርምና ምናልባትም ለትምህርት በሚያበቃ ሁኔታ፣ ከአስር ዓመታት ገደማ በኋላ፣ ሚስቱም የቤቱን የባለቤትነት መብት ወደ ስሟ ለማስተላለፍ በፍርድ ቤት ባስፀደቀችበት በዚያው ዕለት፤ በድንገተኛ የልብ ሕመም ሞተች። የባሏን መንገድ ተከተለች፡፡

ወርቃማው ልጅ ምን በጀው?

በ1959 ዓ.ም. የመጨረሻዎቹ ወራት አካባቢ፣ የአምስት ዓመት ከመንፈቅ ልጅ ብሆንም፣ የቤተሰቤ አባላት በእኔ ጉዳይ ላይ ያደረጉትን ውይይትና ክርክር የመከታተል ንቃት ነበረኝ። አጎቴ ብዙነህ፣ እናቴና የማላውቀው ሌላ ሦስተኛ ሰው የስብሰባው አካል መሆናቸውን አስታውሳለሁ። የውይይቱ ዓላማ የእኔን ጉዳይ ምን ማድረግ እንዳለባቸው ለመወሰንና መተሐራ ውስጥ በስሜ የተገዛውን ንብረት እንዴት ማዳን እንደሚቻል ለመምከር ነበር።

በ2002 ዓ.ም. እናቴን ሳገኛት ስለዚያ ውይይት ጉዳይ አንስቼባት ነበር። ስለ ስብሰባው ማስታወስ በመቻሌ እጅጉን ተደንቃ ተጨማሪ መረጃ አካፈለችኝ፡፡ ለካንስ በእኔ ስም ገዝቶት የነበረው የመተሐራው መሬት አባቴ ከሞተ በኋላ፣ ብዙም ሳይቆይ ከእኛ እጅ ወጥቶ የሌላ ከሃዲ ሰው ሲሳይ ሆኖ ኖሯል።

ብዙነህ እናቴ ሰጥታው የነበረውን የውክልና ስልጣን በመጠቀም፤ መሬቱን ሸጦ አደራውን በላ። ዛሬም ድረስ ገንዘቡን የት እንዳደረሰው ማንም አያውቅም፡ ፡ እናቴ ይህን አሳዛኝ ክስተት ከምሬት ጋር ከነገረችኝ በኋላ፤ ይቅርታ ጠየቀችኝ።

የእናቴ ታላቅ ወንድም የሆነው ብዙነህ፣ አባቴ በስሜ በገዛው መሬት ላይ እየገነባው የነበረውን ቤት ለማጠናቀቅ፤የገዛቸውን የግንባታ ቁሳቁሶችንም ሸጦ በልቷል። በጠቅላላው፣ አጎቴ እጁ ሊገባ የቻለውን ጠቃሚ ነገር ሁሉ አጋብሶ ወስዶ ነበር፡፡

እውነቱን ለመናገር አባቴ የናጠጠ ዲታ ነበር፡፡ ብዙ ሰዎች ከእጅ ወደ አፍ የሆነ ኑሮ በሚገፉበት ሀገር፤ እሱ በየስምንት ወሩ መኪኖች ይቀያይር ነበር። በዚያን ጊዜ አብዛኛው ሰው ስማቸውን እንኳን ሰምቶ የማያውቃቸው እንደ ቴሌቭዥንና ፍሪጅ ያሉ የዘመኑ የቅንጦት ዕቃዎች ነበሩት።

ለእንግሊዝ ጦር ባደረገው ግልጋሎት ምክንያት፣ ብሪቲሽ ኤምባሲ ጎራ እያለ የሚያመረቃ ግልጋሎት ያገኝና ሸቀጦችንም ይሸምት ነበር። በኋለኞቹ ዓመታት ሁሉም ነገር ከመበለሻሸቱ በፊት፣ ከብዙ ሀብት ጋር የተከበረና የታፈረ ቱጃር ነበር። የዐረቦችን ባህል ችላ ብሎ፣ ህይወቱን በእንግሊዞች ፈሊጥ መሞከሩ አይከድም። በጠቅላላው አባቴ ተጽዕኖ ፈጣሪ፣ ጠንካራ፣ ተደማጭና ከጎድጓዳማ ድምጹ ጋር ዘንካታ ተክለ ሰውነት የተቸረው ነጋዴ ነበር፡፡

ነገር ግን ከእርሱ ሞት ጋር ተያይዞ፣ ልጆቹንና ጉዳዮቹን እንዲጠብቁ እምነት የተጣለባቸው ሰዎች በሙሉ በመወስለታቸው ምክንያት፣ በህብረተሰቡ ውስጥ የነበረው ቦታ፤ እንዲሁም ሰነዶቹና ገንዘቡ ከሌሎች ንብረቶቹ ጋር አብረው ተቀበሩ።

ሌላው ቀርቶ በብሪቲሽ ሶማሊላንድና በሞምባሳ ኬንያ ስላከናወነው ወታደራዊ አገልግሎት የሚመሰክሩ ሰነዶች በሙሉ ጠፉ። የእርሱ ያለጊዜው በድንገት መሞት ጥሩ አጋጣሚ የፈጠረላቸው ነጣቂዎች ከሕልፈቱ ብዙ አተረፉ።

አዲስ አበባ በሚገኘው ቤቱ ውስጥ ይኖሩ የነበሩት ዘመዶቹ፣ እንዲሁም የመተሐራውን መሬት፣ ቤትና ሌሎች ቁሳቁሶች የት እንዳደረሳቸው የማይታወቀው አጎቴ በፈጸሙት ክህደት ምክንያት የአባቴ ሀብትና ቅሪት ውሃ በላው።

ዛሬም ድረስ በአዲስ አበባው ቤት ውስጥ እየኖሩ የሚገኙትን የዚያን ሰው ልጆችና የልጅ ልጆች አግኝቼ ለማነጋገር ሞክሬ ነበር። ቢያንስ የአባቴን ፎቶዎችና አንዳንድ ሰነዶች እንዲሰጡኝ ብጠይቃቸው፣ እናታቸው ሁሉንም የአባቴን ሰነዶች እንዳወደመቻቸው ነገሩኝ። ለእነዚህ ሰዎች የሰነዶቹ መውደም ደንታ ሊሰጣቸው ያልቻለበት ምክንያት ግልጽ ነው፡፡ እርሱ የተለመደው ዓይነት ሙስሊም ካለመሆኑም በላይ አባታቸውን ዝቅ አድርጎ ይመለከተው ነበርና፤ ቁጭታውን ለመወጣት የፈጸሙት በቀል ነው።

አባታቸው በአነስተኛ ገቢ አሥራ አንድ ልጆቹን ያሳደገ ምስኪን ሰው እንደነበር አውቃለሁ። በተደጋጋሚ አባቴ ቤት እየመጣ ገንዘብ ይበደር ነበር፡፡ ለእርሱ አንዳንድ የሒሳብ ሥራዎችን እየሠራ ነበር ልጆቹን ያሳድግ የነበረው። እነሆ ያገኘውን ንብረትና ውርስ ማውደም ተጠያቂነት የሌለበት የበቀል ዕድል ፈጠረለት፡፡ ስለዚህ በቤቱ ውስጥ ያገኘውን ሁሉ ለራሱ ወስዶ የፈቀደውን አደረገ፡፡ ይህ ሰው ያለ ጥርጥር ለአባቴ ጥላቻና ቁጭት ነበረው ማለት ነው።

አሁን ላይ ሆኜ ሳስበው፣ ሊኖረን ይገባ የነበረውን ያንን ሁሉ ገንዘብና ንብረት ማጣታችን ቁብ አይሰጠኝም፡፡ ነገር ግን በዚያ ቤት ውስጥ ከስመው የቀሩትን የአባቴን መዛግብት፤ ሥነ ልቦናዊ ዋጋ እንደማጣት የሚያሳዝነኝ ነገር የለም።

እንደ ዕድል ሆኖ፣ አባቴ ከሞተ ከ55 ዓመታት በኋላ፣ የእንግሊዝን መንግሥት በአካል ቀርቤ በመጠየቅ ወታደራዊ የምስክር ወረቀቶቹንና ጥቂት የሜዳሊያ ቅጂዎችን ማግኘት ችያለሁ።

ያጣሁት ምን እንደነበር ባላውቅም፤ አሁን ላይ ደስተኛ ነኝ።

አባቴ ሲሞት የአምስት ዓመት ልጅ ነበርኩ፡፡ ስለ ገንዘብና ሀብት ዕውቀቱም ሆነ ብስለቱ አልነበረኝም፡፡ አዲስ አበባ ውስጥ ከነበሩ ባለ ጸጋዎች አንዱ እንደነበረ እየተነገረኝ ባድግም፤ ያ ለእኔ የተረፈልኝ ነገር የለም፡፡ ምክንያቱም እርሱ ከሞተ በኋላ የምተኛበት ቦታና የምበላው ምግብ አልነበረኝም። በሁሉም መስፈርት ወላጅ አልባ ነበርኩ ማለት ይቻላል፡፡ አባቴ ሞቷል፣ እናቴ ደግሞ የለችም።

በአባቴ ሞት ምክንያት፣ ከብካቤና ወግ ማዕረግ ከሞላበት የልጅነት ህይወት በአንድ ጊዜ ተፍገምግሜ ወላጅ አልባ ሆኜ ተገኘሁ። በሕይወቴ የመጀመሪያዎቹ አምስት ዓመታት፣ በዙሪያዬ ያሉ ሌሎች ልጆች እንኳን በቀላሉ የማያገኟቸው ብዙ ጥቅሞች ነበሩኝ። በዚያን ጊዜ በሆስፒታል ውስጥ መወለድ፣ አልጋ ላይ መተኛት፣ ከትባቶች መከተብና የሕጻናት የዱቄት ምግብ መመገብ ለናጠጡ የሀብታም ልጆች ብቻ የተተዉ ልዩ መብቶች ነበሩ። እነዚያ ሁሉ ጸጋዎች ከአባቴ ጋር አብረው ተቀበሩ፡፡ በስተመጨረሻም እኔን ማን ማሳደግ አለበት፤ የሚለው የማያወላዳ ችግር መፍትሔ ማግኘት ነበረበት።

የመን ውስጥ ያሉ ቤተሰቦቼን የማገኝበት መንገድ አልነበረኝም፡፡ በድፍረት ወደ የመን ተጉዤ፤ እነርሱን ለማፈላለግ ደግሞ ገንዘብ የለኝም። ከነአካቴው የመን የት እንደሆነች፣ እንዴትና በምን እንደሚኬድ እንኳን አላውቅም። ምናልባት ዕድሜዬ ከፍ ያለ ቢሆን ኖሮ፣ መጻኢ ዕድሌን በተሻለ ሁኔታ መቅረጽ በቻልኩ ነበር፡፡ ነገር ግን ገና አንድ ፍሬ ልጅ ነበርኩ፡፡ በዚህም የተነሳ ዕጣ ፈንታዬ በአዋቂዎቹ የቤተሰቤ አባላት እጅ ላይ ወደቀ።

በጊዜው ኢትዮጵያ ውስጥ ብዙ ሆቴሎች የነበሩት አንድ ኢትዮጵያዊ ነጋዴ ነበር። ባንሰርና ሌሎች ዐረቦች እንደሚሉት ይህ በቀለ ሞላ የተባለ ባለ ሀብት፣ የሆቴል ሰንሰለቱን ለማስፋፋት እንዲረዳው ከአባቴ ገንዘብ ይበደር ነበር። የአባቴ ጓደኞች (በተለይ ባንሰር) ሰውዬው የተበደረውን ገንዘብ እንዲመልስ ሲጠይቁት ግን፣ ለአባቴ ፈርሞ የሰጠውን የውል ሰነድ እንዲያመጡለት ጠየቀ፡፡ እንዲህ ያለውን የብደር ሰነድ ግን ማንም ሊያገኘው አልቻለም። ስለ ብደሩ የሚገልጽ ምንም ዓይነት የሰነድ ማረጋገጫ ካልተገኘ ደግሞ፣ ብድሩን እንዲመልስ ሊገደድ አይችልም።

አባቴ ከሞተ ከሁለት ዓመታት በኋላ፣ የእርሱ ንብረት የሆነ፣ በአዲስ አበባ ውስጥ በሚገኝ የጉምሩክ መሥሪያ ቤት ግቢ ውስጥ በርካታ ባለቤት አልባ የጭነት ኮንቴይነሮች ተገኙ። በኮንቴይነሮቹ መግለጫ ላይ በግልጽ ለማየት እንደተቻለው፣ ዕቃዎቹ በቀላሉ ሊበላሹ የሚችሉና ለመጠቀም ደህንነታቸው ያልተጠበቀ ናቸው፡፡ በዚያ ላይ ባለቤታቸው ሊገኝ ስላልቻለ እንደ ቆሻሻ ዕቃ መወገድ ነበረባቸው፡፡

በተጨማሪም ሸቀጦቹ በጉምሩክ ግቢ ውስጥ ከሁለት ዓመታት በላይ የቆዩ እንደ መሆናቸው የውዝፍ ቅጣት ክፍያ ተጣለባቸው። ባለሥልጣናቱ ማድረግ የሚችሉትን ሁሉ አድርገው ወጪውን ከሸፈኑ በኋላ፣ ንብረቱን የማስወገድ ሥራ ተከናወነ፡፡

እናቴ ከትዳር በፊት ልጅ በመውለዷ ምክንያት በቤተሰቦቼ ዘንድ ተቀባይነት አልነበራትምና፣ እኔን የማሳደጉን ኃላፊነት ለአባቴና ለእንጀራ እናቴ ትታ እንድትሄድ ቀደም ብላ ከአባቴ ጋር ተስማምታ ነበር፡፡ ከዚያም ሌላ ሰው አግብታ ሁለተኛ ልጅ ወልዳለች፡፡ አባቴ ከመሞቱ በፊት ሁለት ዓመታትን በትዳር ውስጥ አሳልፋ የነበረ ቢሆንም፣ ባሏ እኔን የማስጠጋት አንዳችም ፍላጎት አልነበረውም። የራሱን ልጆች ብቻ ማሳደግ የሚፈልግ ዓይነት ሰው ነበር።

የእኔን ዕጣ ፈንታ ለመወሰን በተደረገው ስብሰባ ላይ፣ እንጀራ እናቴ ቀደም ሲል አባቴ ከመሞቱ በፊት ተጸንሶ የነበረውን ልጇን ይዛ ወደ አባቷ ቤት በመመለሷ፣ ምክንያት እኔን ማሳደግ እንደማትችል ይፋ አደረገች፡፡ እናም ከአባቴ እረፍት ብዙም ሳይቆይ አጎቴ ብዙነህ ለጊዜው እኔን የማሳደጉን ኃላፊነት ወሰደ። በዚህ መልኩ ናዝሬት ከተማ ውስጥ ወደሚኖረው አጎቴ ዘንድ ሄጄ እንድኖር ሲወሰን ዕድሜዬ አምስት ዓመት ከመንፈቅ ነበር።

በጊዜው ናዝሬት ውስጥ የሚኖሩ ሁለት የየመን ሃድራሚ ቤተሰቦች፣ የመን ውስጥ ካሉት ቤተሰቦቼ ጋር ተገናኝቼ፡ ሁኔታዎች እስኪስተካከሉልኝ ድረስ፡ በሚችሉት ሁሉ እንደሚረዱኝ ፈቃዳቸውን ገልጸውልኝ ነበር። የዐረቦችን ባህልና ልማድ ሊያስተምሩኝ፣ የዐረብኛ ቋንቋ ትምህርት ቤት ክፍያ

ሊከፍሉልኝ፣ እንዲሁም በየዓመቱ ጥቂት ቅያሪ ልብሶች ሊጸድቁብኝ ቃል ገብተውልኝ ነበር።

አጎቴ በበኩሉ፣ በእርሱ ቤት እንድኖር ፈቃዱን ሰጥቷል፡፡ በተጨማሪም የምግብና የአማርኛ ትምህርት ቤት ወጪዬን ይሸፍናል።

በዚህ አግባብ ወደ ናዝሬት ተዛወርኩ። በመጀመሪያዎቹ ጥቂት ቀናት የማያቸው ሰዎች በሙሉ ለእኔ እንግዳ ነበሩ፡፡ ከሚያጋጥሙኝ ሰዎች መካከል፤ አንዳቸውም ከእኔ ጋር ዝምድናም ሆነ ዕውቅና የላቸውም። ግራ የመጋባትና ከለመድኩት ነገር ሙሉ በሙሉ የመቆራረጥ ስሜት ይሰማኝ ነበር፡፡ ፍርሐት ግን አልጎበኘኝም።

ምዕራፍ ስድስት

ትምህርቴ

"አላህ የመረጠው ቋንቋ ዐረብኛን ነው። የኋለኛው ነብይ ቋንቋ በሆነው በዐረብኛ የተጻፈውን ውዱን መጽሐፉን (ቁርዓንን) ልኮልናልና... በዚህ ምክንያት ዐረብኛ መማር የሁሉም ሰው ግዴታ ነው።"

- አል ሻፊ (772-826)

የአማርኛ ቋንቋ መምህሬ

ናዝሬት መኖር እንደ ጀመርኩ፣ የዐረብኛና የአማርኛ ትምህርት ቤቶች ውስጥ ገብቼ፣ በአንድ ጊዜ ሁለቱንም ቋንቋዎች መማር ጀመርኩ።

የአማርኛ ቋንቋ አስተማሪዬ በጊዜው ጎንደር ከተማ አቅራቢያና፣ ከጣና ሐይቅ አጠገብ ከምትገኘው ከደምቢያ የመጣ ነበር።

የአማርኛ ቋንቋ ትምህርቴን ስጀምር፣ እንደዚህ ያሉትን ጉልህ ሃይማኖታዊ ሥፍራዎችንና ታሪኮቻቸውን ለመማር ዕድል አገኘሁ። አጎቴ ማንበብና መጻፍ አይችልም፡፡ ለእኔ ግን የአማርኛ ቋንቋን ማንበብና መጻፍ እንድችል የሚያግዘኝ የግል አስጠኚ ቀጥሮልኛል።

በሠላሳዎቹ ዕድሜ ውስጥ ይገኝ የነበረው አስጠኚዬ ስሙ ጌዲዮን ይባል ነበር፡፡ ለመጀመሪያ ጊዜ በተገናኘንበት ዕለት አስቀድሞ ስሜን ነበር የጠየቀኝ፡፡

"ዓድል እባላለሁ" አልኩት።

"የአማርኛ ስም አይደለም። ከየት ነው የመጣኸው?" ብሎ ወጠረኝ።

"አላውቅም፡፡"

"እሺ የእናትህ ስም ማን ይባላል?" ሲል በምርመራ መልክ ጠየቀኝ።

"የየትኛዋ?" ጥያቄውን በጥያቄ መለስኩ።

"ማንኛውም ልጅ አንድ እናት ብቻ ነው ሊኖረው የሚችለው..." አለ በሽሙጥ መልክ። ጌዲዮን ተረጋግቶ ነበር የሚያዋረኝ፡፡ አይቆጣም፣ ነገር ግን ጨካኝ መስሎ ታየኝ፡፡ የሚናገረው ቀጥተኛና አጭር በሆኑ ዓረፍተ ነገሮች ነው። እርሱ የሚያስተምረው ትምህርት ከሌሎች ሁሉ እንደሚበልጥ አድርጎ ያስባል። የክርስትናና የእስልምና አስተምህሮዎችን የሚቃወም ሲሆን፣ ሁለቱም ሃይማኖቶች ሀሰተኞች ናቸው ሲል ይደመድማል። ለእርሱ ትክክለኛው ሃይማኖት የአይሁድ እምነት ብቻ ነው።

ጌዲዮን ዘወትር በውስጡ ቂም አርግዞ የሚኖር፤ አድፋጭ ሰው ነው፡፡ አልፎ አልፎ ካልሆነ በቀር ፈገግ አይልም። ከተመረጠ ዘር የተገኘሁ መሆኔን፣ ብልህና ልዩ ችሎታ ያለኝ ልጅ መሆኔን ሊያሳምነኝ ይጥር ነበር። ከምርጥ ተማሪዎቹ አንዱ እንድሆንም ይፈልግ ነበር። በከፊል የየመን ዝርያ ያለኝ መሆኔን ሲያውቅ፤ እኔን የቋንቋው ሊቅ ለማድረግ ያለው ፍላጎት ጨመረ። አሁንም ድረስ ብራና ብራና የሚሸተውን የሰውነቱን ጠረን አስታውሳለሁ፡፡ ቁጥብ፣ የተረጋጋና ጽኑ ይሁዲ ነበር፡፡

"የአባትህስ ስም ማን ነው?" ሲል በጥያቄው ገፋ።

"ማጂድ ይባላል፣ ግን ሞቷል፡፡"

"ማጂድ ኢትዮጵያዊ ነው?"

"አይ፣ እንግሊዛዊ ነው፣"

"ነጭ ነው?"

"አይደለም፡፡ ከየመን ሀድራሚ የመጣ ሰው ነበር፡፡"

"እሺ፣ ዐረብ ከሆነ የቤተሰቡ ስም ማን ይባላል?"

"ቤን-ሐርሓራ፣"

ጌዲዮን ቤተሰባዊ ማንነቴን እንዲህ ሲመረምር የመጀመሪያው ክፍለ ጊዜ ተጠናቀቀ።

ይሄን ዓይነቱ ማንነት ተኮር ጥያቄ ሲገጥመኝ፤ ገና ስድስት ዓመት እንኳን አልሞላኝም ነበር። እስከዚያ ዕድሜዬ ድረስ ሰዎችን ለይቼ አውቅ የነበረው በቁመት፣ በቆዳ ቀለምና በአካላዊ መገለጫቸው እንጂ፤ በዘውግ ሊከፋፈሉ እንደሚችሉ በፍጹም አላውቅም ነበር። ስሞችም እንደ ሹካ፣ ሳህንና ቢላዋ ያሉትን ነገሮች ለመለየት እንጂ የቤተሰቦችን ማንነትና የዘር አመጣጥን ለማወቅ ጥቅም ላይ እንደሚውሉ የመለየት አቅም አልነበረኝም። ለእኔ እናት ማለት

አንድን ልጅ አጠገቡ ሆና የምትንከባከበው ማንኛዋም ሴት እንጂ የወለደችው ሴት ብቻ አይደለችም።

ከዚያ ቀን ጀምሮ እስዛሬ ድረስ የተጠየቅኋቸው፤ ስፍር ቁጥር የሌላቸው ተመሳሳይ የማንነት ጥያቄዎች፣ ስለ ራሴ እርግጠኝነት እንዳይሰማኝ ወይም ከሰዎች ሁሉ ዝቅ ያልኩ መስሎ እንዲሰማኝ አላደረጉኝም፡፡ ይልቁንም፣ ግራ መጋባትና የማወቅ ጉጉት እንዲያድርብኝና፤ በዘውግ ጉዳይ ላይ ስስ ስሜት እንዲኖረኝ ነበር የተጫኑኝ።

ከዚያም ተገርገቬ እንደሆነ ጠየቀኝ አልመለስኩለትም፡፡

የጌዴዮን እናትና ቅም አያቶች

በትውውቃችን ወቅት ጌዲዮን ከሰሜን ኢትዮጵያ የመጣ ቤተ እስራኤላዊ (ፈላሻ) እንደሆነ ነግሮኛል። በሥነ ህዝብ አጥኚዎች እምነት የቤተ እስራኤል አይሁዶች የአገው ነገድ አባላት ከሆኑ፤ጥንታዊ የኢትዮጵያ ነዋሪዎች የዘር ግንድ የሚመዘዙ ናቸው። የአገው ነገዶች በሰሜን ኢትዮጵያ ተራራማ ቦታዎች የሚኖሩ የኩሽ ሕዝቦች ናቸው፡፡

እንደ አጋጣሚ ሆኖ፣ የአባቴ ምንዥርላቶች ከደቡብ ዐረቢያ የመጡ የይሁዳ (አይሁድ) ዘሮች ናቸው። በአንድ ወቅት ሁሉም የደቡብ ዐረቢያ ሕዝቦች አይሁዶች ነበሩ። ምናልባት ጌድዮን የአባቴና የእናቴ ዝርያዎች ከተመሳሳይ የደም ሐረግ የፈለቁ ናቸው ብሎ ሳያስብ አይቀርም።

የራሱም ቅድመ አያቶች ከደቡባዊ ዐረቢያዋ የየመን ሂሚያር ግዛት፤ የመጡ ናቸው የሚል ግምት አለው። እንዲያውም ከብዙ ዘመናት በፊት፣ የአባቴ ቀደምት ዝርያዎች ከእርሱ ጥንታውያን ወገኖች ጋር እንደሚዛመዱ፤ ድምዳሜ ላይ መድረሱን አስታውሳለሁ።

ጌዲዮን ትምህርቱን በእስራኤል ሀገር የተከታተለ ታላቅ ወንድም ነበረው፡፡ ታድያ ያን ወንድሙን ስለ ቤተሰቤ የወል ስም ሁኔታ ጠይቆት ነበር። “ቤን-ሀርሃራ” የተሰኘው የቤተሰቤ የወል ስም በዕብራይስጥ “የደጋ ልጅ” የሚል ትርጉም አለው።

አንድ ቀን ጌዲዮን፣ “የንጉሥ ሰሎሞንና የንግሥተ ሳባ ልጅ ከሆነው ከቀዳማዊ ምኒልክ ጋር ሳትዛመድ አትቀርም” አለኝ። ከዚህ እንደተረዳሁት የአይሁድ ዝርያ እንዳለብኝ ደምድሞ ነበር ማለት ነው፡፡ ለእኔ ግን ይሄ ሁሉ ዝባዝንኬ ትርጉም አልነበረውም፡፡

ንግሥተ ሳባን (የሳባ ንግሥትን) በተመለከተ የመንም ሆነች ኢትዮጵያ የየራሳቸው እንደሆነች ያምናሉ። በታሪኳ ውስጥ ብዙ ንግሥቶች ለነበሯት የመን፣ ንግሥተ ሳባ ከእነዚያ ንግሥቶቿ አንዷ ተደርጋ ትቆጠራለች። ዓቢይ የታሪክና የፖለቲካ ትርክታቸው ከንጉሥ ሰሎሞን ጋር የተያያዘ ለሆነው ኢትዮጵያውያን ግን፣ ጥንተ-ታሪካቸው በንግሥተ ሳባ ላይ የተመሠረተ ነው፡፡ አብዛኞቹ አርኪኦሎጂስቶች ግን ንግሥተ ሳባ ከየመን እንደሆነች ያምናሉ።

ግራም ነፈሰ ቀኝ፣ የእኔ ቅድመ ዘሮች ከሁለቱም ወገኖች (ከኢትዮጵያና ከየመን) የሚመዘዙ እንደመሆናቸው፣ ከርቀትም ቢሆን ከንግሥተ ሳባ ጋር መቆራኘቴ እርግጥ ነው። ከሰዎች ጋር ስለሁኔታው ባወራሁ ቁጥር በልበ ሙሉነት እንዲህ እላለሁ፣ "የሳባ ንግሥት የመናዊ ከሆነች አክስቴ ነች! ኢትዮጵያዊ ከሆነችም ያው አክስቴ ናት!"

"አብዛኞቹ ጥንታዊ ወገኖቻችን ክርስትናንም ሆነ እስልምናን ለመቀበል ፈቃደኞች አልነበሩም፡፡ በዚህም የተነሳ ለዘመናት ሲንገላቱና ሲሳደዱ ነበር፡፡" አለኝ ጌዲዮን፡፡

ኢትዮጵያውያን አይሁዶች በክርስቲያኖቹ ሲሳደዱና የግድ ሲጠመቁ ከነበረበት ታሪክ አንጻር፣ ጌዲዮን ሃይማኖቱን፣ ሥርዓቱንና የግእዙን ቋንቋ ለመጠበቅ ያሳየው ትጋትና ቁርጠኝነት የሚደነቅ ነው። በእኔ ግምት፣ ከንጉሥ ጌዲዮን ጋር የተጋራው ስሙ፣ ለዚህ ጽናቱ ሳያበቃው አልቀረም፡፡

*

በቀጣዮቹ ሳምንታት፣ የአማርኛ ቋንቋ ፊደላትን በመቁጠር ትምህርታችንን ጀመርን። ወደ ዓረፍተ ነገር ግንባታ ስንሸጋገር፣ የአማርኛ ቋንቋ መጻፊያ ፊደላት፣ የግእዝ ቋንቋ ለመጻፍ የሚያገለግሉ ሆሄያትን በመጠኑ በማሻሻል የተገኙ እንደሆኑ ነገረኝ። ስለዚህ፣ አማርኛን አጥርቶ ለማወቅ ከፈለግሁ፣ ግእዝንም ጭምር መማር እንዳለብኝ አስረዳኝ።

"እኔ የአገው ቋንቋ እናገራለሁ፣ ነገር ግን አብዛኛው የአገው ቋንቋ ከግእዝ እና ከአማርኛ ጋር የተዳቀለ ነው..." ሲልም የሰሜናዊት ኢትዮጵያ ቋንቋዎችን ቁርኝት አብራራልኝ፡፡

የግእዝ ቋንቋ ምንነት ስጠይቀው ደግሞ፣ "ግእዝ የደቡብ ዐረቢያ ቋንቋዎች ቤተሰብ የሆነ ሴማዊ ቋንቋ ነው። በአማርኛ ቋንቋ ሠላሳ ሦስት መሠረታዊ ተነባቢ ፊደላት ሲኖሩ፤ እያንዳንዳቸው በአናባቢዎች የሚራቡ ሰባት አብዢዎች አሏቸው..." በማለት መለሰለኝ።

ከሁለት ወራት በኋላ፣ አንድ ትልቅ የብራና መጽሐፍ አሳየኝ። መጽሐፍ ቅዱስ ነበር። “በባህላችን መሠረት ብራና በሚነሳበት ጊዜ፣ ቶራ (አምስቱን የሙሴ መጻሕፍት የሚይዘው የአይሁድ መጽሐፍ ቅዱስ) 30 እረፍት ላይ ይሆናል፡፡” ሲል ገለጸልኝ።

መጽሐፍ ቅዱስን ማንበብ ጀመርኩ። ብራናው ታናክን (የዕብራይስጥ መጽሐፍ ቅዱስን) ጨምሮ ሌሎች ሰማንያ አንድ መጻሕፍትን የሚያካትት ቢሆንም፣ እኔ እንዳነብ የሚፈልገው የመጀመሪያዎቹን አርባ ስድስቱን መጻሕፍት ብቻ ነበር። የቀሩትን ሠላሳ ስድስት መጻሕፍት ለምን እንደማላነብ ስጠይቀው፣ “እነሱ የክርስቲያኖች ናቸው፡፡” አለኝ።

ይህ ማብራሪያው እምብዛም ትርጉም አልሰጠኝም ነበር፡፡ በሃይማኖቶች መካከል ያለውን ልዩነት መረዳት አልጀመርኩም ነበርና፤ ሙሉውን መጽሐፍ እንዳነብ ለምን እንዳልፈቀደልኝ ሊገባኝ አልቻለም።

መምህሬ ጌዲዮን እነዚያን አርባ ስድስት መጻሕፍት ሰባት ጊዜ አስደገመኝ። በዚያን ዕድሜዬ አንድን መጽሐፍ ሰባት ጊዜ ደጋግሞ ማንበብ ያለውን ጠቀሜታ አልረዳም ነበር።

ለምን እነዚህን መጻሕፍት ዘወትር ቅዳሜ ከቀትር በኋላ፣ ሰኞና ሐሙስ እንዳነባቸው ትኩረት ይሰጥ ነበር።

“የአይሁድ የዘር ግንድ የሌላቸው ሌሎች ኢትዮጵያውያን “ፈላሻ” እያሉ ይሉናል” አለኝና ነገር ግን ይህ መጠሪያ አስከፊ በመሆኑ ምክንያት እንደማይወደው ገለጸልኝ።

“ፈላሻ” የሚለው ቃል “ፈለሰ” የሚል የግዕዝ ሥርወ ቃል ያለው ሲሆን፣ ትርጉሙም “ተሰደደ፣ ተንከራተተ” የማለት የመጻተኝነት ስሜት ነበረውና ቃሉን አይወድደውም፡፡

ጌዲዮን የአይሁድ እምነት እውነተኛ መጽሐፍ ቅዱሳዊ ሃይማኖት ነው ብሎ ያምን ነበር ።

በቀጣዮቹ ተከታታይ ክፍለ ጊዜዎች ስለ ክህነታዊ መስዋዕት፣ ስለ ሰንበት አከባበር፣ ስለ አመጋገብ ህግጋት ፣ በወር አበባ ጊዜ ስለሚኖረው መገለል፣ ስለ ጾምና ስለ አስቴር ታሪክ ጠቀሜታ አስተማረኝ።

መምህሬ ጌዲዮን ከአማርኛና ከዕብራይስጥ ቋንቋዎች ይልቅ፤ ግእዝና ይሁዲነት ላይ አተኩሮ ያስተምረኝ ነበርና ግራ ተጋባሁ። አማርኛ ለመማር መጀመሪያ ግእዝን መማር እንዳለብኝ ደጋግሞ ይነግረኝ ነበር። በጊዜው የገጠመኝ ሁኔታ፣ ጣልያንኛ ቋንቋን ለመማር ፈልጎ፣ ነገር ግን ጣልያንኛ ከላቲን

የተገኘ በመሆኑ ምክንያት ብቻ የላቲን ቋንቋን ለማወቅ የተገደደን ሰው ሁኔታ ይመስል ነበር፡፡ የላቲን ቋንቋ የሃይማኖት ቋንቋ ቢሆንም እንኳን፣ በየመንገዱ የሚነገረውን ጣሊያንኛ ቋንቋ ለመማር ላቲንን ማወቅ የግድ አስፈላጊ አይደለም፡፡ ስለ ግእዝም ተመሳሳይ ስሜት ነበር የተሰማኝ... ሃይማኖታዊ ግልጋሎት ብቻ የሚሰጥ ቋንቋ በመሆኑ፣ የግድ ለእኔ አስፈላጊ አልነበረም። መማር የምፈልገው አማርኛን ብቻ ነበርና...

ጌዲዮን የአንግሊካንና የፕሮቴስታንት ክርስቲያኖች በአባቶቹ ሃይማኖትና በኢትዮጵያ የአይሁድ ማህበረሰብ ላይ ባደረሱት በደል ከፉኛ ይቆጫል። አሁን ባለኝ አስተሳሰብ ስመዝነው፣ ጌዲዮን እኔን ያስተምር የነበረበት ስልት ጥንታዊ ሃይማኖቱን በእኔ ላይ የመጫን ሙከራ ነበር ብዬ አስባለሁ።

በእርግጥም የክርስትናን አስተምህሮ አያስጠናኝ ነበር። እንዲያውም ከላይ ከተገለጹት መጻሕፍት ውጪ እንዳላነብና በአይሁዳዊነት ላይ ብቻ እንዳተኩር ነበር የሚያስገድደኝ።

የዐረብኛ ቋንቋ መምህሬ

እንደ ብዙ ዐረቦች ሁሉ፣ ሀድራሚችም ልጆቻቸው ዐረብኛ እንዲማሩላቸው አጥብቀው ይሻሉ። እኔም ከአምስት ዓመት ከመንፈቅ ዕድሜዬ ጀምሮ እስከ ስምንተኛ ዓመቴ ባለው ጊዜ ፣ በግል ትምህርት ቤት ውስጥ ዐረብኛና አማርኛ ቋንቋዎች እየተማርኩ ቆየሁ።

በዚያን ዘመን ኢትዮጵያ ውስጥ የዐረብኛ ትምህርት ቤቶች አልነበሩም፡፡ አብዛኛዎቹ የዐረብኛ ትምህርቶች በመስጊዶች ውስጥ የሚሰጡ ነበሩ፡፡

የዐረብኛ መምህሬ ከሌሎች የሀድራሚ ነጋዴዎች ጋር በቆዳ ንግድ ላይ የተሠማራ የዚያው ነገድ መጸተኛ ነበር። ባሽራሂል ይባላል፡፡ እናቴ እኔን ከመውለዷ በፊት፤ በሞግዚትነት ተቀጥራ ትሠራባቸው ከነበሩ የባሽራሂል ቤተሰቦች ጋር ዝምድና ነበረው፡፡

አብዛኞቹ ሀድራሚዎች እርስ በእርሳቸው ሲጠራሩ የቤተሰብ ስማቸውን ቢጠቀሙም፣ ኢትዮጵያውያኑ አዘውትረው የሚጠሯቸው ግን በተጸውኦ ስማቸው ነው፡፡ እኔ ግን የዐረብኛ መምህሬን “ኡስታዝ ባሽርሂል” (መምህር ባሽርሂል) ብዬ እንድጠራ ታዘዝሁ። በኋላ እንደተገነዘብኩት የመምህሬ የተጸውኦ ስም ዑመር ነው።

ኡስታዝ እንደ ጌዲዮን ስለ ወላጆቼ ምንም ዓይነት ጥያቄ አላነሳልኝም። ወላጅ እናቴንና አባቴን ያውቃቸዋል። ከጌዲዮን ነጣ የሚል የቆዳ ቀለም ያለው ሲሆን፣ አዘውትሮ ጭንቅላቱን ይጠመጥማል።

እግሮቹን አቆላልፎ መሬት ላይ የሚቀመጥበት ችሎታው ሁልጊዜ ይገርመኝ ነበር፡፡ እኔም እንደ እርሱ እግሬን አቆላልፌ መቀመጥ እንደሚጠበቅብኝ ግልጽ ነው። የዐረብ ወንዶች ብዙውን ጊዜ መሬት ላይ በሚቀመጡበት ጊዜ ቁጢጥ ብለው ወይም እግራቸውን አቆላልፈው መቀመጥን ያዘወትራሉ፡፡

መምህሬ ሁሌም ጽዱ ነው። በመንፈሳዊም ሆነ በተግባራዊ ምክንያቶች የግል ንጽህና አጠባበቅ ለዐረቦች እጅግ መሠረታዊ ጉዳይ ነው። አብዛኛውን ጊዜ ምግብ የሚበላው በእጅ እንደመሆኑ ከምግብ በፊት እና በኋላ እጅን መታጠብ የተለመደ ነው። በተጨማሪም በመደበኛነት ከዕለት ሶላትና ጾም በፊት ፊትን፣ እጅንና ክንድን መታጠብ ያስፈልጋል።

አማርኛን በተማርኩበት ሁኔታ፣ የዐረብኛ ቋንቋንም መማር የጀመርኩት ከፊደል ቆጠራ ነበር። ከዚያም ሥዕሎችንና ቀላል ዓረፍተ ነገሮችን በመጠቀም፤ ወደ ቃላት ግንባታ ተሻገርኩ፡፡ በመጀመሪያ መምህሬ ቁርዓንን እንዳነብ አላደረገኝም፡፡ ይልቁንም በእስላማዊ ወጎችና ሥርዓቶች ላይ እንዳተኩር ይገፋፉኝ ነበር፡፡

ይህም ማለት፣ በንጽህና ውስጥ ሆኖ "ተውሁድ" የተባለውን ጽሑፍ መቅራት (መድገም)፣ ዘገምተኛ ንባብ፣ ትክክለኛ የአነባበብ ድምጸት፣ ሳቢ የሆነ ባለ ምት ንባብ፣ በንባብ ጊዜ ራስን ማግለል፣ አንቀጾችን ማሰላሰል፣ መሸምደድ፣ እንዲሁም በቁርዓን አያያዝና በዕለት ተዕለት ንባብ ልምዶች ላይ ያተኩር ነበር፡፡

መምህሬ እንድፈጽም ያዘዘኝ የመጀመሪያውና ዋነኛው የግዴታ ልምምድ፣ ቅዱስ ቁርዓንን ከመንካቴ ወይም ከማንበቤ በፊት ራሴን እንዳነጻ ነው።

አምስቱን የእስልምና አምዶች አስተማረኝ፡፡ እነዚህም ሸሃዳ (የእምነት አዋጅ)፣ ሰላት (ሶላት)፣ ዘካት (ምጽዋት)፣ ሶም (ጾም) እና ሐጅ (መንፈሳዊ ጉዞ) ናቸው፡፡

በመጀመሪያ የወረደው ቁርዓን በዐረብኛ ቋንቋ የተጻፈ ነበር፡፡ ለእኔ ግን በዚያን ዕድሜዬ የተወሳሰበ ቋንቋ ሆኖብኝ አረፈው።

አንድ የዐረብኛ ቃል በትንሽ የድምጸት ለውጥ ብቻ፤ ከአውድ ውጪ የሆነ ሌላ ትርጉም ይሰጣል። በዚህም የተነሳ የቁርዓን ጥቅሶችን የሚያነብ ሰው ቃላቱን በሚጠራበት ጊዜ፤ ሌላ ትርጉም በሚሰጡበት ሁኔታ እንዳይጠራቸው መጠንቀቅ ይኖርበታል፡፡

በዐረብኛ ቋንቋ ላይ ጥያቄና ግራ መጋባት በሚያጋጥመኝ ጊዜ አስተማሪዬን እጠይቀዋለሁ፡፡ ሳያቅማማ ጠለቅ ያለ ማብራሪያ ይለግሰኛል።

መምህሬ እንደነገረኝ ከሆነ ዐረብኛ የሴማዊ ቋንቋዎች እናት ነው።

የዐረብኛና የአማርኛ አስተማሪዎቼ. በእኔ ጉዳይ ላይ አዘውትረው ከመነታረካቸው የተነሳ፣ በልጃቸው ዕጣ ፈንታ ላይ የሚወዛገቡ የተፋቱ ባልና ሚስት ይመስሉ ነበር፡፡ ሁለቱም የየራሳቸውን ሃይማኖት በላጭነት ለማሳመን ይጥራሉ፡፡

በበኩሌ የትኛውን ወገን ማመን እንዳለብኝ እርግጠኛ አልነበርኩም። ሁለቱም የማንነቴ ክፍሎች በእኔ ላይ የይገባኛል ጥያቄ በማቅረባቸው ምክንያት፣ ከሁለቱም ወገን ይሰጠኝ የነበረው ትምህርት እጅግ ይጠነክርብኝ ነበር፡፡

ምዕራፍ ሰባት

ወላጅና መጠለያ አልባው ልጅ

"ልጅነቴን ወደ ኋላ መለስ ብዬ ሳስበው፣ እንዴት አድርጌ እንዳለፍኩት ይደንቀኛል። በእርግጥም አሳዛኝ የልጅነት ጊዜ ነበረኝ፡፡ ከተራ ጎስቋላ የልጅነት ጊዜያት ሁሉ የከፋው፣ አሰቃቂው የአይሪሽ የልጅነት ሕይወት ነው፡፡ ከዚህ ሁሉ የባሰው ደግሞ የአይሪሽ ካቶሊክ ልጅነት ጉስቁልና ነው።"

- ፍራንክ ማኮርት።

በሰባት ዓመቴ ገደማ፣ በምማርባቸው ሁለቱም ትምህርት ቤቶቼ ውስጥ፣ ከሌሎች ይልቅ አንዳች ልዩ ብልጫ ያለኝ መሆኔን ተረዳሁ፡፡ ከአንድ በላይ ቋንቋ የመናገር ችሎታዬ፣ አንድ ቋንቋ ብቻ ከሚናገሩት አብዛኞቹ ተማሪዎች የተሻልኩ የመሆን ዕድል ሰጠኝ። ቢያንስ የትምህርት ጓደኞቼን እነርሱ በማይረዱት ቋንቋ መሳደብ እችል ነበር፡፡ በጊዜው፣ ደቃቅ ሰውነት ያለኝ ከልስ ልጅ እንደመሆኔ፣ ጓደኞቼን ለመጋፈጥ ተጨማሪ ኃይል የሚሰጠኝን ማንኛውንም ብልሐት አፈላልግ ነበር።

ወንዶቼ በምነግራቸው የተሳሳተ መረጃ ምክንያት ጠብና ድብድብ ውስጥ ይገቡልኝ ጀመር። ጓደኞቼን ለማቆራቆስ ከተጠቀምኩቸው ጉልህ መሣሪያዎች አንዱ፣ የተለመደ ኢትዮጵያዊ ስድብ ሲሆን፣ አንድ ሰው ሌላውን ከሚያስከፋባቸው አጸያፊ ስድቦች አንዱ ነው - እናትን መሳደብ።

ለአንዱ ልጅ ሌላው እናቱን እንደሰደበ እነግረዋለሁ፣ ይህ ደግሞ በመካከላቸው ጠብ እንዲፈጠር ያደርጋል። በዚህ የእኔ ሴረኝነት ምክንያት፣ በወንዶች መካከል የሚደረጉ ግጭቶች የተለመዱ ቁርቋሶዎች ነበሩ።

በኢትዮጵያ ባህል ውስጥ አንድን ሰው "የሴት ልጅ" ማለት ምሕረት የለሽ ስድብ ነው። በአባት ያላደገ ልጅ ይናቃል፡፡ በሴት ብቻ ያደገ፣ ያልተገራ ልጅ

ተደርጎ ይቆጠራል፡፡ የሚገርመው፣ ራሴም ጭምር ያደግሁት ያለ አባት ነበር፡፡ በበኩሌ በሴቶች ስር ማደጌ ልቤን ያሞቀዋል። ሁሉም እናቶቼ በተገቢው መንገድ ሊያሳድጉኝ ሞክረዋል ፡፡ ብርቱና አዎንታዊ ተጽእኖ አሳድረውብኛል።

አንደኛ ደረጃ ትምህርት ቤት ውስጥ ሳለሁ፣ ኦሮምኛ ተናጋሪ የሆኑ ብዙ ልጆች አማርኛ ቋንቋን አይረዱም ነበር፡፡ በተቃራኒው ደግሞ አማርኛ ተናጋሪዎች ኦሮምኛ ቋንቋን አይችሉም ነበር፡፡ በዚህም ምክንያት እርስ በርስ መግባባት የማይችሉበት ጊዜ አለ፡፡

እኔ ግን ሁለቱንም ቋንቋዎች እናገር ስለነበር፣ ከሁለቱም ጋር በቀላሉ መግባባት እችል ነበር። ይህንኑ ተጠቅሜ አንዳቸው የሌላውን እናት እንደሰደቡ አድርጌ ሹክ እላቸዋለሁ። ከዚያም ይጣላሉ፡፡ በአንጻሩ ግን፣ እናቴ በልጅነቴ ጥላኝ እንደ ኮበለለች ለአንዳቸውም ትንፍሽ ብዬ አላውቅም። ይህን ጉድለቴን አምኖ መቀበል ያሳፍረኝ ነበር፡፡

ይሁን እንጂ እናቴ፤ ትታኝ እንደ ሄደች ብናገር ኖሮ በጓደኞቼ እንዳላሰደብ ከማድረጉም በላይ፣ ከሌሎች ሐዘኔታ አገኝበት ነበር። በዚያውም እናቴን ከስድብ እታደግ ነበር።

በዚህ ጊዜ አንዱ ልጅ ቤት ገብቼ የመመገብ፣ በሌላ ጊዜ ደግሞ ወደ ሌላኛው ቤት ሄጄ የተለዩ ባህላዊ ምግብ የመብላት ዕድል አገኘሁ።

ሙስሊሞች ሃላል ሥጋ ብቻ እንዲበሉ በሚጠይቀው መስፈርት ምክንያት፣ በክርስቲያኖች ቤት ሥጋ አይበሉም፡፡ በተመሳሳይ ሁኔታ፣ አብዛኞቹ ክርስቲያኖች በሙስሊሞች የታረደ ሥጋ አይመገቡም፡፡ እኔ ግን የትኛውንም ሃይማኖት አጥብቆ የማልከተል በመሆኔ፣ በሁሉም ጓደኞቼና ጎረቤቶቼ ቤት ውስጥ እየገባሁ እንደልቤ መሰልቀጥ እችል ነበር።

ለሃይማኖታዊ ትምህርቴና ለብዙ ቋንቋዎች ችሎታዬ ምስጋና ይግባቸውና፣ በሁለቱም ሃይማኖቶችና ባህሎች መካከል ያለ ድንበር መንፈላሰስ ቻልኩ።

የአማርኛም ሆነ የዐረብኛ አስተማሪዎቼ ትክክለኛው ሃይማኖት የእነርሱ እንደሆነ፣ ሌላውን ሃይማኖት ከተከተልኩ ገሃነም እንደምገባም ጭምር አበክረው ያስጠነቅቁኝ ነበር፡፡ እኔ ግን ወደ የትኛውም ወገን አላጋደልኩም፡፡ እንዲያውም ሁለቱንም በማቀላጠፌ አስማተኛ የሆንኩ ያህል እየተሰማኝ ሄደ፡፡

የትምህርት ጓደኞቼ ሕግ በመተላለፌ ምክንያት ከፈጣሪ የሚደርስብኝን ቅጣት ለማየት፤ በጉጉትና በስጋት ይጠበቁ እንደነበር አስታውሳለሁ። የሙስሊም ልጆች ሃላል ያልሆነ ሥጋ በመብላቴ ምክንያት ይታመማል፤ ብለው ያስቡ ነበር፡ ፡ ነገር ግን ሁሌም ባዩኝ ቁጥር ጤነኛ ሆኜ በመታየቴ ይገረሙ ጀመር፡፡

በዚህ ሁኔታ በሁለቱም ዓለማት ውስጥ መኖሬን ቀጠልኩ፡፡ ይህ ደግሞ ሌሎች ልጆች የማያገኙትን የበላይነትና የነጻነት ስሜት አጎናጸፈኝ።

እንደገና ተጣልኩ

ስምንት ዓመት እንደሞላኝ ናዝሬት የወሰደኝ አጎቴ ከሚስቱ ጋር ተፋታ። ይህን ተከትሎ የቤት ሠራተኞቹን፣ ዘበኛውንና አትክልተኛውን አሰናበተ። ከዚያ ቀደም ብሎ ግን የሸሽግ ቅምጡን ወደ ቤቱ አስገባት። ከእንግዲህ የቤት ውስጥ ሥራዎችን የመሸከም ቀንበር በእኔ ትከሻ ላይ ወደቀ፡፡ ወተት ማለብና የፍራፍሬ ተከሎችን ውሃ ማጠጣት መደበኛ ግዴታዎቼ ሆኑ።

በዚሁ ጊዜ እናቴ ትሠራበት የነበረውና የዐረብኛ አስተማሪዬ የሆነው ባሽርሂል፤ ቤተሰቡን ይዞ እኔ ካለሁበት ሥፍራ አምስት መቶ ኪሎ ሜትር ርቀት ላይ ወደ ምትገኘው፤ ወደ ድሬዳዋ ከተማ ሄደ። በዚህም የተነሳ፣ የመን በመሄድ ከሌሎች የአባቴ ቤተሰቦች ጋር የመኖር ተስፋዬ መነመነ፡፡ በአጎቴ ቤት ውስጥ ብቻ ተገድቤ ለመማቀቅ ተገደድኩ።

ዳሩ ግን እኔና አጎቴ በወጉ ተግባብተን መኖር ተሳነን። አዘውትሮ በተንኳሰሰ ዝቀተኛ ዓይን ይመለከተኝ ነበር፡፡ የአባቴን ዘር በተመለከቱ ጸያፍ አባባሎች ይሸነቁጠኛል፡፡ ይደነፋብኛል።

በጊዜው የነበሩት አብዛኞቹ ኢትዮጵያውያን እንደሚያምኑት ሁሉ፣ አጎቴም ለዐረቦች ዝቅ ያለ ግምት ነበረው፡፡ ለዚህም ነበር በየጊዜው “ግመል ጎታች፣ ዘላን፣ የአንድ መናኛ ዐረብ ልጅ” መሆኔን በመንገር ደጋግሞ ይዘልፈኝ የነበረው።

ታድያ እኔም አባቴ በሕይወት ሳለ እንግሊዛዊ መሆኑን ይነገረኝ ነበርና “ዐረብ አይደለሁም” እያልኩ መገናተሬን አላቆምኩም፡፡

“ራስህን እንዴት አድርገህ ነው የምትቆጥረው? ዐረብ መሆንከን እመን እንጂ... እርግጥ ነው፣ አባትህ እንደ አጋጣሚ በእንግሊዝ ቅኝ ግዛት ውስጥ ይኖር ስለነበር የእንግሊዝ ፓስፖርት ነበረው፡፡ ይሄ ግን ዐረብ ከመሆን አያድነውም!” በማለት ያምባርቅብኛል፡፡

እንዲህ ባለው የቃላት ለበቅ ቀን ከሌት ውስጥ አንጀቴን ይመተልገኛል፡፡ በዚህ ምክንያት ለእርሱ ያለኝ ጥላቻ ሥር እየሰደደ ሄደ። በመሸ ቁጥር ወደ ቤት ተመልሶ እንዳይመጣ ጭምር እመኝ ጀመር፡፡ በድንገተኛ አደጋ እንዲሞት የተመኘሁበትም ጊዜ ነበር።

"ለምንድነው ከእሱ ጋር የምኖረው? ለምን እንዲህ ያደርገኛል? ምን በደልኩት?" እያልኩ ከራሴ ጋር እሟገት ነበር፡፡ እናቴ የት እንዳለች ለማወቅም ይበልጥ እጓጓ ጀመር።

በዚህ ጊዜ አካባቢ፣ አጎቴ ከባንኮችና ከሌሎች የፋይናንስ ተቋማት ጋር ገንዘብ ነክ ውዝግብ አጋጥሞት ኖሮ ይፈለግ ጀመር። በወቅቱ ግን በአባቴ ንብረት ተወካይነቱ አማካይነት ያገኘውን አዱኛ በሙሉ አጥቶት ነበር። እናም፣ ያለምንም ገንዘብ፣ ምግብና እርዳታ ትቶኝ በድንገት ከቤት ጠፋ። ሄደ...ተሰወረ...

በጊዜው የስምንት ዓመት ልጅ ነበርኩ፡፡ ምንም ዓይነት ድጋፍ የሚያደርግልኝ ማንም አልነበረም፡፡ በባዶ ሆዴ ወደ ትምህርት ቤት መሄድ ጀመርኩ፡፡ ገንዘብ ለማግኘትና በሕይወት ለመቆየት ያለኝ ብቸኛው አማራጭ፣ አንዳንድ የቤት ዕቃዎችን፣ መሣሪያዎችንና የመሳሰሉትን እያወጣሁ መሸጥ ብቻ እንደሆነ ተረዳሁ።

አጎቴ እኔን ለመንከባከብ የተስማማው አስቦልኝ ብቻም ሳይሆን፣ ከእናቴ የውክልና ስልጣን ለማግኘትና የአባቴን ሀብት ንብረት እጁ ለማስገባት በማድባት ነበር። ዋነኛ ዓላማው የገንዘብ ጥቅም ማግኘት ብቻ ነበር፡፡ ይሄን ጥቅም በቀላሉ ማግኛ መሳሪያው ደግሞ እኔ ነበርኩ።

አንዴ የተመኘውን ሀብት ከመዘበረ በኋላ ግን የእኔ ጠቃሚነት አከተመ፡፡ ከነአካቴው አበዳሪዎቹ የወሰደውን ብድር ለማስከፈል መምጣት ሲጀምሩ ክፉኛ አፈረ፣ ተዋረደ። ከዚያም አንድ ቀን ለማንም ሳይናገር ብን ብሎ ጠፋ። ይህም በመሆኑ" በአጎቴ ቤት ውስጥ በብቸኝነት መኖር የማይቀርልኝ ሆነ።

ብዙነህ የአባቴን ንብረት እጁ ውስጥ ካስገባ በኋላ፣ ብዙ ጠቃሚ የግንባታ መሣሪያዎች ገዝቶ ነበር። በዚያን ጊዜ የግንባታ ሠራተኞች በቂ መሳሪያ ስላልነበራቸው፣ ብዙውን ጊዜ ሥራቸውን የሚከውኑት በብድርና በኪራይ ዕቃዎች ነበር።

ቤቱ ውስጥ ከሃያ የማያንሱ መዶሻዎች፣ የርቀት መለኪያዎች፣ መጋዞች፣ መጥረቢያዎችና የመሳሰሉ የግንባታ ዕቃዎች ነበሩ። ታድያ ብቻዬን በተተውኩ ጊዜ፣ ዕቃዎቹን ተራ በተራ እያወጣሁ ባገኘሁት ዋጋ መሸጥ ጀመርኩ፡፡ አንዳንድ ገዢዎች ዕቃዎቹን ሰርቄ ያመጣኋቸው ይመስላቸው ስለነበር፤ በማስፈራራት ብቻ ሳይከፍሉ የሚወስዱም ነበሩ። ሌሎች ደግሞ ዕቃዎቹን ለምን እንደምሸጥ ይጠይቁኝና እውነቱን ስነግራቸው፤ ከትክክለኛው ዋጋ ላይ ትንሽ ቆንጥረው ይሰጡኛል። አንዳንዶቹን ዕቃዎች በአንድ ዳቦ ለውጬ አውቃለሁ፡፡

ሁሉንም የግንባታ መሣሪያዎችና የቤት ዕቃዎች እየሸጥኩ፤ አንድ ዓመት ያህል ራሴን መገብኩ፡፡ ውሎ አድሮ ግን የሚሸጥ ነገር አጣሁ፡፡

በዚህ መንገድ ቤቱን ወና ካደረግኩ በኋላ ሕይወቴ ምርጫ አጣች፡፡ የምሄድበት ጠፋኝ። በባዶ ቤት ውስጥ ብቻዬን መኖርን ተያያዝኩት፡፡

ግማሹን ቀን ትምህርት ቤት ውስጥ አሳልፋለሁ። በቀሪው ግማሽ ቀን ደግሞ በአካባቢው በነበረ ገበያ ውስጥ እየተዟዟርኩ ፍራፍሬ፣ በቆሎ፣ ድንች ወይም ሌላ የሚጎረስ ምግብ ሰርቄ እሮጣለሁ። በጊዜው ሙሉ ነፃነት ስለነበረኝ፤ አብዛኛዎቹ የሠፈሬ ልጆች፤ እኔ ቤት እየመጡ መጫወት ያስደስታቸው ነበር።

ያጎቴ ግቢ1500 ካሬ ሜትር ስፋት ነበረው፡፡ በውስጡም ወይን፣ ፓፓያ፣ ጫት... ሌሎችም የሞቃታማ አካባቢ አትክልትና ፍራፍሬዎች ነበሩበት፡፡ ሌላው ቀርቶ ሶማሌዎችና ዐረቦች (ወንዶችም ሴቶችም) አዘውትረው የሚያኝኩት የትምባሆ ዕፅ ሳይቀር በግቢው ውስጥ ይገኝ ነበር።

በሕይወት ለመኖር ሌላ አማራጭ አልነበረኝምና ፍራፍሬዎቹን መሸጥ ወይም ወደ ሌላ ምግብ መለወጥ እንዳለብኝ ተገነዘብኩ። ከዚያም አብረውኝ ሊነግዱ የሚችሉ ሰዎች ተዋወቅሁ። የፍራፍሬ ሽያጭ ዘመቻው ከሦስት እስከ ስድስት ወራት ብቻ የሚዘልቅ ሆነ፡፡ ምክንያቱም አብዛኛዎቹ ፍራፍሬዎች በተወሰኑ ወቅቶች ውስጥ ብቻ የሚያፈሩ ስለነበሩ ነው፡፡

አንድ ቀን አንዱ ነጋዴ ፍራፍሬ ሊገዛ ወደ ቤቴ መጣ። ቅርጫት ይዞ ነበር ። ያሉኝን ወይኖች ሁሉ ለቅሞ ቅርጫቱን ከሞላ በኋላ፤ ቤተሰቦቼ የት እንዳሉ ጠየቀኝ። ለንግድ ሥራ እንደወጡ ነገርኩት፡፡ እነርሱ በማይኖሩበት ጊዜ ፍራፍሬዎቹንና የአጎቴ ቤት 1,500 ካሬ ሜትር ገደማ የሚሰፋ የተንጣለለ ግቢ መሸጥና ገንዘቡን መሰብሰብ እንደምችልም ጨምሬ ነገርኩት። ሰውዬው ተጠራጠረ። ደግሞም ከመሬት አንሥቶ ከግድግዳው ጋር አላተመኝ። በዚህ ሳይበቃው የሚዘገንኑ ቃላት እያጎረፈ ያስፈራራኝ ጀመር።

“ልቀቀኝ! እባክህ ልቀቀኝ!” እያልኩ ጮኽኩ፡፡ እንደ ምንም ለቀቀኝና ምናምኒት ሳይከፍለኝ በወይን የተሞላውን ቅርጫቱን አንስቶ ሄደ። ከዚያ በኋላ የምበላው ነገር አጣሁ፡፡ ከቤት ዕቃዎቹም ሆነ ከአትክልቱ ሥፍራ ልሸጠው የምችለው አንዳችም ነገር አልቀረኝም፡፡

ከጥቂት ጊዜ በኋላ የባንክ ቤት ሠራተኞች መጥተው ቤቱን አሸጉት። ከዚያ ቀን ጀምሮ ወላጅና መጠለያ አልባ ልጅ ሆንኩ።

*

ወይዘሮ አበበች የሚባሉ አረቄ ሻጭ ጎረቤታችን ነበሩ፡፡ በቀጥታ ሄድኩና ማደሪያ እንደሌለኝ ነገርኳቸው፡፡ በቤታቸው ውስጥ እንድጠለል ከፈቀዱልኝ፤ አንዳንድ የቤት ውስጥ ሥራዎች እንደምረዳቸው ቃል ገባሁ።

ከቅርብ ጊዜ ወዲህ "አባቴን" አይተውት እንደማያውቁና፤ ቤቱም ጭር ብሎባቸው እንደከረመ ከነገሩኝ በኋላ፣ አባቴ ይመስላቸው ስለነበረው አጎቴ አንዳንድ ነገሮች ጠየቁኝ።

"አባቴ አይደለምኮ፣ አጎቴ ነው፣" ብዬ አስተካከልኳቸው፡፡ ከተማ ውስጥ እንደሌለና ቤቱም እንደታሸገ ነገርኳቸው።

"መቼ ነው የሚመለሱት?" ሲሉ ጠየቁ።

"አላውቅም፡፡"

"ደግ፣ እጅህ እስከ ጾመ ድረስ ቤቴ ውስጥ መኖር ትችላለህ" አሉ፣ ከረዥም ቁዘማ በኋላ።

ፈጠን ብዬ "እረ ምንም አልሰርቅም፣ በጭራሽ፡፡ ብቻ ብርዱን አልቻልኩትም፡፡ ብቻዬን መሆንም አልፈልግም።" አልኩኝ፡፡

"ለመሆኑ ስንት ዓመትህ ነው?"

"ስምንት ሊሞላኝ ነው፡፡"

"ገና አንድ ፍሬ ልጅ ነህ፣ ብቻህን ትተውህ መሄድ አልነበረባቸውም። ለመሆኑ አጎትህ መቼ ነው የሚመለሱት አልከኝ?" እንደገና ጠየቁኝ።

"አላውቅም፣ ምናልባት በሁለት ወይ በሦስት ወራት ውስጥ..."

"ለማንም አደራ ሳይሰጥ፤ አንተን የሚያህል ትንሽ ልጅ ቤት ውስጥ ብቻውን ትቶ የሚሄድ፤ ምን ዓይነት ሰው ነው? ለመሆኑ እናትህስ የት ናቸው?"

"አዲስ አበባ ነው ያለችው፡፡"

በሁኔታዬ እጅግ አዝነው፤ ቤታቸው ውስጥ እንድኖር ፈቃዳቸውን ሰጡኝ።

ወይዘሮ አበበች ደጅ የዋለ ጥርስ የተሰጣቸው ዝርጋዳ ደግ ሴት ናቸው፡፡ አንዲት የአሥራ አራት ዓመት ሴት ልጅና የአምስት ዓመት ወንድ ልጅ ነበራቸው። በሁለቱ መካካል የተወለዱ ብዙ ጨቅላዎች በሞት እንዳጡ ሲናገሩ ሰምቻቸዋለሁ።

ወንዱ ልጃቸው ከእኔ ጋር መጫወትን ይወድ ጀመር፡፡ በጊዜው እርሱ የአምስት ዓመት ልጅ ሲሆን እኔ ደግሞ ስምንት ዓመቴ ነበር፡፡ አንዳንዴ

ምትሐተኛ እንደ ሆንኩ ያህል ይቆጥረኝ ነበር። በዚህ ላይ ከሚያውቃቸው ልጆች ሁሉ አዋቂዎቹን ሰዎች በጨዋታ ማሸነፍ፣ ማንበብና መጻፍ፣ ሒሳብ መሥራት የምችል እኔ ብቻ ስለነበርኩ፤ እንደ ልዩ ፍጡር ሳያስበኝ አልቀረም።

ወይዘሮ አበበች አጎቴ ወደ ቤቱ ስለሚመለስበት ጊዜ ደጋግመው ይጠይቁኝ ጀመር። እኔም መቼ እንደሚመለስ እንደማላውቅ መንገሬን አላቋረጥኩም፡፡

"አይዞህ፣ እዚህ በመኖርህ ደስተኛ ነኝ፣ ምንም እንዳትፈራ..." ይሉኛል አዘውትረው፡፡ እንዲህ ሲሉኝ ቢያንስ እንደ ቤተሰብ ሊረዱኝ የሚችሉ አንዲት ሴት ከጎኔ እንዳሉ ቆጠርኩ፡፡ እናም ደህንነት ተሰማኝ። ቢያንስ አሁን አፋቸውን ከፍተው በሚያዛጉ አራት ወና ክፍሎች ውስጥ ብቻዬን አልኖርም።

በወይዘሮ አበበች ቤት ውስጥ ለአሥራ ስድስት ወራት ያህል ቆየሁ። እንግዲህ አሥር ዓመት ሞላኝ ማለት ነው፡፡ ያለኝ ልብስ ሁሉ ተቀዳዶ አለቀ። እግሬ አሮጌ ጫማዬን ዘልቆ ደጅ ካደረ ሰነባብቷል፡፡ በባዶ እግሬ መሄድ ተለማመድኩ፡፡ አዲስ ጫማ ለመግዛት አይታሰብም። ገላዬን መታጠብማ ከረሳሁት ቆየሁ፡፡ ምናልባትም በአንድ ዓመት ውስጥ አንድ ጊዜ ያህል በወንዝ ውሃ ውስጥ ታጥቤ ሊሆን ይችላል።

የወይዘሮ አበበች ዕርዳታ በዋናነት የነበረው፤ በቀን አንድ ጊዜ ምግብ ማብላትና ማደሪያ መስጠት ብቻ ነበር። የትምህርት ቤት ክፍያ ለመክፈልም ሆነ፤ የመማሪያ ቁሳቁሶች ለመግዛት አቅም አልነበራቸውም። በዚህ ምክንያት ለሁለት ወሰነ ትምህርት ያህል ትምህርቴን አቋረጥኩ።

ምግብ ፍለጋ መንገድ ላይ መዞር ጀመርኩ። መቼም ለአንድ የአሥር ዓመት ልጅ ወሳኙ ጉዳይ፤ በሕይወት መቆየት እንጂ ትምህርት ቤት መሄድ ሊሆን አይችልም።

ምዕራፍ ስምንት

ተስፋ

"የጎዳና ተዳዳዎች፣ ከባድ ውሽንፍር ካዛናፈለው ዛፍ ላይ የወደቁ ውብ አበባዎች ናቸው። አሁን ወደ ውብ የሕይወት የአበባ ጉንጉንነት ለመቀየር ግን፣ በመጠለያ መርፌና በደህንነት ክሮች አንድ ላይ መሰፋት ግዴታቸው ነው፡፡"

- ሙኒያ ካን

የማውቃቸው ልጆች ስለ ወላጆቼ ሲጠይቁኝ ሁለቱም እንደ ሞቱ እነግራቸው ነበር። ይህን የምለው መልስ ልሰጥባቸው የማልችላቸው ወይም መመለስ የማልፈልጋቸው ጥያቄዎች በሚያጋጥሙኝ ጊዜ ነበር።

አባቴ እንደ ሞተ መናገር ቀላል ነበር፣ የእውነትም ሞቶ ስለተቀበረ። ሞቱን በተመለከተ ማስታወስ የቻልኩትንና ከሰዎች የሰማኋቸውን የቃላት ምልልሶች መነሻ በማድረግ መናገር በቻልኩ ነበር። በጣም አስቸጋሪው ጉዳይ፤ እናቴ እንዴት እንደሞተች የሚያበራራ ድርሰት መፍጠሩ ነበር። በእናቴ የተተውሁ ልጅ መሆኔን ጓደኞቼ እንዲያውቁ አልፈለግኩም። የእርሷን ሞት አስመልክቼ ለጓደኞቼ የምነግራቸው የፈጠራ ወሬዎች በዝተው ከማስታወስ አቅሜ በላይ ስለሆኑ፣ ብዙውን ጊዜ እርስ በርሳቸው የሚጋጩ ታሪኮች እነግራቸው ነበር።

አንዳንዴ ስለ እናቴ ሞት ለሚቀርብልኝ ተመሳሳይ ጥያቄ፣ ሌላ የፈጠራ ታሪክ በማቀናበር መልስ በምሰጥበት ጊዜ፣ ቀደም ሲል የተለየ ታሪክ የነገርኳቸው ልጆች ያርሙኝ እንደነበር አስታውሳለሁ።

ስለ ወላጆቼ ተደጋጋሚ የፈጠራ ታሪኮች ከቀላመድኩ በኋላ፣ በጊዜ ሂደት የእናቴን ሞት እንደ እውነት እስከመቀበል ደረስኩ። እየዋለ ሲያድር ይሰማኝ የነበረው በእናቴ ያለመፈለግ ስሜት ቆመ። በአጠገቤ ምንም ዓይነት ዘመድ

ባለመኖሩ ማዘኔን ተውኩ። በአጎቴ ይደርስብኝ ከነበረው የማያቋርጥ በደል ነፃ በመውጣቴም ደስተኛ ሆንኩ።

በአእምሮዬ ጓዳ ውስጥ በሚመላለሱ ጥያቄዎች ምክንያት ግራ መጋባቴ ባይቀርም ፣ ብቸኝነቴን አምኜ መቀበል ነበረብኝ፡፡ ግዙፉ ብቸኝነቴ የሚያስፈራ ቢሆንም፣ ኃይል ማላበሱ አልቀረም ። በመሆኑም የማንንም እርዳታ ላለመጠየቅ ወሰንኩ፡፡ ምክንያቱም እርዳታ መለመን የተጋላጭነት ምልክት ከመሆኑም ራሴን ለጥቃት ማጋለጥ ይሆንብኛል የሚል ስጋት ነበረኝ። ብቸኛና አጋር የለሽ መሆኔን ማንም እንዲያውቅብኝ አልፈለግኩም፡፡

አንዳንዶች ከጎኔ መከታ እንደሌለኝ ካወቁ፣ ሊያጠቁኝ ወይም ሊገድሉኝ ይችላሉ ብዬ እጨነቃለሁ፡፡ ወላጆቼን በተመለከተ ያሉኝን መረጃዎች ደብቆ ማቆየት፣ ከሌሎች ልጆች አንጻር የሚኖረኝን የግንኙነት ሚዛን የሚጠብቅልኝ ሆኖ አገኘሁት።

በስተመጨረሻ እንዲህ ከሚል ቁርጠኛ መደምደሚያ ላይ ደረስኩ፤ “ምንም የለኝም...! ብቸኛ ነኝ...! ለኔ ያለሁት እኔ ብቻ ነኝ!... በቃ!... ይሄው ነው...!”

ገበጣ

አንድ ዕለት ሰባትና ስምንት ከሚሆኑ ልጆች ጋር ከአጎቴ ቤት አጠገብ ገበጣ እየተጫወትን ነበር። ታዲያ እየተጫወትን ሳለ፣ አንድ በግምት ከሠላሳ አምስት እስከ አርባ ዓመት የሚሆነው ጎልማሳ ወደ እኛ መጣ፡፡ አመጣጡ በአካባቢው የሚኖር አንድ ሰው ፈልጎ ነበር። ሌሎች ሁለት ሰዎችም አጅበውታል፡፡ መጀመሪያ እንዳየኋቸው ቤቱን ያሸጉት የባንክ ሰዎች ናቸው ብዬ ገምቼ ነበር፡፡ ለካስ ሁለቱ አጃቢዎች የፖሊስ መኮንኖች ኖረዋል፡፡

ወደ ሰውየው ቀረብ ብዬ ለምን እንደመጣና ማንንስ እንደሚፈልግ ጠየቅኩት።

“የዚህን ቤት ባለቤት ፈልጌ ነበር” አለና ወደ ቤቱ እየጠቆመ የአጎቴን ስም ጠራ፡፡

“ብዙነህ አጎቴ ነው፣ የእኔ ስም ዓድል ይባላል። ለምን ፈልገኸው ነው?”

“ከፖሊሶች ጋር ችግር አጋጥሞኝ ለዋስትና ፈልጌው ነበር። የመኪና አደጋ ደርሶብኝ ፖሊሶቹ መኪናዬን ስለ ወሰዱብኝ ዋስ የሚሆነኝ ሰው ፈልጌ ነው የመጣሁት...” ሲል አመጣጡን ገለጸ ።

ሰውየውን ስላላወቅኩት፣ አጎቴ ለብዙ ወራት ቤት ውስጥ እንዳልነበረ መንገር አልፈለግኩም፡፡ እውነቱን ብነግረው ሊፈጠር የሚችለው ችግር አሳሰበኝ። ምናልባት ደግሞ ከአጎቴ ጋር ዝምድና ሊኖረው ይችል ይሆናል ብዬ ገመትኩ፡፡ እናም ከዋሸሁት ከአጎቴ ጋር ችግር ሊፈጥርብኝ ቢችልስ የሚል ጥርጣሬ ገባኝ፡፡

“አጎቴ ከከተማ ውጭ ነው፣ መቼ እንደሚመለስ አላውቅም፡፡” ብዬ መለስኩለት፡፡

“አጎቴ ነው ያልከው?” ሲል ጠየቀኝ።

“አዎ፡፡”

“እናትህ ማን ትባላለች?” ብሎ በአንክሮ ሰረሰረኝ።

“ወይንሸት”

“የወይኒ ልጅ ነሃ?”

“አዎ ነኝ፡፡”

“የማጂድ ልጅ ነህ ማለት ነው?”

“አዎ፡፡”

“አባትህን አውቀዋለው። የተከበረ ሰው ነበር…”

በሐዘኔታ ዓይን ሲመለከተኝ አስተዋልኩ። ከመኪናው አደጋ የበለጠ የእኔ ሁኔታ ያሳሰበው መሰለኝ። አንድ ብር ሰጠኝ።

“አመሰግናለሁ!” ፊቴ ጥርስ ብቻ ሆነ፡፡

ወዲያው ከሁለቱ ፖሊሶች ጋር እየተሳሳቁ ከአካባቢው እብስ አሉ። እኔም ከባልንጀሮቼ ጋር ጨዋታየን ቀጠልኩ፡፡ እንደ ተለመደው ሁሉ የዛሬውንም ጨዋታ አሸነፍኩ።

የተቤገሩኝ እንስት

ያኔ ናዝሬት ውስጥ ብዙ ታክሲዎች አልነበሩም፡፡ በከተማው ውስጥ ሰዎችን ከአንድ ቦታ ወደ ሌላው የሚያጓጉዙ መኪኖች እምብዛም የሉም። የአዘቦቱ መጓጓዣ የፈረስ ጋሪ ነበር።

አንድ ቀን ከቀትር በኋላ፣ የፈረስ ጋሪ መጥቶ ከአጎቴ ቤት ፊት ለፊት ሲቆም አየሁ። ለጥቂት ጊዜ ያህል፣ ጋሪው ላይ ያለው ሰው ማን እንደሆነ ለመለየት ሞከርኩ።

አጎቴ ተመልሶ የመጣ መስሎኝ ነበር፡፡ ወዲያው ግን ከጋሪው መቀመጫ ተነስታ አንዲት ሴት ስትወርድ አየሁ። ከዚያ በፊት የማውቃት ሴት አይደለችም። እንደምንም ድፍረቴን አሰባስቤ ተጠጋኋትና ማን እንደሆነችና ማንንስ እንደምትፈልግ ጠየቅኋት። አልመለሰችልኝም።

ሴትዮዋ ለባለጋሪው ክፍያውን ሰጠችና አመስግናው አሰናበተችው። ገልመጥ አድርጋኝ ወደ አጎቴ ቤት አጥር ተጠጋች። በሩ እንደተቆለፈ ነው፡፡

“ምን ፈልገሽ ነው?” ደግሜ ጠየቅኋት።

“ይህ የወንድሜ ቤት ነው። ልጠይቀው ነው የመጣሁት፡፡” አለችኝ።

“እና... አጎቴ ወንድምሽ ነው ማለት ነው?” ስል በመደነቅ ጠየቅኋት።

“ብዙነህ አጎትህ ነው?” አለችኝ በአንክሮ።

“አዎ። ይሄ የአጎቴ ቤት ነው። እኔ የእህቱ ልጅ ነኝ።”

በተመስጦና በትኩረት እያየችኝ “እንደዚያ ከሆነማ እኔም አክስትህ ነኝ ማለት ነው” አለችኝ።

“የእናቴ እህት ነሽ ማለት ነው?”

“አዎ፡፡ የእናትህ ታናሽ እህት ነኝ፣” ስትል አረጋገጠችልኝ፡፡ ግዙፍ ሐዘን ፊቷ ላይ አረበበ። ትኩስ እንባ ከዓይኖቿ መኩለል ጀመረ።

“ለምንድን ነው የምታለቅሺው?”

“ዓድል፣ እኔ እኮ አክስትህ ነኝ። ከሕፃንነትህ ጀምሮ አውቅህ ነበር። አሁን ግን ተለወጥክብኝ። በጭራሽ ሌላ ልጅ ሆንክብኝ፡፡ የጎዳና ልጅ ነው እኮ የምትመስለው፡፡”

አቅፋኝ መንፍረቋን ቀጠለች። ከወላጆቼ ወገን የሆነ ቢያንስ አንድ ዘመድ በማግኘቴ ደስታ ተሰማኝ፡፡ በሌላ በኩል ደግሞ ዘመድ እንዳለኝ እንኳን የማውቅ ባለመሆኔ ግራ ተጋባሁ።

“ለሁለት ዓመታት ያህል እዚህ ብቻዬን ነው የኖርኩት፡፡ አሁን የአሥር ዓመት ልጅ ነኝ።” አልኩና ፈገግ አልኩ፡፡ ማልቀስ ቢገባኝም አላደረግኩትም፡፡ በመሠረቱ በልጅነት ጊዜዬ ሁሉ ማልቀስ አይሆንልኝም ነበር፡፡ በተቃራኒው ብርታትና ጽናት ግን የተጸፈልኝ ነው።

አክስቴ እጄን ይዛ በአቅራቢያው ወደሚገኝ ሱቅ ወሰደችኝ፡፡ ዳቦና በጊዜው በልጆች በብዛት ተወዳጅ የነበረውን ፋንታ የተባለ ለስላሳ መጠጥ ገዛችልኝ። ከእርሷ ጋር ለምን ያህል ጊዜ መቆየት እችል እንደሁ ማውጠንጠን ያዝኩ። ጉጉት ይንጠኝ ገባ፡፡

“ስምሽ ማን ይባላል?” ስል ጠየቅኋት።

“እመቤት”

“ፋንታና ዳቦ ስለገዛሽልኝ አመሰግናለሁ፡፡”

ድንጋይ ላይ ተቀመጣ ወደ ሰውነቷ አቀረበችኝና ትጠይቀኝ ጀመር፡፡

“ለመጨረሻ ጊዜ እህል የቀመስከው መቼ ነበር?”

“በየቀኑ እበላለሁ...”

“የምትተኛውስ የት ነው?”

“እጎረቤት”

ዳቦና ፋንታውን እስከጨርስ ጠብቃ ባዶውን ጠርሙስ ለባለ ሱቁ መለሰች፡ ፡ ከዚያም ጎረቤቴን ወይዘሮ አበበችን ለማግኘት አብረን ሄድን። ሁለቱ ሴቶች ሰላምታ ከተለዋወጡ በኋላ፣ እንግዳዋ አክስቴ “የዓድል አክስት ነኝ” በማለት ራሷን አስተዋወቀች፡፡

ጎረቤቴ እኔን በቤታቸው ውስጥ በማኖራቸው አመሰገነቻቸው። ለአሥራ አምስትና ሃያ ደቂቃ ያህል አወጉ፡፡

ወይዘሮ አበበች፣ አጎቴ እኔን ብቻዬን ትቶኝ እንደሄደ፣ ከዚያም ወደ ቤታቸው እንዳስጠጉኝ፣ ከአንድ ዓመት በላይ ለሚሆን ጊዜ በእርሳቸው ቤት እንደቆየሁ ተናገሩ፡፡

አጎቴ ድንገት ከቤቱ ከጠፋ ወደ ሁለት ዓመት ገደማ ሆኖት ነበር፡፡ ከዚያ ጊዜ ጀምሮ ብቻዬን እንደቀረሁና፤ አይሆኑ ሆኜ ሕይወቴን ለማቆየት እንደተገደድኩ፤ የሚያውቅ ዘመድ አዝማድ አልነበረም።

“ዓድል ጥሩ ልጅ ነው፣ ትምህርት ቤት መሄዱን አላቆመም። ደግሞም ምንም ነገር ሰርቆኝ አያውቅም” የወይዘሮ አበበች ምስክርነት ነው።

“ከልጆቼ ጋር ስምም ነው ። ጎረቤቶቼም ይወዱታል፡፡ የሠፈር ልጆች ሁሉ ጓደኞቹ ናቸው። ጫማና ልብስ ለመግዛት የሚያስችል አቅም ግን አልነበረኝም፡ ፡ ዘመዶቹ ሊፈልጉት መቼ ይመጡ ይሆን እያልኩ አስብ ነበር። በእውነቱ እሱን

ለማየት በመምጣትሽ ደስ ብሎኛል። ለመሆኑ እናቱ የት እንዳለች ታውቂያለሽ?" አበበች ነገር አመጡ ፡፡

"አዲሳባ ነው ያለችው። ባለትዳር ነች፣ ከሌላ አባት ሁለት ልጆች አሏት። ባሏ ሰው ማስጠጋት አይወድም፡፡ ታድያ ይሄ ልጇ አብሯቸው እንዲኖር አይፈልግም።" መልሷ ጎመዘዘኝ፡፡

"ለካ፣ እናቴ አለች። ግን የት ይሆን ያለችው?" አልኩ ለራሴ ብቻ በሚደመጥ ድምጽ። የሰማኝ የለም።

"ታዲያ አንቺ ስለዚህ ልጅ እንዴት አውቀሽ መጣሽ?" ወይዘሮ አበበች ጠየቁ።

"ስለ እሱ ወሬ የሰማሁት፣ ከሳምንታት በፊት ወንድሜን ፈልጎ እዚህ ከመጣ አንድ ዘመዳችን ነው..." አለች፡፡ "ይህ ዘመዳችን ልጁን አንዳች ነገር ቢያጋጥመውና ቢሞት ማልቀስ እንደሌለብን፣ ልጃችን ነው ማለት እንደማንችል ጭምሮ ነገረን፡፡ ምክንያቱም ከቤተሰባችን ውስጥ አንድም ሰው ይሄን ልጅ እዚህ ወደቅክ ያለው የለም፣ ማንም አልፈለገውም፡፡ እውነቱን ለመረዳት እንድመጣ የገፋፋኝ ይሄው ነው፡፡" አለች አክስቴ፡፡

አዲስ አበባ ተመልሳ ስለ እኔ ጉዳይ ከባለቤቷ ጋር እንደምትመካከር ከነገረችን በኋላ፣ "ተመልሼ መምጣቴ አይቀርም፣ ከዚያም ዓድል ከእኛ ጋር እንዲኖር ይገፔው እሄዳለሁ፣" ስትል አረጋገጠችልን።

"እንዲያ ብታደርጊ ጥሩ ነበር። ባልሽ ጥሩ ልብ እንዲኖረውና ይህ ልጅ አብሯችሁ እንዲኖር ልቡን ያራራለት፡፡ እኔ መቼም እወደዋለሁ፣ ግን ደግሞ አይወለደኝም፡፡ የራሴም ውጫጮች ስላሉኝ ያሻውን ላደርግለት አልችልም። መቼም እናቱም ሳትናፈቀው አትቀርም። ደግሞስ አባቱ የት ነው ያለው?" አበበች ንፍፊት ሆኑ ፡፡

በጣም የገረመኝ ነገር ሴትዮዋ እስከዚህ ሰዓት ድረስ ስለ አባቴ ጉዳይ ጠይቀውኝ አለማወቃቸው ነበር። እኔም ስለ ቤተሰቤ የማውራት ፍላጎት ፈጽሞ አልነበረኝም፡፡ አባቴ መሞቱን ለመጀመሪያ ጊዜ አበበች ከአክስቴ ሰሙ። በተጨማሪም አባቴ የሌላ አገር ሰው እንደሆነና ለየት ያለ ስም ሊኖረኝ የቻለውም በዚሁ ምክንያት እንደሆነ ነገረቻቸው።

"አዲሳባ ከወሰድኩት በኋላ ስሙን ወደ እኛ ስም እቀይረዋለሁ፡፡" ስትልም አከለች፡፡

"ማለፊያ ነው። የስሙ ነገር እኔንም ይገርመኝ ነበር፡፡ ባዕድ ቋንቋ ሲናገርም እሰማለሁ ልበል?"

አበበች እያወሩ የነበረው ስለ ዐረብኛ ቋንቋዬ ነበር፡፡ ነገር ግን አልፎ አልፎ ስናገር ይሰሙ የነበረው ቋንቋ ዐረብኛ መሆኑን እንኳን አያውቁም ነበር፡፡ አልፎ አልፎ የዐረብኛ የቤት ሥራዬን (የቁርዓን ጥቅሶች) ስሠራም ያዩኝ ነበር፡፡

“በምግብ እጦት እንዳይቀጭጭ አደራ...እኔ ቤት ውስጥ መኖር በጀመረ ጊዜ አንድ ሐሙስ የቀረው ነበር፣ አጥንትና ቆዳ ብቻ ነበር የቀረው። ራት እሰጠዋለሁ፡፡ ነገር ግን እሱን በቀን ሦስት ጊዜ ልመግበው አቅም የለኝም፡፡ ለመሆኑ እንዲህ ኮስማና የሆነው በምን ምክንያት ይሆን?” የወይዘሮ አበበች ማስጠንቀቂያ አከል ጥያቄ ነበር፡፡

“ከጊዜው ሁለት ወር ቀደም ብሎ ነበር የተወለደው። በተለመደው ጊዜ ከተገረዘ ይሞታል ብለው ስለፈሩ፣ ሁለት ዓመት እስኪሞላው ጠብቀው ነበር ያስገረዙት። በጣም ትንሽ፣ ግን ደግሞ ጠንካራ እንደነበር ሰምቻለሁ። ሰውነቱ ከዕድሜው የደቀቀ ቢሆንም፤ እንደ አባቱ ረጅም ይሆናል ተብሎ ነበር የታሰበው።”

ሁለቱ ሴቶች ቡና ከጠጡ በኋላ፣ ወደ አውቶቡስ ጣቢያ የሚያደርሳት ጋሪ እንድጠራላት አክስቴ አዘዘችኝ። እርሷን በማግኘቴ ደስታየ ፈንቅሎኝ ተስፈንጥሬ ተነሳሁ፡፡ ደግሞም ዳቦና ፋንታ ገዝታልኝ ስለነበር ወድጃታለሁ፡፡ እንደ ጥንቸል እንጣጥ ብዬ ወጣሁና፤ አውቶቡስ ጣቢያ የሚያደርሳት ጋሪ ይገፍላት ከተፍ አልኩ።

*

ከዓመታት በኋላ፣ ቆየት ያሉ የዕለት ማስታወሻዎቼን እያገላበጥኩ ሳለ፣ ወይዘሮ አበበች አረቄ ከመሸጥ በተጨማሪ በጾታዊ አገልግሎት ክፍያ ሳያገኙ እንደማይቀሩ ጠረጠርኩ። ከማስታወሻዬ እንደተረዳሁት፣ መደበኛ ባልሆኑ ሰዓታት ወደ እርሳቸው ቤት የሚመጡ የረጅም ጊዜ ደንበኞች ነበሯቸው። እነርሱ ሲመጡ እኔ ከቤት እንድወጣ ይነገረኝና በሩን ይዘጉታል። ከዚያም ከሠላሳ ደቂቃዎች ያህል በኋላ ሰዎቹ ወጥተው ይሄዳሉ።

እንዲህ ዓይነት መስተንግዶ የሚደረገላቸው ሦስት ሰዎች እንደነበሩ አስታውሳለሁ። ሁለቱ የከባድ መኪና ሹፌሮች ሲሆኑ፣ በወር አንድ ወይም ሁለት ጊዜ በየፊናቸው ይመጡ ነበር። ሰዎቹ ጉዳያቸውን እስኪጨርሱ ድረስ የጭነት መኪኖቻቸው ላይ ተንጠልጥዬ ማሳለፍ የእኔ ድርሻ ነው።

እርግጥ ነው፣ በጊዜው ምን ያደርጉ እንደነበር የማውቀው ነገር አልነበረም። ከዓመታት በኋላ ማስታወሻዎቼን እያገላበጥኩ ነገሮችን ሳገጣጥም ግን፣ ወይዘሮ አበበች ለእነዚያ ሦስት ሰዎች ጾታዊ አገልግሎት ይሰጡ ነበር ብዬ ደመደምኩ።

በተጨማሪም በጊዜው በዚያ አካባቢ ያሉ ሴተኛ አዳሪዎች፤ በዚያ መልከ ይተዳደሩ እንደነበርም ተረዳሁ። በወይዘሮ አበበች ቤት ይህን ፈጻሚዋ እርሳቸው ብቻ የነበሩ ቢሆንም፣ በአብዛኛዎቹ መሸታ ቤቶች ግን ልጃገረዶችም ጭምር ለገንዘብ ሲሉ ወንዶችን ያስደስቱ ነበር። በጊዜው ልጃገረዶች ጎዳና ላይ ስለማይቆሙ፣ ይሄኛው ዘዴ የተለመደ የዝሙት አዳሪነት ስልት መሆኑ ነው። ይህ በዚያ ዘመን ጎልተው ከሚታዩ አስጸያፊ ልማዶች አንዱ ነበር።

ምዕራፍ ዘጠኝ

የይገባኛል ጥያቄ

"እጅግ መሠረታዊ የሆነው ደመ ነፍሳችን፣ ለግል ህልውናችን ሳይሆን፤ ለቤተሰባችን ማንነት ቅድሚያ የሚሰጥ ነው። አብዛኞቻችን ሕይወታችንን ለቤተሰባችን አባላት ህልውና አሳልፈን እንሰጣለን ብለን እናስባለን፡፡ ነገር ግን በዕለት ተዕለት ሕይወታችን ውስጥ፣ የቤተሰባችንን ጉዳይ ችላ በማለት ስንኳትን እንባጃለን።"

\- ፖል ፒርሻል

መስከረም 1965 ዓ.ም. ግም ሲል አክስቴ ናዝሬት ተመልሳ መጣች። የአሥር ዓመት ልጅ ነበርኩ፡፡ በዚህ ጊዜ ስትመጣ ግን፣ ምንም ዓይነት የባዕድነት ስሜት አልጎበኘኝም፡፡ ዳግም መተዋወቅም አስፈላጊ አልነበረም፡፡ እናም እንደ እናቴ ታናሽ እህት፣ እንደ አክስቴ አያት ጀመር።

ከዚህ ቀደም በመጣችበት ወቅት አዲስ አበባ ልትወስደኝ እንደምትፈልግ፣ ነገር ግን አብሬያቸው ለመኖር እንድችል ባሏን ማስፈቀድ እንዳለባት ነግራኝ ነበር። አሁን በድጋሚ ተመልሳ ስትመጣ ግን፣ ወደ አዲስ አበባ ልትወስደኝ ይሁን፣ ወይ ደግሞ "ይቅርታ ልወስድህ አልችልም" ብላ ከው ልታደርገኝ እንደሁ እርግጠኛ አልነበርኩም። ገና እግሯ ከመርገጡ ፍርዴን ለመስማት ጓጓሁ። ደግነቱ ብዙም ደጅ ሳታስጠናኝ ውሳኔያቸውን አበሰረችኝ - ከቤተሰቡ ጋር እንድቀላቀል ባለቤቷ ተስማምቷል!

የእናቴ እህት ቀኑ ሳይገፋ ወደ አዲስ አበባ ጉዞ መጀመር እንዳለብን ብታሳውቅም፣ ወይዘሮ አበበች ግን ያንን ምሽት እዚያው አሳልፈን በቀጣዩ ጧት እንድንሄድ አግባባቻት። በእኔ በኩል፣ በተቻለ መጠን ጉዟችን ቶሎ እንዲጀመር ነበር ጉጉቴ፡፡ የማዘጋጀው ምናምኒት ጓዝ አልነበረኝም፡፡ ጨርቄን ማቄን ሳልል

ከወይዘሮ አበበች ቤት ውልቅ ብዬ፤ አዲሱን የሕይወቴን ምዕራፍ ከማላውቀው ቤተሰብ ጋር ለመጀመር ውስጤ ተቁነጠነጠ፡፡ አክስቴ ገላገለችኝ፡፡ በጉጉት ደጅ ደጁን እያዩ የሚጠብቋት ጨቅላ ልጆች እንዳሏት አስታውቃ፤ በአስቸኳይ መመለስ እንዳለባት አስረግጣ ገነገነች።

ተያይዘን ወደ ባቡር ጣቢያው አመራን። ከዚያም ለራሷ ትኬት ቆረጠች፡፡ እኔ ግን ዕድሜዬ ከአሥራ ሁለት ዓመት በታች ስለነበር በነጻ የመሳፈር ዕድል ተሰጠኝ። የባቡሩ ጉዞ አንድ ሰዓት ያህል የፈጀ ይመስለኛል። በመስኮቱ አጠገብ ተቀምጬ፤ በፍጥነት እየመጣ የሚያልፈውን ትዕይንት ስታዘብ ከቆየሁ በኋላ፣ ባቡሩ ወደፊት የሚሄድ ሳይሆን፤ መልከዓ ምድሩና ዛፎቹ ወደኋላቸው ከባቡሩ የሚሸሹ መሰለኝ። ምንም እንኳን ቀደም ሲል በባቡር ሄጄ ባውቅም፣ የአሁኑ ጉዞ ብርቅ ሆነብኝ።

የአክስቴ ቤት ከአዲስ አበባው ለገሀር ባቡር ጣቢያ በግምት ሰባት ኪሎ ሜትር ያህል ይርቃል። ከዓመታት በፊት አዲስ አበባን ለቅቄ ስወጣ ዕድሜዬ አምስት ዓመት ከመንፈቅ ነበር፡፡ አሁን ሌላ አምስት ዓመታት በዕድሜዬ ላይ ታክለዋል፡፡

አዲስ አበባ ውስጥ ካሉት ሕንጻዎች አንዱንም ማስታውስ አልቻልኩም። ምናልባትም ከተማዋ እምብዛም አልተለወጠች ይሆናል ወይም ጭራሹን ሳትለወጥ ቆማ ቀርታ ሊሆንም ይችላል፡፡ ያም ሆነ ይህ፣ ወደ ኋላ መለስ ብዬ አውቃት የነበረችው አዲስ አበባ ምን ትመስል እንደነበር፤ ለማስታወስ እድሜዬ አልፈቅድልህ አለኝ።

የቢሮ ህንጻዎቹን፣ ሆቴሎቹን፣ የአየር መንገድ ወኪሎቹንና ሱቆቹን ተራ በተራ እያለፍናቸው ስንሄድ፤ በመደነቅ ተውጬ ቀረሁ።

ከአዲስ አበባ አንጻር ናዝሬት አያሌ ከብቶች የሚርመሰመሱባት ትንሽ መንደር መስላ ታወሰችኝ። እዚያ በሠፈራችን በኩል አንድ መኪና ሲያልፍ ካየን ብርቃችን ነበር። በዋና መንገዶች ላይ የሚያልፉ መኪኖችን ለማየት እንኳ፤ ሳብ ላለ ርቀት ያህል በእግር መጓዝ ነበረብን።

እዚያ እኔና አጎቴ እንኖርበት የነበረውን ቤት ከሚመስሉ ጥቂት ቤቶች በስተቀር፤ አብዛኞቹ ቤቶች የጭቃ ጎጆዎች ነበሩ። ከዚህ አኳያ አዲስ አበባ እንደገባሁ ባየኋቸው ዘመናዊ የቢሮና የመኖሪያ ህንፃዎች፣ የመኪና መንገዶች፣ መኪናዎች ሽክ ብለው የዘነጡ ሰዎች ሳይ፤ የተፈጠረብኝ ስሜት ከአዕምሮዬ በላይ ሆነብኝ፡፡ እንደ ዲዝኒላንድ ያለ የልጆች መጫወቻ ዓለም ወይም ሳይንሣዊ የፈጠራ ማዕከል፤ አለያም ደግሞ መካነ አራዊት ለመጀመሪያ ጊዜ እንደጎበኘ ልጅ፤ በአግራሞት የሚያስፈነጥዝ ልዩ ሀሴት ሁለመናየን ወረረኝ ።

በጊዜው ጥቂት የእንግሊዝኛ ቃላትና ዓረፍተ ነገሮች ማንበብ ችዬ ነበርና በመንገዳችን ላይ፣ "የኢትዮጵያ ቴሌ ኮሙዩኒኬሽን መሥሪያ ቤት" እና "ራስ ሆቴል" የሚሉ የህንጻ ስሞችን አንብቤአለሁ። በአየር መንገድ ቢሮ መስኮቶች በኩል ያየኋቸው ትናንሽ የአውሮፕላን ናሙናዎች ቀልቤን በእጅጉ ማርከውት እንደነበር አልዘነጋውም።

በጉዟችን መሀል ደጋግሜ እቆምና ጥያቄዎች መሰንዘር እቃጣለሁ፡፡ ደግሞም በመደነቅ ተሞልቼ ስለነበር፣ ባየኋቸው ነገሮች ሁሉ ላይ ማፍጠጥ፣ ብችል መነካካትና ምንነታቸውን ማወቅ ዳዳሁ፡፡ ወለም ዘለም ማለቴ ያበሳጫት አክስቴ ግን ፋታ ሳትሰጥ ወደፊት መጎተቷን ጠነከረችበት ።

"ፍጠን እንጂ! ሳይመሽ እንድንገባ ቶሎ ቶሎ መሄድ አለብን።" እያለች ማጣደፏን ያዘች፡፡

የምሄደው በባዶ እግሬ የነበረ ቢሆንም፣ ዘና ብዬ ሁሉንም ነገር እያስተዋልኩ መጓዝ ነበር ፍላጎቴ።

በወቅቱ አክስቴ የምትኖረው አሁን ሸራተን ሆቴል በተሠራበትና ፍልውሃ በሚባለው ሠፈር ነበር ።

ቤት እንደደረስን አራት ልጆች አየሁ፡፡ አንድ የአራት ዓመት ወንድ ልጅ፣ ሁለት ዓመትና ሦስት ዓመት የሚሆናቸው ሁለት ሴቶች፣ እንዲሁም የሁለት ወር ሕጻን ልጅ ነበሩ። በተጨማሪም ዕድሜያቸው ከፍ ያለ አንድ ወንድና አንዲት ሴት በቤቱ ውስጥ እንዳሉ ተረዳሁ። ወንዱ አሥራ አራት ዓመት ገደማ፣ ሴቷ ደግሞ አሥራ ሰባት ዓመት ሳይሆናት አይቀርም፡፡ ወንድዬው በዕድሜም ሆነ በቁመት ከእኔ እምብዛም የማይበልጥ መስሎ ታየኝ። ብዙም ሳልቆይ እንደተረዳሁት፣ ሁለቱም የቤተሰቡ አገልጋዮች ነበሩ።

አክስቴ እኔን ከልጆቿ ጋር ከማስተዋወቋ በፊት፤ እግሬንና እጄን እንድታጠብ አዘዘችኝ። ወንዱ አገልጋይ ደጋግሞ በዓይኑ ሲመዝነኝ ከቆየ በኋላ፤ የምታጠብበት ውሃ አመጣልኝ፡፡ የታዘዝኩትን ፈጸምሁ።

"ይሄ ትልቁ ልጄ ነው፣ ጌታሁን ይባላል፡፡ ሴቶቹ ደግሞ መሠረት እና ዓይናለም ይባላሉ።" አለችኝ አክስቴ፡፡

አያይዛም ከሁለቱ አገልጋዮች ጋር ካስተዋወቀችኝ በኋላ፣ በቅርቡ የወንዱን አገልጋይ ኃላፊነት እኔ እንደምወስድ ገለጸችልኝ። "ኃላፊነት" የሚለውን ቃል ከዚያ በፊት ሰምቼው ስለማላውቅ የልጁ ግዴታዎች ምን ምን እንደሆኑ ለመገመት ተቸገርኩ። ልጁን ደጋግሜ አስተዋልከት፡፡ እሱም ከእኔ ላይ ዓይኑን አልነቀለም፡፡

መሸትሸት ሲል የአከስቴ ባል መጣ። በግራሶ የተጨማለቁ እጆቹን ሳይ፣ ያን ያከል የቆሸሸው ሥራው ምን ቢሆን ነው ብዬ ተገረምሁ። በወጉ ሰላምታ ካቀረበልኝ በኋላ፣ ፊቱን ወደ ባለቤቱ አዙሮ የጉዞ ሁኔታዋን ይጠይቃት ጀመር።

ከጥቂት ጊዜያት በኋላ፣ ባሏ መካኒክ እንደሆነና ከሌሎች ሁለት ሰዎች ጋር በሽርክና የሚያስተዳድረው የመኪና ጋራዥ እንዳለውም ተረዳሁ። ማመጫ ይባላል፡፡

ጋራጁ ቀደም ሲል የአንድ ጣሊያናዊ ነጋዴ ንብረት ነበር። ጣሊያናዊው ሰውዬ ሲሞት፣ የአከስቴን ባል ጨምሮ ሦስቱ ከፍተኛ መካኒኮች ጋራዡን ከሚቹ ቤተሰብ ላይ ገዙ።

በዚያን ዘመን በነበረው የኢትዮጵያ የምጣኔ ሀብት ደረጃ ሲመዘን፣ የዚህ ዓይነቱ ንግድ ባለቤት መሆን አንቱ የሚያሰኝ ገቢ የሚስገኝ ነበር፡፡

ወንዱ አገልጋይ ፈጠን ብሎ ሳሙናና ሙቅ ውሃ አመጣና፤ የአባወራውን እጅ አስታጠበ። በዚያን ጊዜ ነበር ሰውዬው የአከስቴ ባልና የልጆቿ አባት መሆኑን የተረዳሁት። እጆቹን ታጥቦ ካደራረቀ በኋላ፤ ሴት ልጆቹን እያገለበጠ ሳማቸው። ሴቷ አገልጋይ ደግሞ ራት ለማዘጋጀት በምግብ ጠረጴዛው አካባቢ ደፋ ቀና ስትል ቆየች።

ቀጥሎም ራት ለመብላት በትልቅ ጠረጴዛ ዙሪያ ቤተሰቡ ታደመ፡፡ በጣም ርቦኝ ስለነበር ወንበር ስቤ ወደ ጠረጴዛው ተጠጋሁ። ሆኖም ከቤተሰቡ ጋር ተቀምጬ መብላት እንደማይፈቀድልኝ አከስቴ አረዳችኝ። ይልቁንም፣ እነርሱ በልተው ከጨረሱ በኋላ ከአገልጋዮቹ ጋር አብሬ እንደምበላ ተስፋ ሰጠችኝ። በታዛዥነት ከማእዱ ተመለስኩ።

ገበታው ከፍ ካለ በኋላ ራታችንን ለመመገብ ከአገልጋዮቹ ጋር ተቀመጥሁ። ከቤተሰቡ ጋር ሳይሆን፣ ከአገልጋዮቹ ጋር ለመብላት በመገደዴ ተበሳጨሁ። እንዲህ የተሰማኝ የቤተሰቡ አባል የሆንኩ መስሎኝ ስለነበር ነው።

በጣም ከማዘኔ የተነሳ የምግብ ፍላጎቴ ተቆለፈ፡፡ የተትረፈረፈ ምግብ ቀርቦ የነበረ ቢሆንም፣ መከፋቴን ለመግለጽ ያህል ትንሽ ቀማምሼ ተነሳሁ።

ከጥቂት ቀናት በኋላ፣ ወንዱ ረዳት የዕለት ተዕለት ሥራውን እንዲያስተምረኝ፣ ከአከስቴ መመሪያ ተሰጠው። አገልጋዩ ከሁሉም የቤተሰቡ አባላት ቀድሞ በማለዳ ከተነሳ በኋላ፤ በጠርሙስ የታሸገ ወተት ፍለጋ ወደ ሱቅ መሄድ ይጠበቅበታል። ከዚያም ከሴቷ አገልጋይ ጋር ምግብ ለማብሰል የሚያስፈልጓትን ግብዓቶች ለመግዛት በአቅራቢያው ወደሚገኝ ገበያ ይሄዳል። ከሰዓት በኋላ ደግሞ፣ የምግብ ዕቃዎችን በማጽዳት ሴቷን አገልጋይ ይረዳል፡፡ በተጨማሪም ቢያንስ በቀን አንድ ጊዜ ቡና ለማፍያ የሚሆን ከሰል ያመጣል።

ቡናውን በማፍላት በኩልም ሴቷን አገልጋይ ያግዛል፡፡ ጎረቤቶች ቡና እንዲጠጡ እየዞረ የሚጠራውም እሱዉ ነው።

ሥልጠናዬን ቀስሜ ብድግ ቁጭ ማለት ከጀመርኩ ከአንድ ሳምንት በኋላ፣ ያለባትን ውዝፍ ደመወዝ ከፍላ አገልጋይዋን አሰናበተችው። ሳያንገራግር ጓዙን ሸክፎ ነጎደ።

የቋንቋ ችሎታዬ ገና በቅጡ ባይዳብርም፣ በዚህን ወቅት አጫጭር የዕለት ውሎ ማስታወሻዎቼን መጻፍ ጀምሬ ነበር። እውነቱን ለመናገር የምጽፈው ነገር ያለውን ጠቀሜታም ሆነ ማስታወሻ ምን እንደሆነ እንኳን በውል አላውቅም ነበር፡፡ ነገር ግን ያየሁትንና ያጋጠመኝን ሁሉ ለመጻፍ ከራሴ ጋር ውል አሰርሁ፡
፡

በናዝሬት ከተማ የደረሰብኝንና እዚያ በነበረኝ ቆይታ ያጋጠሙኝን ሁሉ፣ የተሰማኝን ስሜት ጭምር እያከልሁ ሳልታከት መከተብ ጀመርሁ፡፡

ማስታወሻዎቼን የምጽፍበት ዋነኛው ዓላማ በቅርብ የማላገኛቸውን ሰዎች በምናብ ለመነጋገር እንዲያስችለኝ በማሰብ ነበር። ይህን በምጽፍበት ጊዜ ሁሉ፣ ከሟች አባቴ ወይም የት እንዳለች እንኳን ከማላውቃት እናቴ ጋር እየተነጋገርኩ እንደሆነ ይሰማኝ ነበር። በህይወቴ ዙሪያ የሚያጠነጥኑ አንዳንድ አንኳር ክስተቶች በሚያጋጥሙኝ ጊዜ፤ ስሜቴንና ግምቴን ሳልጨምር ደረቅ ዘገባዎችን አሰፍራለሁ።

ጽሑፎቼን ማንም ሰው እንደማያያቸው እርግጠኛ መሆን ነበረብኝ። አክስቴና ባሏ የጻፍኩትን ማንበብ እንደማይችሉ አውቃለሁ፡፡ ይሁን እንጂ ማስታወሻዬን ማንም ቢያገኘው ሊረዳው እንደማይችል ማረጋገጥ ነበረብኝ፡፡ በዚህም ምክንያት ስለ አንድ ክስተት ወይም ሁኔታ ስጽፍ ለገጸ ባህርያቱ ሐሰተኛ ስም እሰጣቸዋለሁ፡፡ ብዙውን ጊዜ የዐረብኛ ቃላት በአማርኛ ጽሑፍ መካከል አልፎ አልፎ በመሰንቀር፤ የጽሑፌን ርዕሰ ጉዳይ ማንም እንዳይረዳው አደርጋለሁ።

ይሄው ማስታወሻ የማኖር ልማዴ እነሆ እስከዛሬም ድረስ ቀጥሏል። በጥር 2013 ዓ.ም. የሕይወቴን የጉዞ ፈለግ ለመጻፍ በወሰንሁ ጊዜ፣ በየመንና በኢትዮጵያ ያሉትን የቤተሰቤን አባላት በማነጋገር፤ ሁሉንም መጽሔቶቼን፣ ደብዳቤዎቼንና ስዕሎቼን እንዲልኩልኝ አደረግሁ።

እርግጡን ለመናገር፣ ከሰነዶቼ አንዱንም እንኳን አገኛለሁ ብዬ ተስፋ አላደረኩም ነበር፡፡ እነሆ ከ1965 ዓ.ም. ጀምሮ የተጻፉ ሁሉም መዛግብቶቼ፣ የአርባ ሰባት ዓመት ዕድሜ ካላቸው በእጅ የተፃፉ ማስታወሻዎቼ ጋር ተገኙና እጄ ገቡ።

አከስቴ እነዚያን ሁሉ መዝገቦች ለብዙ ዓመታት ያለአንዳች እንከን ማቆየቷ፣ ለእኔ ያላትን ፍቅርና ክብር የሚመሰክርላት ነው። ደብዳቤዎቼንና ማስታወሻዎቼን በጥንቃቄ ስለጠበቀችበት ምክንያት በአንድ ወቅት ስጠይቃት፣ እንዲህ ስትል ነበር የመለሰችልኝ፡፡

“የማይጠቅሙ ነገሮች እንደማትጽፍ አውቃለሁ፡፡ ልዩና አስተዋይ ልጅ እንደሆንከም አውቅ ነበር፡፡ ምናልባት ከልጆቼ አንዱ ከአንተ ጽሑፎች አንዳች ነገር ይማራል ብዬም አስብ ነበር፡፡” አለችኝ፡፡

በበኩሏ ማንበብም ሆነ መጻፍ ባትችልም ለትምህርት ትልቅ አክብሮት እንዳላት አውቃለሁ።

“የጀመርኩትን ሥራ ለመጨረስ የሚያስችለኝ እንደ ብረት የጠነከረ የቆራጥነት መንፈስ አውርሰኛል። እኔ የእናንተ ጥረት ውጤት ነኝ!” ለዚህ ብርታቷና ቁም ነገረኛነቷ ያቀረብኩላት ሞገስ ነበር ፡፡

የተላኩልኝ የማስታወሻ ጽሑፎችና ደብዳቤዎች አቀማመጥ እንደሚከተለው ይመስሉ ነበር፡፡

ምዕራፍ አሥር

አቃቢ ዜና፣ መዋዕለ እውቀት

“የማንበብ ችሎታን ማዳበር ልክ እሳት እንደማቀጣጠል ነው፡፡ እያንዳንዱ ሆሄ እንደ ትንታግ እንቈጠረው።”

- ቪክቶር ሁጎ

በዚህ መሀል አክስቴ አንደኛ ደረጃ ትምህርት ቤት ልታስመዘግበኝ ፈለገች። ከቤታችን አቅራቢያ “ኢዩቤልዩ” የሚባል ትምህርት ቤት ነበር። ሆኖም ግን ልመዘገብ በነበረበት ወቅት ትምህርት ቤቱ በሙሉ አቅሙ ተማሪዎች ተቀብሎ ስለነበር፤ እኔን ለማስተናገድ የሚያስችል ቦታ አልነበረውም፡፡ እንደ አጋጣሚ ሆኖ ግን፣ ከትምህር ቤቱ ተማሪዎች መካከል አንዱ በሕክምና ምክንያት ለጊዜው ትምህርት አቋርጦ ስለነበር፣ ለአንድ ወሰነ ትምህርት ያህል ብቻ ሊቀበሉኝ እንደሚችሉ ተነገረን። ያ ከሆነ፣ ትምህርቱን ያቋረጠው ተማሪ ወደ ትምህርት ገበታው ሲመለስ መባረሬ ላይቀር ነው። ዳሩ ግን ለአንድ ወሰነ ትምህርትም ቢሆን፤ ልታስመዘግበኝ አክስቴ ተስማማች።

ከአዲሱ ሠፈሬ ጋር በቅጡ መላመድ ጀመርኩ። በሠፈሩ ዙሪያ ገባ ላይ ታች ስንከላወስ፣ አብዛኞቹ ነዋሪዎች ሬዲዮኖቻቸውን በየጆሮዎቻቸው ለጥፈው በምዕራብ ጀርመን እየተካሄደ የነበረውን የ1972 ዓ.ም. የበጋ ኦሊምፒክ ዘገባ ሲከታተሉ ታዘብኩ። ከቤተሰቦቼና ከጎረቤቶቻችን እንደተረዳሁት ከሆነ፣ አንድ ኢትዮጵያዊ የማራቶን ሯጭ በተከታታይ ለሦስተኛ ጊዜ ለሀገሩ የወርቅ ሜዳሊያ ያመጣል ተብሎ እየተጠበቀ ነበር።

የሀገር ውስጥ ጋዜጦችን ለማንበብ ጊዜ አልወሰደብኝም፡፡ ብዙውን ጊዜ በስፖርት ዘገባ አምዶች ላይ አተኩር ጀመር። ከንባቤ እንደተረዳሁት አበበ ቢቂላ የሚባል በባዶ እግሩ የሚሮጥ ዝነኛ አትሌት ነበር። ይህ የማራቶን ሯጭ በሮም ኦሊምፒክ ላይ፣ አዲስ የዓለም ክብረ ወሰን በማስመዝገብ የወርቅ ሜዳሊያ ለሀገሩ አምጥቷል...ያውም በባዶ እግሩ!

በተጨማሪም የኦሎምፒክ ወርቅ ሜዳሊያ ያሸነፈ የመጀመሪያው ጥቁር አፍሪካዊ ነው - አበበ ።

መቼም እኔ በከፋ ድህነት ምክንያት ለአሥራ ሦስት ወራት ያህል ናዝሬትን በባዶ እግሬ ረምርሜያታለሁ። ሆኖም ግን በሞቃታማዋ ናዝሬት እንደፈጋሁት ሁሉ፤ እዚህ በባዶ እግር መሯሯጡ የሚያወላዳ አልሆነም።

ስለ አበበ ቢቂላ የሚያትተውን የጋዜጣ ጽሑፍ እስካነበብኩበት ጊዜ ድረስ፤ በባዶ እግር መሄድ ያሳፍረኝ ነበር። እርሱ በባዶ እግሩ ሮጦ የኦሎምፒክ ማራቶን ማሸነፍ ከቻለ፣ እፍረቴን "ገደል ግባ" እለዋለሁ አልኩ በውስጤ። ደግሞም እኮ አበበ "በባዶ እግር መሄድ ብዙ ጥቅም አለው" ሲል ለጋዜጠኞች ተናግሯል።

ከናዝሬት በእጅጉ ወደምትቀዘቅዘውና ዝናብ ወደሚበዛባት አዲስ አበባ ከመጣሁ ከሁለት ሳምንት በኋላ፤ አክስቴ ጫማ ገዛችልኝ፡፡ ደስታዬን መሸከም አቃተኝ።

ዳሩ ግን የገዛችልኝን ጫማ በምጠቀምበት ሁኔታ ላይ ጥብቅ መመሪያዎች አውጥታ ነበር። ጫማ ማጥለቅ የምችለው ትምህርት ቤትና ገበያ ስሄድ ብቻ ነው፡፡ ቤት ውስጥ በምሆንበት ጊዜ ሁሉ ባዶ እግሬን መሆን ይጠበቅብኛል። በተለይ እግር ኳስ ስጫወት በፍጹም ጫማውን እንዳላደርግ ጥብቅ ማስጠንቀቂያ ደርሶኛል።

ጋዜጣው የአበበ ቢቂላን ስኬቶች በየጊዜው ማስነበቡን ቀጠለ። በባዶ እግሩ እየሮጠ የዓለምን ክብረ ወሰን ከማስበርም ባለፈ፣ በሮምናና በቶኪዮ በተካሄዱ የኦሊምፒክ ውድድሮች ላይ፤ በተከታታይ ማራቶን ያሸነፈ የመጀመሪያው አትሌትም ሆነ።

በእርግጥ በቶኪዮ በተካሄደው የኦሎምፒክ ውድድር ያሸነፈው በጫማ ሮጦ ነበር። በሜክሲኮ በተካሄደው ኦሊምፒክ ውድድር ላይ አበበ ጉዳት አጋጥሞት ስለነበር፣ የሀገሩ ልጅ የሆነው ማሞ ወልዴ እርሱን ተክቶ የወርቅ ሜዳሊያ አመጣ፡፡

በምእራብ ጀርመን በተካሄደው ኦሎምፒክ ላይ የተገኘው ውጤት መላውን የሀገሪቱን ሕዝብ ያነቃነቀ ክስተት ነበር፡፡ እኔም በአበበ ስኬት በጣም ከተደሰቱትና ከተማረኩት አንዱ ነበርኩ፡፡ በዚሁ ሳቢያ የሩጫ ፍላጎት ተቀስቅሶብኝ አረፈው።

አክስቴ በምትኖርበት በቆርቆሮ በታጠረ ግቢ ውስጥ፣ ወደ አሥር የሚጠጉ የኪራይ ቤቶች ነበሩ፡፡ በግቢው ውስጥ ሦስት የመታጠቢያ ቤቶች የነበሩ ሲሆን፤ ሁለቱ ለተከራዮች፣ አንዱ ደግሞ ለአከራዮች አገልግሎት ይሰጣል። መታጠቢያ

ቤቶቹ ከቤት ውጪ የተሠሩ ናቸው:: የፍሳሽ መኪናዎች በየሁለት ወሩ እየመጡ የመጸዳጃ ቤት ጉድጓዶቹን የመምጠጥ ተግባር ያከናውኑ ነበር።

አክስቴና ባሏን ጨምሮ አብዛኛው የአካባቢው ሰው ማንበብ ስለማይችል፣ ለዘመዶቼና ለጎረቤቶቻችን በሙሉ የዜና ዘገባዎችን የማንበብ ኃላፊነት የተሰጠው ብቸኛው ሰው ለመሆን በቃሁ። ይህም በራስ የመተማመን ዕድል ፈጠረልኝ። ብዙዎቹ የአካባቢው ነዋሪዎች በቡድን እየሆኑ ሬዲዮ የማዳመጥ ልምድ ነበራቸው:: ሆኖም የሬዲዮ መርሐ ግብሮቹ የሚተላለፉበት ሰዓት ውስን ነበር:: እናም ብዙውን ጊዜ መርሐ ግብሮቹ በሚተላለፉበት ወቅት አብዛኞቹ ሰዎች ሥራ ላይ ስለሚሆኑ ያመልጧቸዋል።

በጊዜው የአንዲት የንፋስ ሬዲዮ ባለቤት መሆን ብዙዎች የማያገኙት ጸጋ ነበር:: ለአብዛኞቹ ዜናዎችን ለመከታተል ጋዜጣ የተሻለና ምቹ የዜና ምንጭ እንደ መሆኑ ፣ የእኔ ማንበብ መቻል ከታወቀ በኋላ ደግሞ የመንደሩ ዜና ዘጋቢነት ፀደቀለኝ።

ለነዋሪዎቹ ምቹ በሆነ ሰዓት ላይ የዜና ዘገባዎቹን እንደየሁኔታው ደጋግሞ የማንበብ ግዴታ ተጣለብኝ። የመንደራችን ሰዎች እየተቧደኑ በተለያዩ ሰዓታት ይሰበሰባሉ:: ታድያ በግቢው መሀል ላይ ተቀምጦ ጋዜጣውን ማነብነብ የእኔ ድርሻ ነበር።

የእኔ ሚና የአድማጮቼን ጆሮ ማጥገብ ነበር። ትላልቅ ሰዎች በዙሪያዬ ተኮልኩለው፤ እኔን መስማታቸው የሙሉነትና የተደማጭነት ስሜት አሳደረብኝ:
:

አብዛኞቹ አዋቂዎች ማድረግ የማይችሉትን ነገር በልጅነቴ መከወን ቻልኩ። ማንበብ መቻል የእውቀት፣ የመረጃና የዕድል ቁልፍ እንደሆነ ያወቅሁት ያኔ ነበር። የዕለት ተዕለት የንባብ ሥርዓቱ በላቀ የስኬት ስሜት የመሞላት ብርታት ሰጠኝ።

የአይሁድና የእስልምና ቅዱሳት መጻሕፍትን ከማንበብ አልፌ፤ እውነተኛ ክስተቶችንና ዕለታዊ ዜናዎችን ወደ ማንበብ ተሸጋገርኩ። ለብዙዎች በሕይወታቸው ላይ ተጽእኖ ስለሚያሳድሩ ክስተቶች መረጃ ማስተላለፍ ቻልኩ። በማህበረሰቤ ውስጥ ላሉ ሰዎች - ያውም አዋቂዎች - የዓለም በር የሚከፈበትንት ቁልፍ በመዳፌ ውስጥ ይዤ ተገኘሁ!

የአክስቴ ባል ጋዜጣዎችን የትም እንዳልጥልና እንብቤ ከጨረስኩ በኋላ፣ እንድመልስለት ያስጠነቅቀኝ ነበር:: ምክንያቱም እንደ የሽንት ቤት ወረቀት ያገለግሉ ነበርና ነው:: ብዙዎች ሌላ አማራጭ ስላልነበራቸው የጋዜጣ ቁርጥራጮችን እንደ የሽንት ቤት ወረቀት መጠቀም የአዘቦት ልማድ ነበር።

በአንጻሩ አረቦችና ሙስሊሞች - ወንዶችም ሆኑ ሴቶች - በሽንት ቤት ወረቀት ምትክ ከተጸዳዱ በኋላ በግራ እጃቸው መታጠብን ያዘወትሩ ነበር።

ክርስቲያን ሴቶች ወደ መጸዳጃ ቤት ወረቀት ይዘው ሲሄዱ አይቼ አላውቅም፡ ፡ ከዚህ ይልቅ በቀን ሁለት ጊዜ ሩብ ሊትር በሚሆን የቆርቆሮ ጣሳ ላይ ውኃ ሞልተው ወደ መጸዳጃ ቤት ይሄዳሉ። ወንዶቹ ኢትዮጵያውያን ግን ከተጸዳዱ በኋላ ውኃ ሲጠቀሙ አላየሁም።

ምዕራፍ አሥራ አንድ

ባንሰር ... "ስለ አባት"

"ልጆች በጥበብ እና በበጎነት ታንጸው ያድጉ ዘንድ፣ የአባቶች ምሳሌነትና መሪነት አስፈላጊ ነው። ልጆች ያለ አባት በሚያድጉበት ጊዜ፤ ወላጅ አልባ የሆኑ ያህል ይሰማቸዋል፡፡ ወሳኝ የሆነው የእድገታቸው ምዕራፍም መቅኖ ያጣል፡፡"

- ርዕሰ ሊቃነ ጳጳሳት ፍራንሲስ

ከትምህርት ቤት በኋላ በቀጥታ ወደ ቤቴ ከመመለስ ይልቅ በአካባቢው እየማሰንኩ አዳዲስ ነገሮችን ማሰስ ጀመርኩ፡፡ በጥቂት ሳምንታት ውስጥ የኢትዮጵያ የውጭ ጉዳይ ሚኒስቴርን፣ የአፍሪካ ህብረት ጽሕፈት ቤትንና መስቀል አደባባይን ማወቅ ቻልኩ። ሱቆች በበዙበት አካባቢ ሳልፍ ደግሞ የግሪክ ወይም የጣሊያን ተወላጆች በሚመስሉ ሰዎች የሚተዳደር አንድ የልብስ ንጽሕና ቤት አስተዋልኩ። ስሙን ስመለከት "ዜኒት ልብስ ንጽሕና ቤት" ይላል፡፡

ትምህርት ከጀመርኩ አንድ ወር ገደማ እንደሆነኝ፣ አዘውትሬ ከትምህርት ቤት ወደቤት በምመላለስበት መንገድ ላይ ወደሚገኘው ወደዚህ የልብስ ንጽሕና ቤት የመግባት ድፍረት አገኘሁ። አንድ ረጅም፣ ነጣ ያለ ቆዳ ያለው ሰው ከደንበኞች ማስተናገጃ ጠረጴዛው ጀርባ ቆሞ አየሁ። በአማርኛ ሰላም አልኩት። አጸፋውን መለሰልኝ፡፡ የተለየ የአነጋገር ቅላጼ እንዳለው ከመቅጽበት ተረዳሁ።

"ለመሆኑ ምንድን ነው የምታጥቡት?" ስል የሞኝ ጥያቄ ወረወርኩለት።

ጥያቄዬን ከመመለስ ይልቅ ለምን እንደመጣሁ ጠየቀኝ።

"እንዲሁ ገርሞኝ ነው" አልኩት፡፡ ቀጠልኩና "ግሪካዊ ነህ?" ስል ጠየቅኩት።

በጊዜው የጽሑፍ ወልፈኛ እንደመሆኔ፣ ያገኘሁትን መጽሐፍ ሁሉ አነብ ነበር፡ ፡ ኢትዮጵያ ውስጥ ከሚገኙ መጻሕፍት ብዙዎቹ በኢትዮ - ጣሊያን ጦርነት

ታሪክ ላይ የተጻፉ ነበሩ፡፡ ስለዚህ በዚያ ዕድሜዬ ነጣ ያለ የቆዳ ቀለም ያለው ሰው ካየሁ ጣሊያናዊ ወይም ግሪካዊ ነው ብዬ አስብ ነበር።

መቼም እዚህ ልብስ ማጠቢያ ቤት ውስጥ ያገኘሁት ሰው ዐረብ ሊሆን አይችልም፡፡ ምክንያቱም የተለመደውን የዐረቦች ልብስ አልለበሰም፡፡ ይልቁንም በአውሮፓውያን የአለባበስ ዘይቤ ነበር የተዋበው፡፡ ስለዚህ ግሪካዊ መሆን አለበት ብዬ ደምድሜ ነበር።

ሰውዬው ሥራ እንደበዛበት ሁሉ ሲባትል ቆየና፤ ከአካባቢው ዞር እንድል ቀጭን ትእዛዝ ሰጠኝ፡፡ በዚህ መሀል አጠገቡ ካለ ጠረጴዛ ላይ የተቀመጠው ስልክ ጮኸና አነሳው። ዓይኔን አፍጥጬ ስልኩን እስኪጨርስ ጠበቅኩት፡፡ ለጥቂት ጊዜ ያህል ከደዋዩ ጋር በፈረንሳይኛና በዐረብኛ ቋንቋ ሲነጋገር ቆየ። ስለሚያወሩት ጉዳይ የማወቅ ጉጉቴ ሰማይ መንካቱን ነገረኝ፡፡ አሁንም የስልክ ወሬውን ሳያቋርጥ ከሱቁ እንድወጣለት በእጁ ምልክት ሰጠኝ፡፡ ንቅንቅ አላልኩም።

ስልኩን ዘጋና ከዚያ ግድም አንድጠፉ አምባረቀብኝ።

“ዐረብኛ እችላለሁ” አልኩት። ከዚያም ለማሳያ ያህል “ጤና ይስጥልኝ” እና “እንዴት ነህ?” የሚሉትን ሐረጋት በዐረብኛ አከልኩለት።

“ስምህ ማን ነው? የአባቴ ስም ማጂድ ይባላል” የሚለውንም አስከተልኩ።

ከመደርደሪያው ተፈትልኮ ወጣና የጥያቄ ዶፍ ያዘንብብኝ ገባ። የዐረብኛ ችሎታዬ ደካማ ስለነበር በአማርኛና በጥቂት የኦሮምኛ ቃላት ጥያቄዎቹን መለስኩለት። የእናቴን ስምና ሌሎች ጥያቄዎችን ደቀነልኝ።

በመጨረሻም ረዘም ላለ ጊዜ ሲያስተውለኝ ከቆየ በኋላ “አባትህን አውቀዋለሁ። ጓደኛዬና የሀገሬ ሰው ነበር” ሲል ተነፈሰልኝ፡፡

እያላገጠብኝ መሰለኝ።

“ነገ እንድትመጣ፣ የአባትህን ፎቶ አሳይሃለሁ፡፡” አለኝ ጨምሮ።

ግራ ተጋባሁ። እንደዚህ ዓይነት ነገር ይከሰታል ብዬ የማምንበት ልብ አጣሁ።

“ስማ፣ አሁን ብዙ ሥራ አለብኝ። ነገ ከትምህርት በኋላ መምጣት ትችላለህ?”

ተስማምቼ ውልቅ አልኩ።

ከአባቴ ጋር አንዳች ዝምድና ወይም ቅርርብ ያለው ሰው እንዳገኘሁ ለማንም አልተነፈስኩም፡፡ ኋላ እንደተረዳሁት ከሆነ አሁን ያገኘሁት ሰውና እኔ ቀጥተኛ የደም ግንኙነት ባይኖረንም፣ ከአባቴ ጋር ግን አንድ የትውልድ መንደር ይጋራሉ፡

፡ በዐረቦች ማንነት ውስጥ የደም ቋጠሮ ከፍተኛ ትኩረት የሚሰጠው ጉዳይ ነው፡ ፡ ነገ የየመን-ሀድራሚ ተወላጆች ደግሞ በመተማመን ላይ የተመሠረተ ጽኑ ግንኙነቶች መፍጠር ላይ ያተኩራሉ።

ሰውየው የአባቴን ቤተሰብና የቅርብ ጓደኞቹን ካወቀ፣ ከማንኛውም የደም ዝምድና በማይተናነስ ሁኔታ ለአባቴ የቅርብ ሰው ነበር ማለት ነው።

በዚያን ዕለት ስለተዋወቅሁት ሰው ሳውጠነጥን ሌሊቱን ሙሉ ጣርያ ስቆጥር አደርኩ። ስለ አባቴ የነገረኝ እውነቱን ይሁን ወይም ከዓይኑ ገለል እንድልለት የፈጠረው ዘዴ ስለመሆኑ እርግጠኛ ስላልነበርኩ፣ ነግቶልኝ እውነቱን ለማወቅ ልቤ ተንጠለጠለች።

ያበጠውን ጉጉቴን ለማስተንፈስ በማግስቱ ተጣድፌ ሄድኩ፡፡ ሰውየውን እንዳገኘሁት አንድ ፎቶ አቀበለኝ። ምንም እንኳን ገጽታውን ዘንግቼው የነበረ ቢሆንም፣ ከአሥር ዓመት በኋላ ለመጀመሪያ ጊዜ የአባቴን ምስል ማየት በመቻሌ ተደሰትኩ። ፎቶውን አትኩሬ ሳይ ከቆየሁ በኋላ፣ አብረውት ያሉት ሌሎች ልጆችና ከጎኑ የቆመው ሰው ማን እንደሆነ ጠየቅሁት።

"ልጆቹ ሁሴንና ፋውዚያ ይባላሉ። ወንድምና እህትህ ናቸው፡፡ ከአባትህ አጠገብ የቆመው ሰው ደግሞ ሕንዳዊው የሒሳብ ባለሙያ አሊ ካሊል ነው፡፡ የቢሮ አስተዳዳሪ ሆኖ አባትህን ያገለገለው ነበር፡፡" አለኝ፡፡

ገለጻው አላባራም፡፡ እኔ ግን የለሁም፡፡ በራሴ ዓለም ውስጥ ሰጥሜ በምናብ እየዋኘሁ ነበር። ምስሉን ለማናገርና ሰዎቹንም ለመወያየት ፈልጌ ቃተትሁ፡፡ አልሆነልኝም፡፡ እየሰማሁት እንዳልሆነ ስለተረዳ፣ ከህልም ዓለሜ ሊቀሰቅሰኝ ትከሻዬን ጠበጠበኝ። ከዚያም፣ "ወንድምህን ትመስላለህ፣ በተለይ አፍህ አካባቢ..." አለ፡፡

"አሁን የት ነው የሚኖሩት?" የኔ ጥያቄ ነበር፡፡

"ሁሴን ኤደን እንደሄደ ሰምቻለሁ፡፡ ፋውዚያ ደግሞ ከግማሽ እህትህ ከመርያም ጋር ሀድራማውት ውስጥ እንደምትኖር አውቃለሁ።"

እንዲህ የማንነቴን ዳራ እየቆነጠረ የሚያቃምሰኝ ሰው አህመድ ባንሰር ነው፡ ፡ ለዛሬው ሕይወቴ መሠረት የሆነው...

ዓደል ቤን-ሐርሓራ

አባቴ ማጂድ ከሁሴን፣ ከፋውዚያና ከህንዳዊው የሒሳብ ባለሞያ (አሊ ካሊል) ጋር።

*

ባንሰር ስድስት ጫማ ያህል የሚረዝም መልከ ቀና ሰው ነው፡፡ በቶከሲዶ ሸሚዙ ላይ ከረባት ማሰር ያዘወትራል ፡፡ ሮሌክስ ሰዓቱ ዓይን ይወጋል፡፡ ጫማዎቹ የሚያጥበረብሩና ሁሌም አዲስ የሚመስሉ ናቸው። ድምፁን ከፍ አድርጎ አያወራም፡፡ ቅንጣት ያልተገደበ የደግነት ባህርይ ይነበብበታል።

ብዙውን ጊዜ በዝምታ ተውጦ ያዳምጥ ስለነበር ፣ የመስማት ችግር ይኖርበት ይሆን ብዬ እንደ መጠርጠር የቃጣኝ ጊዜ ነበር። በድርጅቱ ውስጥ ወዲያ ወዲህ ሲንጎማለል፤ ሁለቱንም እጆቹን ከኋላው ያጣምራል። ደንበኞቹ የሚታጠብ ልብስ ሲሰጡት አክብሮትና ፈገግታ ይቸራቸዋል።

ምንም እንኳን አብዛኞቹ ደንበኞቹ ሀብታምና የተከበሩ ቢሆኑም፣ አልፎ አልፎ የሀብታሞቹ አገልጋዮችና ሹፌሮች የአሠሪዎቻቸውን ልብሶች ሲያመጡ አስተውያለሁ። ባንሰር ግን ሁሉንም በተመሳሳይ መልኩ በሰውነታቸው ሲያስተናግዳቸው በማየቴ ደነቀኝ። ይህን መሳዩ ትሑት መስተንግዶ እጅግም የተለመደ ነገር አልነበረም።

ሠራተኞቹ አመሻሽ ላይ ወይም በማለዳ ስለሚያፀዱት፣ ሁልጊዜም መደብሩ ማራኪና አበቅ የለሽ ነው። በበኩሌ የጽዳት ኬሚካሎች ሽታ ያስደስተኛል ፡፡

የታጠቡ ንጹህ ልብሶች በመደርደሪያዎች ላይ ስትር ብለው እንዴት እንደሚቀመጡ ለመጀመሪያ ጊዜ ያየሁት ያኔ ነበር፡፡ ሠራተኞቹ በመደብሩ ውስጥ፤ ለብዙ ወራት ተረስተው የቆዩ ልብሶችን፤ እንዴት ማግኘት እንደሚችሉ ማወቅ ፈልጌ፤ ነበር። ደንበኛው ደረሰኙን ያቀርባል፣ ልብሱ በደቂቃዎች ውስጥ ይመጣለታል፡፡

"ልብሶቹ በትክክል የት እንደሚቀመጡ እንዴት ያውቃሉ? ትክክለኛውንስ ልብስ በፍጥነት እንዴት ማግኘት ይችላሉ?" በተሰኙ ጥያቄዎች መወጠሬን አልዘነጋም ፡፡

በ2002ዓ.ም. ባደረግኩት ጉዞዬ ላይ፣ የያኔውን "ዜኒት የልብስ ንጽህና መስጫ" በድጋሚ ጎበኘሁት። በሮቹ ዝገዋል፣ በውስጠኛው ግድግዳ ላይ ያለው ቀለም ተላልጧል፡፡ የኬሚካሎቹ ሽታ ግን አሁንም አለ፡፡

የልብስ መተኮሻ ጠረጴዛዎቹና ግዙፎቹ የማጠቢያ ማሽኖች የዕድሜያቸውን መግፋት አፍ አውጥተው ይመሰክራሉ፡፡ በዕቃዎቹ ቢያረጁና ቢጎዱም፤ እስካሁን ድረስ እንዴት ሥራቸውን እንዳላቆሙ ገረመኝ። ባለ ቀላልና ደማቅ ቀለም ልብሶች የሚዘረጉባቸው ተንሸራታች ሳንቃዎች፣ ተደግፌ እቆምበት የነበረው የደንበኞች ማስተናገጃ ጠረጴዛ ግን ከፋኝ ያረጁ መሰሉኝ።

ከመግቢያ በሩ ፊት ለፊት ያለው ሰፊ መተላለፊያ በከፊል ታጥሮ ለብቸኛዋ የባንሰር ሴት ልጅ ለፋውዚያ ቢሮነት ውሏል። (እንደ አጋጣሚ ሆኖ የባንሰር አንድያ ሴት ልጅ የመን ውስጥ ከሚኖሩት ታላላቅ እህቶቼ ከአንዷ ጋር ስም ትጋራለች)

የልብስ ማጠቢያው ይዞታ በምንም ሁኔታ ላይ ቢሆን፣ ቦታውን ከብዙ ዓመታት በኋላ እንደገና በማየቴ የልጅነት ትዝታዬ ተቀሰቀሰብኝ፡፡ ባንሰር ይቆመበት የነበረበትን ቦታ ሳስተውል ዓይኖቼ በእንባ ተሞሉ፡፡ ስለ አባቴ በርካታ ታሪኮች ያካፍለኝ የነበረው ያ ለጋስ ሰው፣ ዛሬ የደረስኩበትን የሕይወት ደረጃ ቢመለከት ብዬ ተመኘሁ።

ከሁሉም በላይ አሁን ከድሮው የተለየ አመለካከት ያለኝ ሙሉ ሰውና የልጆች አባት ነኝ፡፡ እናም ስለ እሱና ስለሚቹ አባቴ ተጨማሪ ጥያቄዎች ለመጠየቅ የነበረኝ ዕድል በመባከኑ ከፋኝ ተቆጨሁ።

*

በዚያን ዕለት ሌሊት ላይ እንቅልፌን እየተለማመጥኩ ስለ አባቴ ማንነት ማሰብ ጀመርኩ። መልኩን ለማስታውስና ስለእርሱ ለማሰላሰል ከራሴ ጋር

ተሟገትኩ፡፡ ጥቂት ቢደበዝዙም አንዳንዶቹ ትውስታዎቼ በአእምሮዬ ውስጥ ይንጎዳጎዱ ጀመር። ትዝታዬ የውልብታ ያህል ቢሆንም፣ የአቅሜን ያህል ለማስታወስ ታገልኩ።

በናዝሬት ከተማ በኖርኩባቸው አስቸጋሪ ጊዜያትም ሆነ ከአክስቴ ጋር መኖር ከጀመርኩ በኋላ፣ "እናቴ የት ትሆን? ወላጆች ቢኖሩኝና ከእነሱ ጋር ብኖር ኖሮ ሕይወቴ ምን ሊመስል ይችል ነበር?" በሚሉ ጥያቄዎች ሁሌ ራሴን አስጨንቅ ነበር፡፡

በዚያ የልብስ ንጽህና መደበር ውስጥ ያን ሰው ማግኘቴ፤ በአዲስ የሕይወት ፈረስ ላይ እንደተገኘ እርካብ ነበር - አባቴን የማግኘት ፈለግ፣ ማንነቴን የመሻት ዳና።

ከአባቴ ወገን የሆኑ ወንድሞችና እህቶች ይኖሩኝ ይሆን? ካሉስ ስንት ይሆኑ? የት ይሆን የሚኖሩት? እኔን ከነመፈጠሬስ ያውቁኝ ይሆን? የአባታቸው ልጅ መሆኔንስ ያወቁ ይሆን?...

ያን ሌሊት በሐሳብ ስንቆራጠጥና ስለአባቴ ገጽታና ቁመና ሳሰላስል ዶሮ ጮኸ ፡፡ አራማመድና ንግግሩ፣ መልከና ድምጹ ምን ይመስል እንደነበር ለማስታወስ ሞከርኩ። ቡናማ የቆዳ ቀለሙ፣ ግዙፍ ተክለ ሰውነቱና ገፋ ያለው ቦርጩ በድንግዝግዝታ ወደ አዕምሮዬ መጡ።

ከሁሉም በላይ ግን ቆዳው ፀጉራማ የነበረ መሆኑን ማስታወስ ቻልኩ፡፡ አዎ... ራሰ በራ ነበር፣ ነገር ግን እንደ በረዶ የነጡ ጥርሶች ነበሩት። ጮክ ብሎ ማውራት የሚያዘወትር፣ በመጠኑ የሚያስፈራ፣ ቁጡ ሰው ነበር አባቴ ፡፡

በዚህ ዕድሜዬ የማውቃቸው ሰዎች ሁሉ ቢያንስ አንድ ወላጅ አላቸው። እኔ ግን በግራም ሆነ በቀኝ እገሌ የምለው የለኝም። ግራ ተጋባሁ፣ ቤተሰቤን ለማግኘት ምን ማድረግ እንዳለብኝ እያሰብኩ ከራሴ ጋር ስታገል ቆየሁ።

የእናቴ ታላቅ ወንድም የሆነው አጎቴ፤ ከእንግዲህ የሚጠቅመኝ ሰው አይደለም፡፡ በተፈጥሮው ክፉ ከመሆኑም በላይ፤ አንዳች ሳይነግረኝ ነበር ብቻዬን ጣጥሎኝ የጠፋው፡፡ ከአባቴ ወገን በኩል ሊሰማኝ ለሚችል ሰው ባገኝ፣ አጎቴን በተመለከተ መራር ስሞታ የማቅረብ ጉጉት ነበረኝ። አክስቴም ብትሆን እንደ እህቷ ልጅ ሳይሆን፤ እንደ አገልጋይዋ ነበር ታየኝ የነበረው።

የአባቴ ቤተሰቦች እንደ እናቴ ወገኖች ይጨክኑብኝ ይሆን?... ብዙ ዓይነት ሀሳብና የጥያቄ ወጀብ በአእምሮዬ ውስጥ ሲርመሰመስ ወፍ ተንጫጫ።

*

ይህ በሆነ ማግስት በጠዋት ተነስቼ እንደወትሮዬ ከሱቅ ወተት ማምጣት ነበረብኝ፡፡ ነገር ግን እንቅልፍ እያዳፈኝ መንቃት ተሳነኝ። ይሄኔ ሴቷ አገልጋይ ድንገት ቀዝቃዛ ውሃ አናቴ ላይ ስትቸልስበኝ፤ ከአልጋዬ ላይ ተስፈንጥሬ ወተቱን ላመጣ ሸመጠጥኩ።

ያን ዕለት ከፉኛ ተዳክሜ ነበር ወደ ትምህርት ቤት የሄድኩት። በክፍል ውስጥ የተማርነውን በቅጡ አልሰማሁም፣ የሰማሁትም አልገባኝም። ቀኑን ሙሉ እያሰብኩ የነበረው ያን ሰው በድጋሚ ስለማግኘት ብቻ ነበር፡፡

ይህ ሰው ስለ አባቴ ብዙ የማውቅበት ምዕራፍ ተበርግዶ የሚከፍትን ቁልፍ ሳይጨብጥ እንደማይቀር ገምቻለሁ። ከቀኑ ሰባት ሰዓት ተኩል ላይ የዕለቱ ትምህርት እንደ ተቋጨ ወደ እዚያው ተጣደፍኩ ።

ተመስገን፣ ባንሰር አለ። በጋለ ፈገግታ ተቀበለኝ። ጥርሶቹ ላይ የወርቅ ሙሌት ታየኝ፡፡ ለመጀመሪያ ጊዜ የሰው ልጅ በጥርሶቹ መሃል ወርቅ ሊደረደርለት እንደሚችል ያየሁት በእርሱ ነው። የባንኮኒውን በር ከፍቶ ወደ ውስጥ እንድገባ ጋበዘኝ። አንድ አነስተኛ ወንበር ላይ እንድቀመጥ ካደረገ በኋላ ስለ አባቴ ማንነት ይተርክልኝ ጀመር።

በይበልጥ ግን አባቴ ከሞተ በኋላ፤ ያሉትን አምስት ዓመታት፤ የት እንዳሳለፍኩ ለማወቅ መጓጓቱን ተገነዘብኩ። በዝርዝር ባይሆንም ስለአሳለፍኳቸው የመከራ ዓመታት በግርደፉ አጫወትኩት፡፡

በዚያች ዕለት፣ በየመን ያሉ ዘመዶቼን የመፈለግ እቅድና ከኢትዮጵያ ወጥቼ የተሻለ ኑሮ የመኖር ፍላጎት ተጸነሰብኝ።

ከባንሰር ጋር ከተገናኘን ከጥቂት ቀናት በኋላ ሳሊም ባጋሪሽ ከሚባል ሌላ የሃድራሚ ተወላጅ ሰው ጋር አስተዋወቀኝ። እግረ መንገዴን የባጋሪሽን አንድያ ልጅ አቡበከርንም ተዋወቅሁ።

ሳሊም ባጋሪሽ በአንድ ወቅት ከሀድራማውት ግዛት ተሰድዶ፣ የአባቴ የትውልድ ከተማ በሆነችው በአል-ሻሂር ከተማ ይኖር ነበር። ልጁ አቡበከር ደግሞ ከአባቴ ልጅ ከታላቅ ወንድሜ ከሁሴን ጋር ይተዋወቁ ነበር፡፡ ሁለቱም አዲስ አበባ ውስጥ አብረው ተምረዋል።

መቼም ልረሳቸው ከማልችላቸው አስደሳች የህይወቴ ገጠመኞች ውስጥ አንዱ ከባጋሪሽ ጋር ለመጀመሪያ ጊዜ የተገናኘሁበት አጋጣሚ ነው። ባጋሪሽ አፍሪካዊ መልክ ያለው፣ ጠቆር ያለ የየመን-ሃድራሚ ተወላጅ ነው። ብዙውን ጊዜ ጮክ ብሎ የማውራት ልምድ ነበረው፡፡ ደግሞም እንደ አባቴ ቁጡ ቢጤ ሳይሆን አይቀርም።

ወደ ቡና ማቀነባበሪያ ቢሮው ተያይዘን ስንገባ፤ ማን እንደሆንኩና ለምን እንደመጣሁ እንኳን የሚያውቀው ነገር አልነበረም። ባጋሪሽና ባንሰር ጥቂት ቃላት ሲለዋወጡ አየሁ። ግማሽ ሰዓት በፈጀው ጉብኝታችን ውስጥ ባጋሪሽ ሺሻ እያጨሰ ነበር። (ሁካህ በየመን ዐረብኛ ቋንቋ “ሺሻ” ይባላል፡፡ ዐረቦች ትንባሆ ሲያጨሱ ለማሞቂያነትና ትነቱን ለመሳቢያነት የሚጠቀሙበት ቱቦ መሳይ ነገር ነው።)

ባጋሪሽ በጨረፍታ ካስተዋለኝ በኋላ ወደ ባንሰር ዞረና ማንነቴን ጠየቀው። ባንሰር በፈገግታና በዝግታ ያወራው ጀመር።

“ይሄ ልጅ ከሁለት ሳምንታት በፊት በአጋጣሚ የተገኘ፤ ልዩና አስደሳች ስጦታ ነው። የምታየው ብላቴና ድንገት ሱቄ ውስጥ ከች አለ፡፡ ደግሞም የማጂድ ልጅ ሆኖ ተገኘ፡፡”

ባጋሪሽ ከመቅጽበት የሺሻውን መሳቢያ ከአፉ መንጭቆ አወጣና “መጅድ የኛ? የት አገኘሽው?” ሲል ባንሰር ላይ አጉረጠረጠበት፡፡

ባንሰር ጭንቅላቱን እየነቀነቀ በዝምታ ተዋጠ።

ባጋሪሽ ውስጤን የሚያስተውል ያህል በዓይኖቹ ሠረሰረኝ፡፡ ድንገት እንደ መብረቅ ያጓራ ጀመር፤

“አንተ የአውሬ ልጅ ከቢሮዬ ውጣ! አንተ የሰይጣን ልጅ! ውጣልኝ!” ከቢሮው ሮጬ እስክፈተለክ በስድብ አጥረገረገኝ፡፡ ያ ዘግናኝ የውግዘት ድምፅ ተከተለኝ።

ፈገግ ብሎ የቆመው ባንሰር መኪናው ውስጥ እንድጠብቀው በምልክት አስታወቀኝ። የባጋሪሽ ድንፋታ ለቅል ሆነብኝ። ጨነቀኝ፡፡ በዚህም ላይ፣ ባንሰር ሰውየውን ከማረጋጋት ወይም እኔን ከማጽናናት ይልቅ፤ ለምን ፈገግ እንዳለ አልገባህ አለኝ፡፡

መኪናው ውስጥ ተቀምጬ እየጠበቅኩት ሳለ፣ “ቢቃ ሁሉም ዐረቦች እንደዚህ ወፈፌዎች ናቸው ማለት ነው?” እያልኩ ማሰቤ አልቀረም። “አባቴ ባጋሪሽን ምን ቢበድለው ነው እንደዚህ የሆነው? ወይስ ራሱ ባጋሪሽ ንክ ነገር ይሆን?” እያልኩ መብሰልሰል ያዝኩ፡፡

ከሠላሳ ደቂቃዎች በኋላ ከባጋሪሽ ቢሮ አንድ ጎልማሳ ወጣ፡፡ ወደ እኔ መጣ፡ ፡ ለካንስ ወደ ቢሮው ይዞኝ እንዲመጣ ባንሰር ልኮት ኖሯል... ፍርሐት ቢንጠኝም የታዘዝኩትን ፈጸምኩ። ተመልሼ ገባሁና ከባንሰር ጎን ተቀመጥኩ።

አሁን ግን ባጋሪሽ ዓይኑን እኔ ላይ አልቀሰተም። ይልቁንም ከባንሰር ጋር ንትርኩን ቀጠለ። ያለ ቅጥ የሚያነጫንጨው ምን ይሆን...

ውዝግባቸውን እንደ ጨረሱ እኔና ባንሰር ለመሄድ ተነሳን። ከቢሮው ከመውጣታችን በፊት ግን፣ ባጋሪሽ እየመጣሁ እንድጠይቀው ነገረኝ። ፈርቼው ነበርና ምላሽ አልሰጠሁትም። እሱም ቢሆን መከፋቴን ሳይረዳልኝ አልቀረም። በመጨረሻም "በርታ፣ የሚያስፈራህ ነገር የለም፡" በማለት አጽናናኝ፡፡ ሁለት ዓይነት ሰው... ምርቅና ፍትፍት ሆነብኝ፡፡

ከቢሮው ወጣን።

እየተመልሰን ሳለ፣ ባጋሪሽ ለምን እንደተናደደብኝ ባንሰርን ጠየቅኩት።

"አንድ ቀን እነግርሃለሁ" አለኝ አሁንም እንደ ፈገገ።

አሥራ አምስት ዓመት ሲሞላኝ ነው፣ በአባቴና በባጋሪሽ መካከል ስለነበረው አለመግባባት ባንሰር የነገረኝ።

እንዲህ ሆነ...የእንጀራ እናቴ መርያም ከኢትዮጵያ ወደ የመን መመለስ በፈለገች ጊዜ አባቴ አሻፈረኝ ብሎ ነበር። በዚህም ምክንያት ጉዞዋን በማቀላጠፍ ረገድ ይረዳት እንደሆነ ባጋሪሽን አማከረችው። እንደ መታደል ሆኖ ባጋሪሽ ደግ ሰው ነበርና፤ ከልጇ ጋር ወደ የመን እንድትመለስ አገዛት።

አባቴ ከንግድ ሥራ ጉዞው ወደ ቤቱ ሲመለስ፤ መርያም ወደ የመን መመለሷን ተረዳ። ሚስቱ ኢትዮጵያን ለቃ እንዴት እንደሄደች ካረጋገጠ በኋላ፤ እሳት ለብሶ ባጋሪሽ ዘንድ ሄደ፡፡ ከፉኛ ተጣሉ።

ቀጥሎም እንዲህ ሆነ... የአባቴና የባጋሪሽ አምባጓሮ ቀዝቀዝ ብሎ እያለ፣ ቡና ጭኖ ወደ ጅቡቲ ይጓዝ የነበረ አንድ ባቡር ሀዲዱን ስቶ ተገለበጠ። በዚያ ከፉ አጋጣሚ የተነሳ ባጋሪሽ ብዙ ንብረት አጣ። ሙሉ በሙሉ ከስሮም ቅስሙ ተሰበረ። ይህን ጊዜ የቡና ሥራውን እንደገና ለመጀመር እንዲችል አባቴን ብድር ጠየቀው። አባቴ ግን የቀድሞ ሚስቱ መርያም ትታው እንድትሄድ በማገዙ ቂም ቋጥሮበት ኖሯል። እናም ገንዘብ የሚያበድረው ሁለት ቅድመ ሁኔታዎች ካሟላ ብቻ እንደሆነ አሳወቀው። የመጀመሪያው ቅድመ ሁኔታ ባጋሪሽ የአባቴን የብልት ፀጉር (ጨገር) እንዲላጭ፤ ሁለተኛው ደግሞ አባቴ ከባጋሪሽ ሚስት ጋር እንዲተኛ መፍቀድ ነበር።

ሁለቱም ቅድመ ሁኔታዎች አልተሟሉም፡፡ ከዚያን ጊዜ ጀምሮ አባቴና ባጋሪሽ ዓይንና ናጫ ሆነው ቀሩ፡፡

ሆኖም ባጋሪሽ ከአባቴ ጋር እንዲህ ያለ መራር ቁርቁስ ቢያሳልፍም፣ ቅያሜውን ትቶ የመን እስከሄድ ድረስ በገንዘብና በሞራል ሲደግፈኝ ቆየ።

እየዋለ ሲያድር ስለ ማንነቴም ሆነ ሥር መሠረቴ እየተገለጸልኝ መጣ። እነሆም ቤተሰብ አገኘሁ። በሥጋ ያልተወለዱኝ ነገር ግን የምተማመንባቸው የአባቴ ሀገር ሰዎች - የባዳ ዘመዶች::

ምዕራፍ አሥራ ሁለት

“ሥራ ፈጣሪው” ልጅ

“አንድን ነገር ለመጀመር የሚያስችል የተሟላ ሐሳብ ባይኖርህ እንኳን፣ መላመድ ግን አያቅትህም።”

- ቪክቶሪያ ራንሰም፣ የዋልድፋየር ኢንተራክቲቭ መስራች

በግቢው ነዋሪዎች ዘንድ በቅጡ ከታወቅሁ በኋላ፣ ልጆች ለሌላቸው ወይም አገልጋዮች ለመቅጠር አቅም ለማይኖራቸው ጎረቤቶቻችን አንዳንድ ሥራዎች ለማገዝ እችል ዘንድ አክስቴን ጠየቋት። ተስማማች። ከዚህ በኋላ ለጎረቤቶቻችን አንዳንድ ሥራዎች በመሥራት የገንዘብና የሽልጦ ድርጎ ማግኘት ጀመርኩ።

አንድ ቀን ከሠፈሩ ሴቶች አንዷ ወደ አንድ ቦታ ልትወስደኝ አስባ አክስቴን ፍቃድ ጠየቀቻት። የሴትዮዋ ሐሳብ ካሰበችው ቦታ ወስዳኝ እዚያ የሚደረገውን ካየሁ በኋላ፣ በየጊዜው እየተመላለስኩ አንድ ለጊዜው ያላወቅሁትን ነገር እንዳመጣላት ነበር። ወዴት እንደምንሄድና ምን እንደምሠራ አላውቅኩም፡፡ ነገር ግን አክስቴ እስከተስማማች ድረስ የትምና ምንም ቢሆን ደንታ አልነበረኝም፡፡ ምርጫም አልነበረኝም።

ከተባለው ቦታ ለመድረስ አሥር ኪሎ ሜትር ያህል በእግር መጓዝ ነበረብን። እዚያ እንደደረስን አንድ ትልቅ ቤት ውስጥ ገባን፡፡ ከዚያም ሴትዮዋ ከአንድ ሰው ጋር ታወራ ጀመር፡፡ የወሬያቸው ፍሬ ነገር፣ የእርሷና የጓደኞቿ ባሎች ያለባቸውን የመጠጥ ሱስ የሚመለከት እንደሆነ ሽው አለኝ ።

አስከትላም ከጎረቤቶቿ አንዷ ልጅ መውለድ እንዳልቻለችና፤ በዚህም ምክንያት ባሏ ሊፈታትና ወደ ሌላ ሴት ሊሄድ እንደሚችል ሰግታ፤ እየተጨነቀች መሆኑን ነገረችው፡፡

ከትምህርት ቤት መጽሐፎቼ በአንዱ ላይ፤ ሰዎች ኑዛዜ ለመስጠት ወይም ንስሃ ለመግባት፤ ወደ ካህናት እንደሚሄዱ ማንብቤን አስታውሳለሁ፡፡ በዚህ ምክንያት የአሁኑን ጉዟችንን ምሥጢር መገመት አላቃተኝም።

ሰውዬው የባለጉዳዮችን ብሶት በጥሞና ከዳመጠ በኋላ፤ በቁራጭ ወረቀት ላይ አንዳች ነገር ይጽፋል፡፡ አንገቴን አስግጌ የሚጽፈውን ለማየት ሞከርኩ፡፡ ፊደላቱ ዐረብኛ ይመስላሉ፣ ነገር ግን የዐረብኛም ሆነ የአማርኛ ሆሄያት አይደሉም፡፡ ከዚህ በፊት አይቼ የማላውቃቸው የተደበላለቁ ጽሑፎች ነበሩ።

ቤቱ በእጣን ሽታ ታውዷል። ብዙ ሻማዎች በርተዋል፡፡ የእጣኑ መአዛ የመረጋጋትና የትኩረት ስሜት ውስጥ ከተተኝ። የሰውዬው አለባበስ ለየት ያለ ነው፡፡ መደበኛው የዐረቦችም ሆነ የኢትዮጵያዊያን አለባበስ አልነበረም።

ከአብዛኞቹ ዐረቦች አቀማመጥ ጋር በመጠኑ በሚመሳሰል ሁኔታ፤ እግሮቹን አጣምሮ ተቀምጧል፡፡ ነገር ግን ሙሉ በሙሉ የአረብ አቀማመጥ ሳይሆን፤ የተመሰጠ አቀማመጥ ይመስላል፡፡

የብዕሩን ጫፍ ሁለት የተለያዩ ቀለሞች በያዙ ብልቃጦች ውስጥ እየነከረ በጥቁርና በቀይ ቀለም ሲጽፍ ቆየ፡፡ ቀጥሎም ወረቀቱን ማንም በቀላሉ ዘርግቶ እንዳያነበው በመሻት መልክ ለየት ባለ ሁኔታ አጣጥፎ አራት ማዕዘን ያለው ቅርጽ ፈጠረለት፡፡ በዚህ ሁኔታ ሌሎች ጥቂት ወረቀቶችንም ከጻፈ በኋላ፤ በአራት ማዕዘን ቅርጽ እያጣጠፈ ለሴትዮዋ ሰጣት፡፡

እያንዳንዱን ወረቀት ለእያንዳንዷ ሴት በጥንቃቄ እንድትሰጥ ካስጠነቀቃት በኋላ፤ እንዴት እንደሚጠቀሙበትም አብራራላት፡፡ በምላሹ ጥቂት ብሮች ከፈለችው፡፡

ለሰጣት ወረቀቶች ሁሉ የተለያዩ መመሪያዎች አሏቸው - ለእያንዳንዱ ችግር የተለያየ መፍትሄ እንዳለው ሁሉ፡፡

አንዷ የአንገት ልብሷን አዘውትራ እንድትለብስ፣ ሌላዋ ወረቀቱን በብርጭቆ ውሃ ውስጥ ደጋግማ እንድትነከረው፣ ሦስተኛዋ ደግሞ ወረቀቱን በብብቷ ውስጥ እንድትሸጉጥ ነበር የታዘዙት። የትኛዋ ሴት የትኛውን መድኃኒት መውሰድ እንዳለባት፤ ከመመሪያው ጋር በድጋሚ ካስጠናት በኋላ አሰናበተን፡፡ ከመቅበት ቤቱን ለቀን ወጣን።

ወደ ቤት ከተመለስኩ በኋላ አክስቴ ስለጉዞው ሁኔታ ጠየቀችኝ። ጥሩ እንደነበር ገልጨላት የቤቱንና የሰውዬውን ሁኔታ አብራራሁላት።

“መጽሐፍ ገላጭ ነው... ጠንቋይ” አለችኝ።

“ምን ማለት ነው?” ስል ጠየኳት።

"አንዳንድ አዋቂ ነን የሚሉ ሰዎች የድግምትና የአስማት ኃይል አላቸው ተብሎ ይታመናል፡፡"

የምትለው ምኑም አልገባኝ ፡፡ የበለጠ እንድታስረዳኝ ወተወትኳት፡፡ "አስማት ከክፋት ይልቅ ለበጎ ዓላማ ሊውል፤ ይችላል ብለን እናምናለን፣ ስሙ ግን ያው ጠንቋይ ነው።" ስትል ፍርጥ አድርጋ ነገረችኝ፡፡

ሰውዬው እንደምን እንዲህ ያለውን የአስማት ኃይል ሊያገኝ እንደቻለ እያሰብኩ ስደነቅ ባጀሁ። ስለዚህ ጉዳይ በትምህርት ቤት ወይም በቅዱሳት መጻሕፍት የተማርኩት አንዳችም ነገር አልነበረም። ስለ አጋጠመኝ ምትሐት የማወቅ ጉጉቴ ጦዘ። ሰውዬውን ደጋግሜ ለማየት ተመኘሁ፡፡ ወደዚያ ቤት የምንሄድበትን ቀን ስጠባበቅ ሰነበትኩ፡፡

አንድ ሁለቴ ጠንቋዩ ቤት ከተመላለስኩ በኋላ የሥራ ፈጣሪነት ፍላጎት በውስጤ አቆጠቆጠ። ሰዎች ድግምቱን እንዳመጣላቸው ወደ ሰውዬው ቤት ሲልኩኝ፣ አንድ ቦታ ላይ እቀመጥና በቁርጥራጭ ወረቀት ላይ በዐረብኛና በአማርኛ ቀላቅዬ እጽፋለሁ፡፡ ከዚያም ልክ እርሱ እንደሚያደርገው ሁሉ ወረቀቱን በአራት ማዕዘን አጣጥፈዋለሁ፡፡

በዚህ ስልት ብዙ ክታቦች ለጎረቤቶቻችን ለመሸጥ በቃሁ። በሚደንቅ ሁኔታ በጽኑ ታመው የነበሩ ሰዎች ሳይቀሩ በእኔ ክታብ ይፈወሱ ጀመር። ችግሮቻቸው ያልተፈቱላቸው ወይም ሌላ ተጨማሪ ችግር ያጋጠማቸው ሰዎች፤ ለጠንቋዩ እንዳደርስላቸው ገንዘብ ይሰጡኛል... ታድያ አንድም ቀን አላደረግሁትም። ጭራሽ የውሸት አስማቶቼን መጻፍና ገንዘቡን ወደ ኪሴ መከተቴን ቀጠልኩበት።

ከአንድ ዓመት ገደማ በኋላ፣ አንዲት የሠፈራችን ሴት ያን ጠንቋይ ገበያ መሀል አገኘችው፡፡ ይሄኔ ወደ እርሱ ቤት ዝር ካልኩ ረጅም ጊዜ እንደሆነኝ ጉዴን ዘረገፈላት፡፡

ይህን ነውር የሰማችው አክስቴ በርበሬ አጠነችኝ። መጀመሪያ በብርድ ልብስ ከተጠቀለልኩ በኋላ ብዙ ሴቶች ዘቅዝቀው ያዙኝ፡፡ ከዚያም አክስቴ የበርበሬ ዱቄት በሚንቀለቀል ከሰል ላይ እየነሰነሰች በጭሱ ታጥነኝ ጀመር፡፡ ያንን አስከፊ ጭስ ወደ ሳንባዬ መማግ በልጅነቴ ካጋጠሙኝ እጅግ መራራ ገጠመኞች አንዱ ነበር።

ከዚያ በኋላ የውሸት ጠንቋይነቴን እርም አልኩ።

*

በዐረብና በኢትዮጵያ የዘመን አቆጣጠር መካከል ያለውን ልዩነት ያወቅሁት ገና በልጅነቴ ነበር።

አዲስ አበባ ከገባሁ ከ10 ቀናት በኋላ መስከረም 1 ቀን፣ ቅዱስ ዮሐንስ ሆነ፡፡ ቀኑ የኢትዮጵያውያን አዲስ ዓመት መባቻ ነበር። አብዛኞቹ አዳዲስ የኢትዮጵያ ዘፈኖች የሚለቀቁት በዚሁ ቀን ነው። በወቅቱ በኢትዮጵያ ታዋቂ የነበሩት የፖሊስ፣ የክቡር ዘበኛ፣ የምድር ጦርና የቀዳማዊ ኃይለ ሥላሴ ቴአትር የሙዚቃ ጓዶች ነበሩ።

ያን ምሽት ዝነኛው ድምጻዊ ጥላሁን ገሠሠ የዝግጅቱን የመዝጊያ ዘፈን በሚያምር የድምጽ ቅላጼ አቀረበ። ዘፈኑ ካለቀ በኋላ የአክስቴ ባል በጣም ተደንቆ “ምናለ ከጥላሁን በኋላ ኦሮሞ ሳይወልድ ቢቀር!” አለ።

በወቅቱ ይህ አባባል ትርጉም አልሰጠኝም ነበር፡፡ በኋላ ግን የኦሮሞ ብሔር ተወላጆች በአንዳንድ ሰዎች ዘንድ እንደ የበታች ይቆጠሩ እንደነበር ተረዳሁ።

ይህ አስተሳሰብ አጎቴ ብዙነህ በእኔና በአንዳንድ የሌላ ብሔር ተወላጆች ላይ የነበረውን የንቀት አስተያየት ያስታውሰኛል፡፡ ባናደድኩት ቁጥር፣ “ምነው እህቴ ከውሻ በወለደች፣ ምነው ውኃ ሆነህ በቀረህ፣ ምናለበት አንተን ትታ እንግዴ ልጁን ብታነሳ ኖሮ...” እያለ እኔን በመውለዷ ምክንያት እናቴን ይማረርባት ነበር፡ ፡

“ያክስቴ ባልም በአባቴ ዐረብ ስለሆንኩ ተመሳሳይ ስሜት ይኖረው ይሆን?” እያለ ውስጤ ይሟገት እንደነበር አስታውሳለሁ።

ከአዲሱ ዓመት በዓል በኋላ ብዙም ሳይቆይ፤ አክስቴ ቀደም ሲል ወዳገኘችልኝ ትምህርት ቤት ወሰደችኝ፡፡ ከንጉሠ ነገሥቱ ቤተ መንግሥቱ አጠገብ የተሠራው ይህ ትምህርት ቤት፤ በዋነኝነት የተቋቋመው በቤተ መንግሥቱ ውስጥ ለሚሠሩ ሠራተኞች ልጆች መማሪያነት እንዲያገለግል ነበር።

እዚህ ተማሪዎቹ ደረጃውን የጠበቀ ልብስ ከመልበሳቸውም በላይ፤ ሁሉም ለእግራቸው ጫማ ነበራቸው፡፡ የመማሪያ ክፍሎቹ ስፋት ግን ናዝሬት ውስጥ ከተማርኩባቸው አነስ ይላሉ። የናዝሬቶቹ ክፍሎች ትልልቅና በአንድ ህንጻ ውስጥ በርከት ብለው የሚገኙ ነበሩ፡፡በተጨማሪም በግቢው ውስጥ የእግር ኳስ ሜዳ፣ የእርሻ መሬትና የእጅ ኳስ ሜዳ ነበረው።

እዚያ እያለሁ፣ ከኔ በጣም ከሚበልጡ ተማሪዎች ጋር ነበር እማር የነበረው። በአዲሱ ትምህርት ቤቴ ውስጥ፣ 4ኛ ክፍል አብሬያቸው እማር የነበሩት ልጆች ግን፤ ከሞላ ጎደል እኩዮቼ ነበሩ፡፡

ከ5ኛ - 8ኛ ክፍል ትምህርቴን የተከታተልኩበት መለስተኛ ሁለተኛ ደረጃ ት/ቤት

በጊዜው አንዳንድ ልጆች ትምህርት ለመማር፤ ከገጠራማ አካባቢዎች ትምህርት ቤቶች ወደሚገኙባቸው ከተሞች ይመጡ ነበር። በዘመኑ ትምህርት ወሳኝ የለውጥ ቁልፍና የሕይወት ፈለግ ተደርጎ ይታሰብ ነበር፡፡ ይህም በመሆኑ ሁሉም ሰው ለማንበብና ለመጻፍ አጥብቆ ይተጋል።

እንዳለመታደል ሆኖ አያሌ የገጠር ልጆች የትምህርት ዕድል አያገኙም ነበር፡፡ እነዚያ ልጆች ከየገጠሩ እየፈለሱ ይመጡና፤ ትምህርት ቤቶች እንዲመዘግቧቸው መጠየቅ ሲጀምሩ፣ የትምህርት ተቋሞቹ ጥያቄያቸውን ከመቀበል ውጭ አማራጭ አልነበራቸውም። ከገጠር የሚፈልሱት ልጆች ሀብትና ዕድል ፊታቸውን ቢያዞሩባቸውም” እንደ እኛው የሰው ፍጡሮች ነበሩ።

ናዝሬት ውስጥ ትምህርት ቤት ለመመዝገብ ስሄድ የመግቢያ ፈተና ተሰጥቶኝ ነበር፡፡ ውጤቴ ጥሩ ስለነበር በቀጥታ 2ኛ ክፍል ገባሁ። በዚህ ሁኔታ አንድ ክፍል ሳልማር አልፌአለሁና በአሥር ዓመቴ 5ኛ ክፍል መድረስ መቻል ነበረብኝ። ነገር ግን ለአንድ ዓመት ያህል ጎዳና ላይ በመዋተት በማሳለፌ ምክንያት፤ አግኝቼው የነበረው ዕድል በዜሮ ተባዛ።

በኢዩቤልዩ ትምህርት ቤት አንድ ወሰነ ትምህርት ከተማርኩ በኋላ፣ በሕክምና ምክንያት ትምህርቱን አቋርጦ የነበረው ልጅ ስላልተመለሰ የእርሱን ቦታ ተክቼ ትምህርቴን መቀጠል ቻልኩ።

የቤት ውስጥ ሥራዎቼን ባልወዳቸውም፤ የግዴን ማከናወን ነበረብኝ፡፡ አክስቴ ወደ አዲስ አበባ ያመጣችኝ የጉልበት ሥራ ልታሠራኝ እንደሆነ ማሰቤ አልቀረም። የበፊቱ አገልጋዩዋ በክፍያ ይሠራላት የነበረውን ሁሉ በነጻ እየሠራሁ መሆኔን ስረዳ፤ መናደድ ጀመርኩ ።

በዚያ ቤት ውስጥ በሥራ ተጠምጄ ከመኖር ይልቅ ጎዳና ላይ ብኖር ይሻለኛል፤ የሚል ሐሳብ ጧት ማታ ይሰልለኝ ገባ። እርግጥ ነው፣ በአክስቴ ቤት ውስጥ የተትረፈረፈ ምግብ፣ ልብስ፣ ትምህርት ቤትና መጠለያ ማግኘት ችያለሁ፡፡ ደስተኛ ግን አልነበርኩም።

ይባስ ብሎ ደግሞ እንደገና አልጋዬን በሽንት ማርጠቤን ተያያዝኩት፡፡ ይሄ አባዜ የጀመረኝ አባቴ ከሞተ በኋላ፤ ከአጎቴ ጋር በምኖርበት ወቅት ነበር፡፡ ነገር ግን ብቻዬን ጎዳና በወጣሁበት ወቅትና፤ በወይዘሮ አበበች ቤት እተኛ በነበረበት ጊዜ ትቶኝ ነበር።

አጎቴ በሕይወቴ ከማውቃቸው ክፉ ሰዎች አንዱ ነበር። እኔን የማሳደግ ኃላፊነት ከወሰደበት ጊዜ ጀምሮ ደግነት አሳይቶኝ አያውቅም። በሰበብ አስባቡ ይሰድበኝ ነበር። ያን ያህልም የለየልኝ መጥፎ ልጅ ወይም ተንኮለኛ አልነበርኩም። ለመጀመሪያ ጊዜ ወደ እርሱ ቤት ስሄድ መደናግጤንና መፍራቴን አልዘነጋም። በልጅነት ዕድሜዬ ያጋጠመኝ ወላጅ የማጣት ክስተት እንደመሆኑ፤ አጎቴ ለምን ይሆን ያለ ምክንያት የሚጠላኝ እያልኩ ዘወትር እብሰከሰክ ነበር።

እያደግኩ በሄድኩ ቁጥር፣ አጎቴ የከፋብኝ "አባቴ የባዕድ ሀገር ሰው፣ ክርስቲያን ያልሆነ ዐረብ በመሆኑ ይሆናል" በማለት ለራሴ ምክንያት መስጠትና ያንኑ ማመን ጀመርኩ። መቼም በብዙኀህ ልክ ለዐረቦች ጥልቅ ጥላቻ የነበረው ምድራዊ ፍጡር አይገኝም።

እንዲያውም ጥላቻው በማንነቴ ምክንያት ብቻ ሳይሆን፤ ከዐረብ በመወለዴ ላይ የተመሠረተ ጭምር መስሎ ታየኝ። በተጨማሪም ታናሽ እህቱን አባቴ ከጋብቻ ውጪ በማስረገዙ ምክንያት፤ ቂም ይዞ ቁጣውን በእኔ ላይ እያወራረደ ይሆን ብዬ አስባለሁ፡፡ ዳሩ ግን ለዚህ እሳቤዬ እስከ አሁንም ድረስ መልስ አላገኘሁለትም።

በ2002ቱ የአዲስ አበባ ጉዞዬ ወቅት ስለዚሁ ስለወንድሟ ሁኔታ እናቴን ስጠይቃት፣ ከሞተ ብዙ ዓመታት እንዳለፉት ነገረችኝ።

"ጥሩ ነው!" የሚል ቅጥ የለሽ ደመነፍሳዊ ምላሽ ሰጠኋት።

በእርግጥ እናቴ ናዝሬት ውስጥ ስኖር ስላሳለፍኩት መከራ፤ እምብዛም የምታውቀው ነገር አልነበረም፡፡ በዚህም የተነሳ ከተለመደው ሰዋዊ ባህርይ ውጪ፤ በሰነዘርኩት ምላሽ ግራ መጋባቷን ታዘብኩ ።

የአባቴን ሞት እንደ መልካም ዕድል ተጠቅመው ሀብቱን የመዘበሩ ሰዎች በሙሉ፤ ከእርሱ ህልፈት በኋላ ብዙም ሳይቆዩ ተከታትለው አልቀዋል፡፡ ታድያ ያኔ በአባቴ ሀብት እየተንደላቀቁ፤ ረጅም ጊዜ መኖር አለመቻላቸው ያረካኝ ነበር፡ ፡

በአክስቴ ቤት እየኖርኩ ሳለ፤ እንደገና አልጋ ማርጠብ መጀመሬ እጅጉን እንድሸማቀቅ አድርጎኛል። ዛሬ ግን አልጋን ማርጠብ የአሰቃቂ ኑሮ ሁኔታ መገለጫ ምልክት መሆኑ ገብቶኛል። ከተሳዳቢው አጎቴ ጋር ስኖር አልጋ ማርጠቤ ለካንስ ሰውነቴ ላጋጠመው የስሜት ውጥረት ተፈጥሯዊ ምላሽ እየሰጠ ኖሯል፡፡ በአክስቴ ቤት ውስጥ ጎስቋላ ህይወት መኖር ስጀምር፣ ምልክቱ እንደገና ማገርሸቱ የሚደንቅ ነው።

ብዙ ጊዜ አክስቴ አልጋዬ ላይ እንደ ሽናሁ ካየች ትጮህብኛለች፡፡ አንዳች ተፈጥሯዊ ጉድለት እንዳለብኝ ሆኖ እንዲሰማኝ ታደርግም ነበር። እርግጥ ነው፣

አክስቴ እንደ ባሪያዋ ስለቆጠረችኝ መራር ቅሬታ ነበረብኝ። የእህቷ ልጅ ሳለሁ፣ እንደ ቤተሰብ አባል ሳይሆን እንደ አገልጋይ የምትቆጥረኝ ለምን እንደሆነ ሊገባኝ አይችልም ነበር። በሄድኩበት ሁሉ የሚከታተለኝ መርገመት ከምን እንደመነጨ የምረዳበት መላው ጠፋኝ።

እያደር ግን አመፅ በሚመስል ሁኔታ የዕለት ተዕለት ግዴታዎቼን ችላ ማለት ጀመርኩ፡፡ ይህ ደግሞ ቀድሞውንም በእኔና በአክስቴ መካከል የነበረውን መሻከር ይበልጥ አወሳሰበው። ስርክ ትጮህብኛለች፣ ታስፈራራኛለች… ሌላም ሌላም፡፡

ኢትዮጵያ ውስጥ የልጆች አካላዊና ስነልቦናዊ ቅጣቶች አዘቦታዊ ናቸው። ቅጣት ሥር የሰደደ ልማድ ከመሆኑም በላይ፤ ሰፊ ማህበረሰባዊ ተቀባይነትም ነበረው፡፡ የአክስቴም ጉዳይ ከዚህ የተለየ አልነበረም፡፡ በእኔ ላይ የምታደርገውን ሁሉ በራሷ ልጆች ላይም የምትፈጽመው ነበር። የምታውቀው ይህንኑ ቀጪነት ብቻ ነው። አበቃ፡፡

በልጅነቴ ወቅት፣ አብዛኞቹ ኢትዮጵያውያን ወጣቶች በግብረገብነት ታንጽው ያድጉ ዘንድ ዓይነተኛው ዘዴ፤ አካላዊ ቅጣት ነው ተብሎ ይታመን ነበር፡፡ ምንም እንኳን ከመጠን ያለፈና የአካል ጉዳት የሚያስከትል ከባድ ቅጣት ባይደገፍም፣ ሕጋዊ ክልከላዎችና የባዕድ ጣልቃ ገብነት ተቀባይነት አልነበረውም።

አብዛኛዎቹ መምህራንና የትምህርት ቤት ሠራተኞች ጭምር፤ የአካል ቅጣት ሙሉ በሙሉ መቅረት አለበት ብለው ቢያምኑም፣ ልጆችን ግብረገብነት ለማላበስ ሌላ አማራጭ አልነበራቸውም፡፡ ስለዚህ መስሎ የታያቸውንና ያመኑበትን የአካል ቅጣት ዓይነት፤ በትምህርት ቤቶችና በቤት ውስጥ በመደበኛነት መጠቀም የአዘቦት ልምምድ ነው።

ምዕራፍ አሥራ ሶስት

ልጅ ለልጅ

"እረ ልጆች ልጆች እንጫዎት በጣም ከእንግዲህ ልጅነት ተመልሶ አይመጣም ልጅነቴ ልጅነቴ ማርና ወተቴ."

- የህዝብ

በአክስቴ ቤት ውስጥ በምኖረው የኑሮ ሁኔታ ደስተኛ ባልሆንም፤ በሕይወቴ ውስጥ ከፍተኛ ቦታ በምሰጠው አንድ ሌላ ጉዳይ ግን ምስጋና ይገባታል ።

የአክስቴ የበኩር ልጅ ጌታሁንና እኔ የቅርብ ጓደኞች ለመሆን በቃን። በእውነቱ ጌታሁን እውነተኛው ወንድሜም ነበር። እሱም ቢሆን "ወንድሜ" እንጂ "የአክስቴ ልጅ" ብሎ ሲጠራኝ የማስታውስበት ቀን የለም። በእናቴ በኩል አራት ወንድሞች ቢኖሩኝም፣ ከአንጀቱ ወንድም የሆነልኝ ግን ጌታሁን ብቻ ነበር።

በሄድኩበት ቦታ ሁሉ አይለየኝም። ድብብቆሽና ሌሎችም ጨዋታዎች አብረን እንጫወታለን፡፡ ከትምህርት ቤት ያመጣውን የቤት ሥራውን እረዳዋለሁ። ካደግን በኋላም ቢሆን፤ ቅርርባችን ያማረ ነበር። በ1969 እና በ1970 ዓመተ ምህረቶች በፖለቲካ ምክንያት በታሰርኩበት ጊዜ፤ ምግብ እያመላለሰ ይጠይቀኝ የነበረው እሱዉ ነበር።

ጌታሁን በልጅነቱ የዕለት ማስታወሻዎቼን በድብቅ አንብቧቸው ኖሯል። በወቅቱ ይህን ስለማድረጉ የማውቀው ነገር አልነበረም፡፡ በኋላ ግን ራሱ ነገረኝ፡ ፡ በጥብቅ እጠብቀው የነበረውን የማስታወሻ ደብተሬን አግኝቶ ያነበበው በፖለቲካ ምክንያት ታስሬ በነበረበት ጊዜ ሳይሆን አይቀርም።

በየጊዜው ይሰማኝ ነበረውን የስሜት ስብራት ማወቅ በመቻሉ ምክንያት የበለጠ ተቀራረብን። እንዲያውም የልጅነት ሰቆቃዬን አስመልክቼ የጻፍኩትን ሁሉ በሚያነብበት ጊዜ ያለማቋጥ ያለቅስ እንደነበር ነገረኝ። ይህ የሆነው እስከዚያች አጋጣሚ ድረስ፤ ምን ያህል ስቃይ እንዳሳለፍኩ አያውቅም ነበርና ነው፡፡

ጌታሁን በለንደን ከተማ በመኖር ላይ ሳለ የአሥርና የሰባት ዓመት ሁለት ወንዶች ልጆቹን ትቶ፤ በለጋ ዕድሜው ከዚህ ዓለም በሞት ተለየ።

ከኢትዮጵያ ከወጣሁ በኋላ ያሳለፍኩትን የሕይወት ታሪኬ፤ ማንበብ ሳይችል በማለፉ በጣም አዘንኩ። እስከ ዛሬም ድረስ እንደ እርሱ ሞት የእግር እሳት የሆነብኝ ሐዘን አላጋጠመኝም፡፡

*

በአክስቴ ቤት በነበረኝ ሕይወት እየተደላደልኩ ስሄድ የጓደኞቼን ክበብ አሰፋሁ፡፡ በትምህርት ቤታችን ውስጥ ታዋቂ ተማሪ መሆን ከመቻሌም በላይ፤ በእግር ኳስ ቡድኑ ውስጥ መጫወት ጀመርኩ። ለአንዳንድ የክፍል ጓደኞቼ የቤት ሥራቸውን ማስረዳትና ማሠራት ጀማመርኩ ።

በ1950ዎቹ ውስጥ የጎዳና ልጅ እንደመሆኔ መጠን፣ የትኛውንም የእግር ኳስ ቡድን ወይም ክለብ መቀላቀል አልቻልኩም ነበር። ከአክስቴ ጋር መኖር ከጀመርኩ በኋላም የትምህርት ቤታችን የእግር ኳስ ቡድን አባል እስከሆንኩበት ጊዜ ድረስ፤ ጎዳና ላይ ካሉ ጓደኞቼ ጋር ኳስ መጫወት አላቋረጥኩም። ከሠፈሬ ልጆች ጋር የራሳችንን የእግር ኳስ ቡድን አቋቁመን በየጎዳናው እንራኮት ነበር፡፡

በጨዋታችን ውስጥ ከዚህ በታች የተዘረዘሩትን ሕጎች እንከተል ነበር። (በዚያን ጊዜ ሴት ልጆች እግር ኳስ አይጫወቱም ነበር) ያኔ እግር ኳስ በሕይወቴ ውስጥ ትልቅ ቦታ ነበረው፣ አሁንም ድረስ።

ለኢትዮጵያ የጎዳና ላይ የእግር ኳስ ግጥሚያዎች፣ ያልተፃፉ ግን ደግሞ ጥብቅ የሆኑ ሕግጋት፤

ደንቦቹ ዓለም አቀፋዊ ይዘት አላቸው፡፡ በመላው ዓለም በሁሉም አገሮች ውስጥ - ከካናዳና ከአሜሪካ በስተቀር - ልጆች ጎዳና ላይ ተሰባስበው በእነዚህ ባልተጻፉ ሕጎች መሠረት ሲጫወቱ ማየት የተለመደ ነው፡፡

ሀ. የኳሱ ባለቤት የሆነው ልጅ የጨዋታውን ሕጎች የመደንገግ መብት አለው፣

ለ. ማንኛውንም ነገር ሁሉ ለመጫወቻነት መጠቀም ይቻላል፡፡ የመኪና ጎማዎች፣ ምንጣፎች፣ ቆሻሻዎች፣ የወዳደቁ ነገሮች ወይም በመንገድ ላይ የሚገኘውን ሁሉ በመደረት ኳስ መሥራት ይቻላል፣

ሐ. ለግብ ምልክትነት ምቹ የሆነ ማንኛውንም ነገር... በግድግዳ ላይ የተቀመጡ ምልክቶች፣ የዛፍ ቅርንጫፎች፣ ድንጋዮች፣ ቆሻሻዎች ወረቀቶች... መጠቀም ይቻላል ፣

መ. ኳሱ ከተጫዋቾቹ መካከል ባለቤት ከሌለው፣ እንደ ኳስ የሚያገለግለውን ነገር ያገኘው ወይም ያመጣው ልጅ እንደ "ባለቤት" ይቆጠራል፣ ህጎቹንም ይደነግጋል።

ሠ. በደንቦቹ ላይ መጨቃጨቅ ይቻላል፡፡ የኳሱን ባለቤት ማናደድ ግን አይቻልም፡፡ (ሕግ ቁጥር "ሀ"ን ልብ ይሏል!)

ረ. የኳሱ ባለቤት በተናደደበት በማንኛውም ቅጽበት ጨዋታው ይቋረጧል። የጨዋታው ቀጣይነት የሚወሰነው በኳሱ ባለቤት መናደድ ወይም አለመናደድ ልክ ነው።

ሰ. ጫማ አጥልቆ መጫወት አይታሰብም፡፡ ከነአካቴውም ጫማ ያለው ልጅ ላይኖርም ይችላል፡፡ ቢኖር እንኳን በእግር ኳስ ጨዋታ ጊዜ ጫማውን አጥልቆ መጫወት አይችልም፡፡ (ይህ የሚሆነው ወደ ቤቱ ሲመለስ ምን እንደሚደርስበት ስለሚያውቅ ነው)

ሸ. የቡድኑን አባላት የሚመርጠው ምርጡ ተጫዋች ነው፣

ቀ. ደካማው ተጫዋች ግብ ጠባቂ ይሆናል፣

በ. በሁለት ተጋጣሚ ቡድኖች ውስጥ የሚኖሩት የተጨዋቾች ቁጥር እኩል መሆን አለበት፣

ተ. ዳኛ አያስፈልግም። ዳኞች ተጨዋቾችን ከማበሳጨትና ሜዳ ከማጣበብ በስተቀር ፋይዳ የላቸውም፣

ቸ. ከጨዋታ ውጪ መሆን (አፍሳይድ) የለም። የትኛውም ቦታ ላይ ኳስ ያገኘ ተጨዋች መጫወት ይችላል፣

ልጅ ለልጅ

ኀ. ግብ ጠባቂዎች ጓንት አይጠቀሙም፡፡ ከፕሮፌሽናል ክለቦችና ከሀብታም ልጆች በስተቀር በረኛ ጓንት አያደርግም፣

ነ. ትናንሽ ልጆች ለተጨዋቾች ውሃ መቅዳት ይጠበቅባቸዋል፣

ኘ. ሴቶች ኳስ መጫወት አይፈቀድላቸውም!

አ. ኳሱ ሩቅ ቦታ ከሄደ ወይም አጥር ዘሎ ከሰው ግቢ ውስጥ ከገባ፣ በዕድሜ ትንሹ ተጨዋች ሄዶ ማምጣት አለበት፣

ከ. ኳሱ የጎረቤትን መኪና ከመታ ወይም ስጥ ከደፋ፣ የትኛውም ተጨዋች ኳሱን ለመጨረሻ ጊዜ ማን እንደመታው አይናገርም። ምሥጢሩ በኢትዮጵያ የጎዳና እግር ኳስ ሕግ ውስጥ ተጠብቆ ይቀራል፣

ኸ. ጠልፎ መጣል ነውር ነው፣

ወ - ተጨዋቹ ቅጣት የሚያገኘው ደም ካፈሰሰ ወይም የአጥንት ስብራት ጉዳት ካደረሰ ብቻ ነው። ጉዳቱ ተጨዋቹን ለሆስፒታል የማያበቃው እስከሆነ ድረስ፣ መንፈራፈሩ እንደ ተውኔት ይወሰዳል፣

ዐ. በጨዋታው መሀል የትምህርት ቤት ደወል ከተደወለ፣ የእስካሁኑ ውጤት ብላሽ ሆኖ፣ በሚቀጥለው ጨዋታ የመጀመሪያውን ግብ ያገባው ቡድን አሸናፊ ይሆናል።

*

ትምህርት ቤት እንደገባሁ፣ ሌሎች ልጆች እግር ኳስ ሲጫወቱ ከሜዳው ዳር ቆሜ ማየት አዘወትር ነበር። ማንኛውም ተጨዋች በረኛ መሆን እንደማይፈልግ ከተረዳሁ በኋላ፣ ግብ ጠባቂ ለመሆን ጥያቄ አቀረብኩ። ከጥቂት ሳምንታት በኋላ መደበኛ ተጨዋቾቹን ተቀላቀልኩ፡፡ ሰንበትበት ስል የቡድኔ ተጫዋቾች ፍጹም ቅጣት ምት እንድመታና ግቦች እንዳገባ ዕድል ይሰጡኝ ጀመር።

ቀስ በቀስ የሜዳ ውስጥ ቆይታዬ እየጨመረ መጣ፡፡ አንዳንድ ፈጣን የፍጥር (አብዶ) እንቅስቃሴዎች በመጠቀም፣ ተጨዋቾቹንም ሆነ ተመልካቹን ማስደመም ጀመርኩ። ብዙውን ጊዜ በግብ ጠባቂነት፣ በተከላካይነትና በአጥቂነት መካከል እየተለዋወጥኩ መጫወት ያዝኩ። የቡድኔ አባላት በሚፈልጉት ቦታና ጊዜ ሁሉ እያፈራረቅሁ መጫወት በመቻሌ ተፈላጊና ሁለገብ ተጫዋች ሆንኩ።

አንድ ሁለት እያለ አብረን በምንጫወታቸው ልጆች ብቻ ሳይሆን፣ በክፍል ጓደኞቼም ጭምር ስሜ እየገነነ መጣ።

በክፍል ውስጥም ቢሆን ከበድ ያሉ ጥያቄዎችን የምመልሰውና ከፍተኛ ውጤት የማስመዘግበው እኔ ሆንኩ። ታዲያ አንዳንድ ጉልበተኛ ተማሪዎች በፈተና ላይ ካላስኮረጅኳቸውና በቤት ሥራ ካልረዳኋቸው፣ ምሴን እንደሚሰጡኝ ያስፈራሩኝ ነበር።

ከጤናማው የመወለጃ ጊዜ ሁለት ወር ያህል ቀድሜ በመወለዴ፣ የተመጣጠነ ምግብ በማጣቴና ከአምስት እስከ አሥር ዓመት ዕድሜዬ ባለው ጊዜ ውስጥ በአስቸጋሪ ኑሮ ውስጥ በማለፌ ምክንያት አካሌ ኮስማና ነበር፡፡ እንዲያውም ከዕድሜ እኩዮቼ በሦስት ዓመት ያህል የማንስ እመስል ነበር።

ጤናማ ግለ ዕይታና ጠንካራ በራስ የመተማማን መንፈስ ስለነበረኝ፣ የበታችነት ስሜት በፍጹም ተሰምቶኝ አያውቅም። ችግሩ፣ ሌሎች እኔ ራሴን በማይበት መንገድ አለማየታቸው ነው።

እንበልና የሰውነት ማጎልመሻ ትምህርት መምህሬ ሁልጊዜ ከፊት መስመር ያሰልፉኝ ነበር። አንድ ጊዜ እንዲያውም "ለምንድነው ሁልጊዜ ከፊት የሚያሰልፉኝ?" ብዬ መጠየቄን አስታውሳለሁ ።

"ከፊት ካላስቆምኩህ በስተቀር ላገኝህ አልችልም!" ሆነ መልሳቸው። ያልሳቀብኝ ተማሪ የለም።

በአማካይ ሲመዘን አብዛኞቹ ኢትዮጵያውያን ከየመናዊያን በቁመት ዘለግ ያሉ ናቸው። ምናልባት ግን እኔ በየመናዊው ደሜ ምክንያት አጠር ሳልል አልቀረሁም፡፡ ለዚህም ነው የክፍልችን ጉልበተኞች እንዳስኮርግቸው ያስፈራሩኝ የነበረው። ሆኖም ግን አንድም ቀን ደብድበውኝ አያውቁም፡፡

እንዲያውም ለምፈጽምላቸው ውለታ ገንዘብ እንዲሰጡኝ፣ በኳስ ጨዋታ ጊዜ የተሻለ ቦታ እንዲያሰልፉኝ አለያም ከምግባቸው እንዲያካፍሉኝ መደራደር አመጣሁ። ሁሌም ቢሆን በፈተና ላይ አላስኮርጅም፡፡ የቤት ሥራቸውን መሥራት ግን መደበኛ ግዴታዬ ነበር፡፡ ይህን በማድረጌ የገጠመኝ ችግር አልነበረም።

ታድያ ልጃገረዶቹ ተማሪዎች ለእኔ ያላቸውን አቀራረብና አያያዝ ስለወደድኩት፣ እነርሱን መርዳት ይበልጥ ያስደስተኛል። እንዲያውም ሴቶቹ ችሎታዬንና ጉብዝናዬን ማሞጋገስ ከጀመሩ ዋል አደር ብለዋል፡፡ ልጃገረዶቹ በትምህርትም ሆነ በስፖርት እንደምን ልጎብዝ እንደቻልኩ መጠያየቅም ጀምረዋል።

በተለይ በመቶና በሁለት መቶ ሜትር የሩጫ ውድድር ወንዶቹን በሙሉ ከቀደምኩ በኋላ፤ የሴቶቹ አድናቆት ይበልጥ እየጨመረ መጣ።

አንዳንዴ መጽሐፎቻቸውን ይገለጡና በተለይ የሒሳብ ጥያቄዎች እንዴት እንደሚፈቱ፤ እንዲሁም የከባድ ጥያቄዎች መልስ እንዴት እንደሚገኝ ሲጠይቁኝ፣ ጥያቄያቸውን አለመመለስ የማይቻለኝ ሆነ። ከየቤታቸው የሚያመጡትን መክሰስ ያካፍሉኝ ነበርና ደግነታቸው አሸነፈኝ።

ዳሩ ግን ከሌሎቹ ልጃገረዶች በተቃራኒ ለእኔ ደንታም ያልነበራት አንዲት ልጅ በክፍላችን ውስጥ ነበረች።

በዚያን ዘመን መምህራን በማይኖሩበት ጊዜ እነርሱን ተክቶ የሚያስተምር መምህር አልነበረም። በምትኩ፣ ከጎበዝ ተማሪዎች አንዱ የመምህሩን ሚና በመተካት የዕለቱ አስተማሪና ተቆጣጣሪ ይሆናል።

አንድ ቀን መምህራችን ሳይመጡ ቀሩ፡፡ እኔ ደግሞ የክፍሉ ዓይን የተባልኩ ተማሪ እንደመሆኔ፤ ለዚያ ቀን እርሳቸውን ለመተካት ፈቃደኛ ሆንኩ። ታዲያ ይሄኔ በዕድሜ ሁለትና ሦስት ዓመት ያህል የምትበልጠኝ አንዲት ልጅ ክፍሉን ጥላ ወጣች። በትምህርት ጉዳይ እጅግ ጠንቃቃ ስለነበርኩና፤ ሁሉም ተማሪ በትምህርቱ የተሻለ እንዲሆን እፈልግ ስለነበር፤ ተከትያት ወጣሁ፡፡ ከዚያም ከአንድ ወጠምሻ ጋር ዛፍ ሥር ቆማ ስትዝናና አገኘኋት።

“ለምንድነው ትምህርቱን ትተሽ የወጣሽው?” ስል ጠየቅኋት፣ በቅንነት፡፡

“ማን ነኝ ብለህ ነው ምታስበው?” ብላ በስላቅ መልክ መለሰችልኝ፡፡ “ደግሞስ ምን ልታደርግ አስበህ ነው የመጣኸው?” ስትል ጨመረችልኝ፡፡

ሌሎች ተማሪዎች የሚያከብሩኝን ያህል ቦታ አልሰጠችኝም።

“ወደ ክፍል ተመለሽ” ትዕዛዝ ብጤ ቃጣሁ።

እውነተኛ አስተማሪ የሆነ የመሰለው አንድ ደቃቃ ልጅ ነበርና፤ የተቀናጣባት ቅንጣት ደንታ አልሰጣትም። ከነአካቴውም ከቅምጧ ተነስታ ገፈተረችኝ፡፡ ልትደባደበኝ እንደሆነ ግልፅ ሆነልኝ።

ልክ እንደ ሥልጡን ቦክሰኛ ቀልጠፍ ብዬ ተዘጋጀሁ፡፡ እጆቼን ፍርጥም አድርጌ ከጨበጥኩ በኋላ፤ ቡጢ እንደሚከላከልና እንደሚሰነዝር ምርጥ ተደባዳቢ ሁሉ ወደ ፊትና ወደ ኋላ ተወዛወዝኩ - መሐመድ አሊን መሰልኩ።

የቱንም ዓይነት የጥሩ ቦክሰኛ ትዕይንት ለመተወን ብሞክርም፤ ልጅት ፍንክች አላለችም፡፡ እንዲያውም ቀኝ እጁን ወደ ወገቧ ኋላ ወሰደችና ወደፊት አስፈንጥራ በቡጢ አጎነችኝ፡፡ በአንድ ምት መሬት ላይ ዘረረችኝ።

ለቅጽበት ያህል ምድር በእኔ ዙሪያ የምትሽከረከር መሰለኝ፣ የተርገበገበችም ሳይመስለኝ አልቀረም፡፡ አብሯት የነበረው ልጅ በሳቅ ፈረሰ፡፡ እንደምንም ከወደቅሁበት ተነሳሁና ትቢያዬን አራግፌ በቀጥታ ወደ ክፍሌ ተመለስኩ። ይህ ሁሉ ሲሆን የክፍል ጓደኞቼ ውርደቴን በመስኮት ሳይመለከቱ አልቀሩም።

ከዚያች ከተረገመች ዕለት በኋላ መምህር ተክቼ መቆጣጠሬን ባላቆምም፤ የፈለገው ተማሪ ከክፍል ቢወጣ ትንፍሽ ብዬ አላውቅም።

*

ለመጀመሪያ ጊዜ በፍቅር የወደቅኩላት ልጅ ማኔላ ካርሜሎ ትባል ነበር። ከስተቱ የበኩር ፍቅሬ ከመሆኑ በስተቀር ምንም የተለየ ሁኔታ አልተፈጠረም፡፡ ከጊዜ በኋላ ለእርሷ የነበረኝን የፍቅር ስሜት ስፈትሸው፤ ትኩረቴን የሳበው ብቸኛው ምሥጢር ዘንካታው ቁመናዋ ነበር፡፡ ጣልያናዊት መሰለችኝ።

ኋላ እንደተረዳሁት ከሴት አያቶቿ አንዷ ኢትዮጵያዊት በመሆኗ ማኔላ ሰባ አምስት ከመቶ ጣሊያናዊ ደም አላት። የእርሷም የአስተዳደግ ሁኔታ እንደ እኔው በፈተናዎችና በችግሮች የተወሳሰበ ሊሆን እንደሚችል መገመቴ እውነት ነው። የሁለታችንም ወላጆች አጋጣሚና አስተዳደጋችን ተመሳሳይ ስለነበር፤ ከእኔ ጋር ተቀራራቢ ስሜት እንደምትጋራ ተረዳሁ።

በጊዜው የያዘኝ ፍቅር መሆኑን እንኳ እርግጠኛ አልነበርኩም፡፡ እውነታውን የተገነዘብኩት ከረጅም ጊዜ በኋላ ነበር ።

እንደ እውነቱ ከሆነ፣ በአስቸጋሪው የልጅነት መከራዬ ምክንያት፤ እንዲህ ዓይነቱ ሰብአዊ ክብር ይገባኛል ብዬ አስቤ አላውቅም ነበር፡፡ ታዲያ የያዘኝ ፍቅር መሆኑን ስረዳ ደስታ ብጤ ጎነተለኝ፡፡

አንድ ሰው ፍቅር በያዘው ጊዜ፤ ስለ ሌላ ጉዳይ ማሰብ ጭምር ይሳነዋል፡፡ የእኔው ግን ይለያል፡፡

የማኔላን የፊት ገጽ በደመና ውስጥ ወይም በጨረቃ ቅርጽ ተመስሎ አየው ነበር፡፡ ምናቤ ሁሌም እንዲያ ያሳየኛል። በእርሷ ዓይን ውስጥ ሊያስገባኝ የሚችለውን ማንኛውንም እንቅስቃሴ ከመተውን አልቦዘንኩም።

የአንዲትን ቆንጆ ልጃገረድ ቀልብ ሊስብ የሚችል መልክና ቁመና አለኝ ብዬ ማሰብ ስለማልችል፣ የእርሷን ትኩረት መሳቢያዎቼን ሁሉ በችሎታዎቼ ላይ አደረግኩ፡፡ በስፖርት ጨዋታዎች ላይ ኮከብ በመሆን፣ በትምህርት ከፍተኛ ውጤት በማስመዝገብና በማኅበራዊ ግንኙነት ውስጥ ተቀባይነትን በመላበስ

ጥረት ላይ ተጠመድኩ፡፡ ምናልባት እነዚህ ተፈጥሯዊ ስጦታዎቼ ትኩረቷን እንድትሰጠኝ ያስገድዱልኝ ይሆናል የሚል ተስፋ ነበረኝ።

የትኛዋም ተፈቃሪ አፍቃሪዋን ከነመፈጠሩም ልብ ላትለው ትችላለች፡፡ ነገር ግን አፍቃሪው የእርሷን ትኩረት ለመሳብ በሚያደርገው ያላሰለሰ ትንቅንቅ፤ ተዓምር እንዲሠራ ሰበብ ልትሆነው ትችላለች፡፡ በእኔም የሆነው ይሄው ነበር፡፡

ምዕራፍ አሥራ አራት

ታዳጊው ዘጋቢ

"አሁን የተረጋጋ ቤተሰባዊ ሕይወት በመምራት ላይ የሚገኘው ይህ ጸሐፊ የአሥራ አንድ ዓመት ልጅ ሳለ የተላበሰውን አዕምሮአዊ ውቅር የሚያሳዩ ሦስት የልጅነት ማስታወሻዎች እንደሚከተለው ቀርበዋል፡"

- የጥር 1 ቀን፤ 1965 ዓ.ም. ማስታወሻ

አርብ ቀን ከቀትር በኋላ በአቅራቢያችን በሚገኘው ሜዳ ላይ ስድስት ኮርኪ ጫወት ከመቅፅበት አንድ ያልታሠበ አደጋ በጌታሁን ላይ ደረሰበት ህዝቤን አስደነግጦ ነበር ጌታ ሁን በዚህን እለት መከሠሡን አልበላም ነበር እርቦት ከ/ት/ቤት እንደመጣ ደብተሩን አስቀምጦ ጥርውዝ ጥርውዝ እያለ እየሮጠ ሲጫወት ከአተጠገቡ የነበረውን ያረጀ ጉቶ መታና በግምት ለ3 ሜትር ያህል ወደፊት ባየር ላይ ከተንሳፈፈ በኋላ ከመሬት ጋር ሲገናኝ በግራ በኩል የሚገኘው ፊቱ እንዳልነበረ ሆኖ ነበር በዚህን እለት መሠረት ቢንያም አይናለም በጠቅላላው ቤተሰቡ መላጡን ሲያዩ ለመሸሽ ያሥቀጣቸው ነበር በእለቱ መሠረት በጣም ትጮህ ነበር ምክንያቱን ስንጠይቃት ጌታሁን ሲበ ላኝ ነው ትል ነበር ይህን ፅሁፍ ያጠናቀረው

— *አለማየሁ ብዙነህ ፈርማ*

January 9 Tuesday 1973

April 14 Saturday 1973

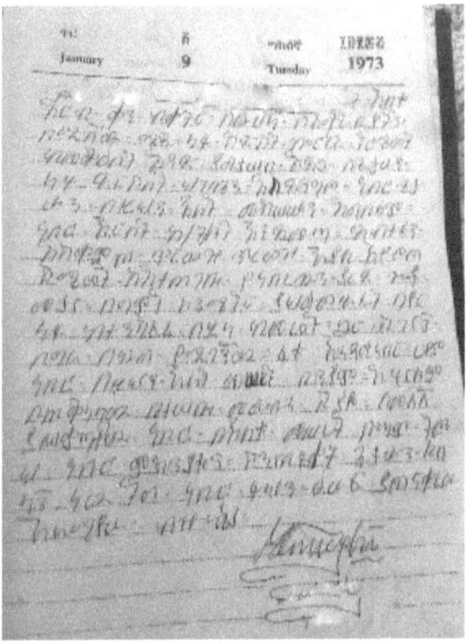

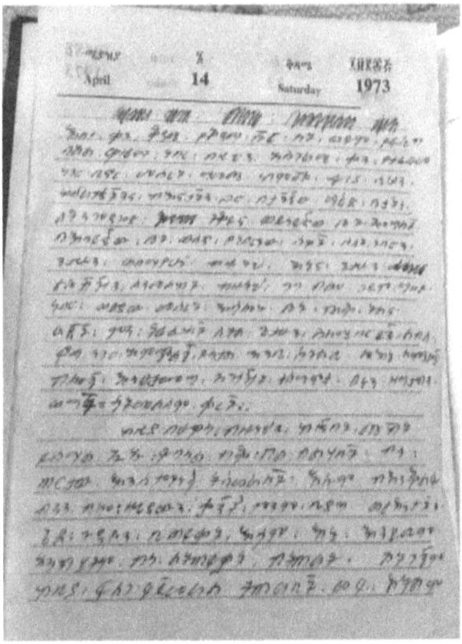

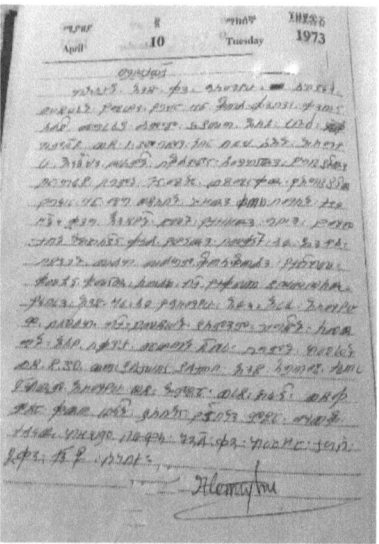

የሚያዝያ 2 ቀን 1965 ዓ.ም. ማስታወሻ

ከዕሊታት አንድ ቀን ዓለማየሁ ለጉንፋን መድህኒት የሚሆን የባህር ዛፍ ቅጠል ቀንበጥ ለልጅ መግረፊያ ልምጭ ሊያመጣ እለቱ ረቡእ ከምሽቱ ወደ1:30 ገደማ ነበር በዚህ ሰአት አለማየሁ እነኝህን ሥራዎች በቅልጥፍና ለማከናወን የግቢያቸውን በር ከፍቶ በግምት 75 ሜትር ወደሚርቀው የአካባቢያቸው የባህር ዛፍ ጫካ ወዳለበት ጉዞውን ቀጠለ ቋንጣ እንዳየች ድመት የታዘዘውን ግቡን የሚመ ታበት ትክክለኛና ቀላል የሆነውን በመቃኘት ላይ እንዳለ በድንገት መልከ መልካም ቅጠላ ቅጠል የተሽከመው ቁመቱና ቁመናው ለመልክ ብቻ የተቀመጠ ያስመሰለው የነበረ አንድ ዛፍ ላይ የዓለማየሁ አይን አረፈ አለማየሁ በመልኩ ብቻ በመደሠት ያለምንም ዝግጅት ለመው ጣት አስቦ በቀጥታ መውጣት ጀመረ በግምት ከመሬት ወደ 2:30 ወጣ ያልታሰበና ያልተጠበቀ አንድ አጋጣሚ ተፈጠረ ይኸውም አለማየሁ ወደ ምድር ወረደ ከፉኛ ወደቀ ምድር ቀውጢ ሆነች ያለበትና የኛበትን ምድር ማወቅ ተሳነው ከዚህም በሁዋላ ትንሽ ቀን ከመዞር ታገሰ 2 ቀን ተኝቶ ሰነበተ::

የሚያዝያ 6 ቀን 1965 ዓ.ም ማስታወሻ

እለተ ቀኑ ቅዳሜ የቅዳሜ ሹር ለት ወይም የፋሲካ በአል ዋዜማ ነበር በዚህን አስገራሚ ቀን የተፈፀመ ነገር ቢኖር መሰረት ማመጫ ከምሽቱ 4፡15 ሰሆን ከሰራተኛችንና ከእናታችን ጋር በታችኛው ማዕድ ቤታችን ስትንጎዳጎድ ትቆይና ወደ ላይኛው ቤት ትመጣለች በላይኛው ቤት የነበርነው ሰዎች ሶስት ነበርን ጌታሁን ዓለማየሁና ብዙነህ እኔና ጌታሁንእኔና ጌታሁን ቴሌቪዥን ስንመለከት ብዙነህ ገባ ብሎ ጋደም ማለቱ ነበር ወዲያው መሰረት እሳሎን ቤት ብቅ ትልና ልጆች ምን ትፈልጋላቹ ስትል ጌታሁን ስለሚበርደኝ ልብስ ፎጣ ነገር አምጪልኝ ይላታል እምቢ ስትለው ለእኔ አምጭልኝ በላት ብሎኝ እንድታመጣ አዝዣት ተስማምታ በሩን ዘግታብን ወጣች ሳትመለስም ቀረች ከዚህ በሁዋላ ብዙነህ ከተኛበት ጩኸት ይሰማል ኡ ኡ ይባላል ብቅ በል በል ብላሃለች ብላ ጠርታው እስተሚነሳ ተሰውራለች እሱም ከእንቅልፉ ብንን ብሎ ዙሪያውን ቃኝቶ ምንም ቢያጣ ወደ እናታችን ሄደ ጉዳዩን ቢጠይቃት አሷም እኔ እንደውም አልነካኋትም ብላ ልትጠይቃት ብትጠራት አትገኝም ከዚያ ፍለጋ ይጀመራል ትጠራለች ወይ አትልም

April 14 Saturday 1973

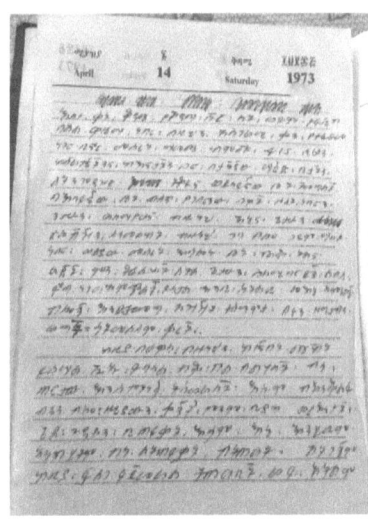

ምዕራፍ አሥራ አምስት

የሚያገረሹ ሕመሞች

"ደባልነትና እና ባለቤትነት አንድ አይደሉም። እንዲያውም ደባልነት የባለቤትነት ትልቁ እንቅፋት ነው። ደባልነት (ጥገኝነት) ሁኔታን አይቶ ተቀባይነት ለማግኘት እንዳስፈላጊነቱ ማንነታችንን መቃኘትን ይጠይቃል። ባለቤት በምንሆንበት ጊዜ ግን፣ ማንነታችንን እንድንለውጥ አንገደድም፣ የሆንነውን መሆን ብቻ በቂ ነው።"

- ብሬኔ ብራውን

በ ቤተ መንግሥቱ አቅራቢያ በሚገኘው ኢዮቤልዩ ትምህርት ቤት ውስጥ የአንደኛ ደረጃ ትምህርቴን እየተማርኩ ሳለ፣ አክስቴ ከመሀል ከተማው በስተደቡብ ሃያ አምስት ኪሎ ሜትር ርቀት ላይ መሬት ገዝታ ቤት መሥራት ጀመረች። ግንባታው እንደተጠናቀቀ ወደ አዲሱ ቤት ለመግባት እቅድ ነበራትና ሥራውን ለመከታተል ብዙው ጊዜዋን እዚያ ማሳለፍ ያዘች። ባሏም እንዲሁ፡፡

እኔ ደግሞ ሥረ መሠረት የነካ ታሪክ ያለኝ መሆኑን፣ ስመ ገናና አባት እንደነበረኝና፣ በውጭ ሀገር የሚኖሩ ዘመዶች እንዳሉኝ ከተረዳሁ በኋላ፣ ለአክስቴና ለቤተሰቧ ያለኝ አመለካከት መለወጥ ጀመረ። አንድ ቀን ምሽት ላይ ከአሁን በኋላ ወተት መግዛት፣ ከሰል ማመላለስ፣ በጠቅላላው የቤት ውስጥ ሥራዎችን መሥራት እንደማልፈልግ እቅጩን ነገርኳት። ሆን ብዬ የጠነሰስኩት መገዳደር ነበር፡፡

ይሄን ድፍረቴን ከየት እንዳመጣሁት አታውቅም ነበርና፣ በመደነቅ ዓይን ገረመመችኝ፡፡ አያይዛም "ቧልትህን አቁም!" አለችኝ።

“አይ በቃ… ከእንግዲህ አገልጋይ ሆኜ የመኖር ፍላጎት የለኝም። ደግሞም የእህትሽ ልጅ እንጂ ከጎዳና ያነሳሽው ውዳቂ አይደለሁም።”

“ይህን ሀሳብ ከየት አመጣኸው ጃል? እንዴትስ ደሞ እንዲህ ትዳፈረኛለህ?!” ብላ ከልክ በላይ አምባረቀች።

“አሁን ይሄ ጥቅም የለውም… ብቻ ከነገ ጧት ጀምሮ ወተት ማምጣት አልፈልግም፡፡”

ይህን ስላት ከባሏ ሱሪ ላይ ቀበቶ መዘዘችና ትለመጥጠኝ ጀመር። እንባ አላወጣሁም፣ አልተቃወምኩምም፡፡ እልኬን እንደዋጥኩ ውልቅ ብዬ ከቤት ወጣሁ፡፡ በዚያን ምሽት ወደ አክስቴ ቤት አልተመለስኩም።

በቀጥታ ወደ ፖሊስ ጋራዥ ሄድኩ። ከአክስቴ ብዙም የማይርቀው ይህ ጋራዥ የፖሊስ መኪኖች የሚጠገኑበትና የሚታደሱበት ቦታ ነው፡፡ የአንድ የማውቀው ልጅ አባት በጋራዡ ውስጥ ይሠራሉ፡፡ ሱቅም አላቸው፡፡ ልጃቸው ሀሰን ደግሞ እዚያው አካባቢ በጫማ ጠራጊነት ይንቀሳቀሳል።

ጋራዡ ዘንድ ስደርስ ከምሽቱ አሥራ ሁለት ሰዓት ገደማ ሆኗል። የጓደኛዬን አባት አስጠርቼ ሀሰንን ማግኘት እችል እንደሁ ጠየቅኳቸው ።

“አሁን ሥራ ቦታ ነው ያለው፣ እዚያ ሄደህ ልታገኘው ትችላለህ፡፡” ነበር መልሳቸው።

ሀሰንን ማሰስ ጀመርኩ። አገኘሁት፡፡ የጉራጌ ብሄር ተወላጅ የሆነው ሀሰን ሙስሊም ነው። የጀመረውን ሥራ እስኪጨርስ ጠበቅኩና የገጠመኝን አጫወትኩት።

“ታዲያ ምን ልታደርግ አሰብክ?” ሀሰን ተጠበበ፡፡

“አክስቴ ከፋችብኝ። እንደ አገልጋይዋ ነው የምታየኝ። ዛሬ ደግሞ ደበደችኝ። በቃ… ወደዚያ ቤት ሁለተኛ አልመለስም፡፡”

“ታዲያ ምን ሊሻልህ ነው?”

“ከአንተ ጋር መሥራት እፈልጋለሁ፡፡ ሁልጊዜ ከሰዓት በኋላ ከትምህርት ቤት መልስ፤ እንዳንተ ጫማ ለመጥረግ አስቤአለሁ፣ ፈቃደኛ ከሆንክልኝ።”

“ግን እኮ ሥራውን ስለማታውቀው ሊከብድህ ይችላል፡፡”

“ግዴለህም ልሞክረው። ደግሞም አንተ አማርኛ በደንብ ስለማትናገር ደምበኞችን ለመሳብ እንደምትቸገር አይቻለሁ፡፡ እኔ ግን ጥሩ አማርኛ

እናገራለሁ... ብዙ ደንበኞች ላመጣልህ እችላለሁ፡፡ በዚህ መንገድ አብረን ተጋግዘን መሥራት እንችላለን።"

ሀሰን አፉን የፈታው በጉራጊኛ እንደመሆኑ አማርኛው ደካማ ነበር።

ያቀረብኩትን ሀሳብ በተመስጦ ሲያሰላሰል ቆየና "እስቲ ላስብበት..." አለኝ እያቅማማ።

"እንደነገርኩህ ዛሬ ወደ አክስቴ ቤት አልመለስም፡፡ ለዛሬው እናንተ ቤት ማደር ብችል አትተባበረኝም?" ፈራ ተባ እያልኩ ጠየቅኩት፡፡

"ይሄ እንኳን አይታሰብም... ቤታችን አንድ ክፍል ብቻ ናት፡፡ እኔና አባቴ የምንተኛው ከሁለት ሜትር በማትበልጥ ትንሽ ሱቅ ውስጥ ነው። ክፍሏ ለተጨማሪ ሰው የሚሆን ቦታ የላትም፡፡"

"ታድያ በምን ልትረዳኝ ትችላለህ?"

"ብርድ ልብስ ልሰጥህ እችላለሁ፡፡ እሱን ለብሰህ እዚያ መተኛት ትችላለህ፡፡ " አለ ከአባቱ ሱቅ ባሻገር ወደሚገኝ አዲስ የፍሳሽ ማስወገጃ ቱቦ እያመላከተ።

ሐሳቡን ተቀበልኩት።

"እሺ፣ መጀመሪያ አንተ ወደ ቱቦው ውስጥ ትገባለህ... ከዚያ እኔ በካርቶን እሸፍንሃለሁ። ከውስጥ ብርድ ልብሱን ትለብሳለህ፡፡ ጠዋት ወደ ትምህርት ቤት ከመሄድህ በፊት መጥቼ አገኝሃለሁ።"

በነገሩ ከተግባባን በኋላ፣ ከዚህ በፊት ይጠቀምበት የነበረውን አሮጌ ጫማ የሊስትሮ ሣጥን ሰጠኝ። በጋራ እየሠራን ትርፉን ለመካፈልም ተስማማን። ከዚያም ተያይዘን እዚያች ትንሽ የውሃ መፍሰሻ ቱቦ ጋ ደረስን፡፡ አዲሷ ቤቴ መሆኗ ነው።

ወደ አባቱ ሱቅ ተመለሰና፣ ወፈር ያለ ብርድ ልብስና በሳጥን ቅርጽ የተሠራ ካርቶን አመጣልኝ፡፡ ሳላንገራግር ቱቦው ውስጥ ዘልዬ ገባሁ።

ከብ ሠርቶ በዙሪያዬ የቆመውን የኮንክሪት ጠርዝ በካርቶንና በምናምን ሸፈነና "ደህና እደር፣ ነገ እንገናኛለን፡፡" ሲል ተሰናበተኝ፡፡

ማንም ሊገምት እንደሚችለው ለመተኛት ከፉኛ ተቸገርኩ። ስንት ሰዓት ላይ እንቅልፍ እንደወሰደኝ አላስታውስም፡፡ እንቅልፍ ሳይወስደኝ በፊት ግን ጥንብዝ ብለው የሰከሩ ሰዎች በአቅራቢያው ካለ መጠጥ ቤት እየወጡ ወደየቤታቸው ሲጓዙ እንደነበር ትዝ ይለኛል፡፡ ንጋት ላይ ደግሞ የሞተር ተሽከርካሪዎች ድምፅ መስማቴን አልዘነጋም ።

በድንገት ስሜ ሲጠራ ነቃሁ። ሀሰን መሆን አለበት። ሌላማ ማን ይታሰባል፡ ፡ እንድነሳ ጠየቀኝ። እሺታዬን ሰጠሁት።

ለካስ ረፍዶ ኖሯል። የቱቦውን ጠርዝ እንደምንም ታከኬ ከአዲሱ ቤቴ ወጣሁት።

“የማታውን ልብስና ካርቶኑን እዚሁ ትተን መሄድ የለብንም። ወደ ሱቅ መመለስ አለባቸው። ትምህርት ቤት ከመሄድህ በፊት ሱቁ ውስጥ አስቀምጣቸው፡፡” አለኝ የአባቱን ሱቅ እየጠቆመ።

እንደገና ወደ ጎዳና

ሰላም የራቀውና ሁከት የበዛበት ሌሊት በኮንክሪት ቱቦ ውስጥ ካሳለፍኩ በኋላ፤ ድከምከም ብሎኝ ነበር ቀኔን የጀመርኩት፡፡ ምቾት ተነፍጌ ነበር ያደርኩት፡፡ ሳምንቱ ከአከስቴ ጋር የተጣላሁበት፣ የአባቴን ጓደኛ ያገኘሁበትና እንደገና ጎዳና የወደቅኩበት እጅግ መራራ ጊዜ ነበር።

የሌሊት ልብሱንና ዝግንትሉን ካርቶን ሀሰን አባት ሱቅ ካስቀመጥኩ በኋላ፣ የዛለ ሰውነቴን እየጎተትኩ ወደ ትምህርት ቤት ሄድኩ። ሀሰንም አብሮኝ ነበር።

ትምህርቴን አላቆምኩም፡፡ ምክንያቱም የሰውነት ዋጋ ያለኝ መስሎ የሚሰማኝ ትምህርት ቤት ውስጥ ስሆን ብቻ ነበር። ትምህርት ቤት ከሌሎች የተሻልኩ መሆኔን ማሳየት የምችልበት ብቸኛው መድረክ ነበር... እዚያ ከአብዛኞቹ ልጆች እሻላለሁ... ቢያንስ በትምህርት እልቃለሁ።

በዚያው ቀን ከሰዓት በኋላ፣ ከትምህርት ቤት እንደተመለስኩ የሊስትሮ ሥራ ልምምዴን ተያያዝኩ።

ግልጽ ባልሆነልኝ ምክንያት ሀሰን ትንሽ የጫማ ቀለም ብቻ ሰጠኝ፡፡ ምናልባትም ዱካዬን ባጠፋበት ቢያንስ ብዙ የጫማ ቀለም ይገፑበት እንዳልሄድ ሰግቶ ሳይሆን አይቀርም፡፡ የጫማ ቀለም ለእርሱ ዋነኛ የሀብት ምንጩ ነበር። በበኩሌ ከእሱ ቀለም የመስረቅ ሀሳብ አልነበረኝም፡፡ እንዲያውም ሀሰንን ወድጄው ነበር... እያደረገልኝ ለነበረው ውለታም በልቤ ትልቅ ሥፍራ ሰጥቼዋለሁ።

ያን ቀን ከቀትር በኋላ፣ ሀሰን የሊስትሮ ሥራውን እንዴት እንደሚያከናውን በጥንቃቄ አስተዋልኩ፡፡ በቻልኩት መጠን ልቅም አድርጌ ለመቅሰም ሞከርኩ።

ከአንድ ሰዓት ምልከታ በኋላ ለሥራ ዝግጁ እንደሆንኩ ተሰማኝ፡፡ ሥራውን ለመጀመር በጣም ጓጉቼ፣ "እስቲ የሚቀጥለውን ደንበኛህን እኔ እንድጠርግለት ፍቀድልኝ ..." ስል አግባባሁት።

ብዙ ጠበቅን፣ ብቅ ያለ የለም። ደንበኛ እንዲመጣልን እየተቁለጨለጭን ሳለ፣ ስለ አንዳንድ ጉዳዮች መጠያየቁን ቀጠለ። "ሙስሊም ነህ?"

በደፈናው ዐረብ መሆኔን ነገርኩት።

"ዐረቦች በሙሉ ሙስሊሞች ናቸው አይደል..."

"ያን አላውቅም። አባቴ የገና በዓልን ያከብር እንደነበር ግን ሰምቻለሁ፡፡"

"እውነትህን ነህ?"

"አዎ፣ እንደዚያ ሲሉ ነው የሰማሁት፡፡"

ቀጠለና ስለ እናቴ ጠየቀኝ።

"እናቴ የት እንዳለች አላውቅም። ልፈልጋት ግን አስባለሁ..."

አሁን ይህን ለምን ነገርኩት? ከአሁን በፊት ስለ እናቴ ጉዳይ ተጨንቄ አላውቅም። ምናልባትም የእንጀራ እናቴ ያን ክፍተት ስለሞላችልኝም ይሆናል፡ ፡ አባቴንም እኮ በሕይወት አግኝቼው ነበር።

ስለ ወላጅ እናቴ አንዳችም ትዝታ ስላልነበረኝ፣ ስለ እሷ የማሰብ ወይም የመጠየቅ ፍላጎት አልነበረኝም።

በጨዋታችን መሀል ጥቂት ፖሊሶች ከሞተር ብስክሌታቸው ላይ ጡብ እያሉ፣ ፊት ለፊታችን ወረዱ፡፡ አንደኛው ፖሊስ "ሊስትሮ!" ብሎ ተጣራ።

ፖሊሱ የተጣራበት ቃል ለእኔ እንግዳ ነበር። ሀሰን ተነስቶ ወደ ሰውዬው ሲሄድ ተከተልኩት። ቀልጠፍ ብዬ ከፖሊሱ ጋር መነጋገር ጀመርኩ፡፡ በቅናሽ ጫማውን ላሳምርለት እንደምችል ነገርኩት፡፡ ሀሰን ቃል አላወጣም።

ተስማምተን ጫማውን መጥረግ ያዝኩ፡፡ ምን ያህል ገልጃጃ ጫማ አጽጂ እንደሆንኩ ወዲያው ገባኝ። የፖሊስ መኮንኑም ጀማሪ መሆኔን ሳይረዳ አይቀርም፡፡

"የቀነስከው ዋጋም ሲበዛብህ ነው!" ሲል አጉረመረመብኝ።

በቁጣ ጫማውን ከሊስትሮ ሳጥኑ ላይ አነሳና ከፊቱ አባረረኝ። ሀሰን ቦታየን ተረከበ።

*

በማግስቱ ከሀሰን አባት ሱቅ ባሻገር ከሚገኘውና ሌሊት ላይ ጠጪዎች ሲንጫጩበት ከነበረው ቡና ቤት ገባሁ፡፡ ባለቤቱን አግኝቼ ቡና ቤቱ ውስጥ ማደር እችል እንደሆነ ጠየቅኩት። ወላጆቼ የት እንዳሉ ጠየቀኝ። ሁለቱም ሞተዋል አልኩት።

ሊያሳድረኝ ተስማማ፣ ሆኖም ቅድመ ሁኔታዎች አስቀመጠልኝ።

"እኩለ ሌሊት ላይ ሁሉም ደንበኞች ወጥተው ከሄዱ በኋላ፤ወንበሮቹን መሰብሰብና ወለሉን ማጽዳት ይጠበቅብሀል" ቀጭን ትዕዛዝ አሸከመኝ።

አላንገራገርኩም፡፡

ለሚቀጥሉት ሁለትና ሦስት ሳምንታት የውሎ አዳሬ ሁኔታ የሚከተለውን መልክ ያዘ፡፡ ጧት ተነስቼ ትምህርት ቤት መሄድ... ከትምህርት በኋላ ጫማ የማሳመር ሥራዬን መቀላጠፍ... ምሽት ላይ ከአዋቂዎች ጋር ቴሌቪዥን ለማየት ወደ መጠጥ ቤቱ መሄድ (አብዛኞቹ ከመድረሴ በፊት ቀድመው ቢሰከሩም) ... ደንበኞች በሙሉ ወደየቤታቸው ሲሄዱ ወንበሮች መሰብሰብና ወለል ማጽዳት... በመጨረሻም ወለሉ ላይ አንጥፎ መተኛት፡፡

ከአለፍ ገደም በባንሰር የልብስ ንጽሕና መደብር ውስጥ አስደሳች ጊዜ ማሳለፌን ግን አላቋረጥኩም። እንዲያውም ትእዛዝ እንድቀበል፣ ደረሰኝ እንድሰጥና የገንዘብ ልውውጦችን እንድቆጣጠር ተፈቀደልኝ።

በሄድኩባቸው ቀናት ሁሉ ወደ ቤቴ ከመሄዴ በፊት ባንሰር አንድ ወይም ሁለት ብር ይሰጠኛል፡፡ ይህ ከሆነ ደግሞ የሊስትሮነት ሥራዬን ለረጅም ጊዜ መቀጠል ላያስፈለገኝ ይችላል፡፡ ይልቁንም ምሽት ላይ ከሀሰን ጋር ከተጫዋወትኩ በኋላ በጊዜ የመተኛት ዕድል ይሰጠኛል፡፡

ከአክስቴ ጋር መጣላቴንም ሆነ መኮብለሌን ለባንሰር አልተነፈስኩም። ከምንም በላይ ከእርሱ ጋር መዋልና ስለአባቴ የሚያስታውሳቸውን ታሪኮች ማዳመጥ ያጓጓኝ ነበር።

ባንሰር አባቴን ባስታወሰ ቁጥር ሳቅ ይቀድመዋል። ታሪኮቹን በዝርዝር እንዲነግረኝ ስጫነው፣ ካደግኩ በኋላ እንድጠይቀው በመንገር ያልፈዋል፡፡ ቢያንስ አሥራ ስምንት ዓመት ሲሞላኝ እንደሚነግረኝ ቃል ይገባልኛል። ምናልባትም ታሪኮቹ አዋቂዎችን ብቻ የሚመለከቱ ጉዳዮች ሳይሆኑ እንደማይቀሩ እገምትና መተዉን እመርጥ ነበር።

ፈገግ ሲልና አንዳች ነገር ሊናገር ፈልጎ ሲተወው ሳይ ግን ስላሰበው ነገር የማወቅ ጉጉቴ ይንራል። አሁን ሊነግረኝ የማይፈልጋቸው ከአባቴ ጋር የተያያዙ ጉዳዮች ምን ይሆኑ? ...

ወላጅ አባቴ ተንኮለኛ፣ ጀብደኛ፣ ተጫዋች፣ ጉልበተኛና ቁጡ ሰው እንደነበር ውስጤ ይነግረኛል። ባንሰር ከነገረኝና ካልነገረኝ ጸባዮቹ በመነሳት፤ የአባቴን ማንነት ምስል በግርድፉ መሳል ጀመርኩ፡፡

"አባቴ ምን ዓይነት ሰው ነበር? ምን ልማድ ነበረው? ስለዚህ ወይም ስለዚያ ጉዳይ ምን ይል ነበር?" በማለት ባንሰርን ያለማቋረጥ መወትወቴን አላቋረጥኩም።

እንዲህ መንሰፍሰፌ በአብዛኛው በአእምሮዬ ጓዳ ውስጥ የተሸሸጉትን ክፍተቶች ለመሙላት መጣሬ ነበር፡፡ ልክ ሸርፍራፊ ታሪኮችን በመገጣጠም አንድን እንቆቅልሽ እንደመፍታት ዓይነት...

ብዙውን ጊዜ፣ ባንሰር እውነቱን እየነገረኝ ነው ወይስ አይደለም እያልኩ በማሰብ እጠመዳለሁ፡፡ በነገረኝ ታሪክ ውስጥ የሚጋጩ አባባሎች መኖራቸውን ለማወቅ ወይም የሚያወራልኝ ሁሉ እውነት መሆኑን ለማረጋገጥ፤ ተመሳሳይ ጥያቄዎች ደጋግሜ አቀርብለታለሁ።

ሁሌም ጥያቄያዎቼን በደስታ ያስተናግዳቸዋል። የጥያቄዎቼ ጋጋታ ታክቶትም ሆነ ገርሞት አያውቅም።

ስለአባቴ ሳይነግረኝ የሚተዋቸው ጉዳዮች አጉል ልማዶቹን እንደሆነ እረዳለሁ፡፡ ምክንያቱም አንድም ቀን ስለ ሴት አውልነቱ ወይም ስለ መጠጥ ሱሰኝነቱ፤ ሳት ብሎት አጫውቶኝ አያውቅም።

ዕድሜዬ እየጨመረ ሲሄድ ግን፣ ቀስ በቀስ አንዳንድ ገመናዎቹን ያካፍለኝ ጀመር። የአባቴ ስህተት ምንም ይሁን ምን ባንሰር ለእሱ ያለው ክብርና አድናቆት የማይናወጥ መሆኑ ይደንቀኝ ነበር ።

ጊዜ ባገኘ ቁጥር ወደ ሌሎች የሀድራሚ ተወላጅ ቤተሰቦች እየወሰደ ማስተዋወቁን ቸል አላለም። አብዛኛውን ጊዜ የምንሄድባቸውን ሰዎች የምናገኛቸው በሱቆቻቸውና በቢሮዎቻቸው ውስጥ ነው፡፡ አልፎ አልፎ ደግሞ የሞተ የሀድራሚ ተወላጅ ሲኖር አብርን ለቅሶ እንደርሳለን፡፡

በእነዚህ ጉብኝቶች የተነሳ እንደ ባአባይድ፣ ባኩሁም፣ ባዛራና ባህሮን ያሉ፤ በጊዜ ሂደት በህይወቴ ላይ ጉልህ ተፅእኖ የፈጠሩና፤ መካሪዎቼ የሆኑ ቤተሰቦችን ለማወቅ ቻልኩ።

የሚገርመው ነገር ከባጋሪሽ ልጅ ከአቡበከርና ከአዋድ ባቄሁም ልጅ (አዋድ ባቄሁም የቀድሞ የኢትዮጵያ ብሔራዊ ቡድን የእግር ኳስ ተጫዋች ነበር) በስተቀር፤ በእነዚህ ቤተሰቦች ውስጥ ካሉ ልጆች ጋር መቀራረብ አልቻልኩም ነበር። ለምን?

ይህ እስካሁንም በቅጡ ልመልሰው የማልችለው እንቆቅልሽ ነው። እንዲያውም አብዛኞቹ ልጆች (ሙአላዲኖች) በኋላ ላይ የመን ውስጥ ባገኘኋቸው ጊዜ፣ “እንዴት አዲስ አበባ እያለን ዓይተንህ አናውቅም?” በማለት ጠይቀውኛል። መልስ አልነበረኝም።

ዛሬ፣ ስለዚህ ጉዳይ ባሰብኩ ቁጥር ልገምት የምችለው ብቸኛው ምክንያት… ምናልባትም ከእነርሱ ጋር እንዳልተዋወቅ ጋሬጣ የሆነብኝ ኃፍረት ነው። በእስልምና ኃይማኖት ከጋብቻ ውጪ መወለድ ኃጢአት ነው።

በተጨማሪም፣ ቀደም ሲል ለኢትዮጵያውያን ልጆች ስለቤተሰባዊ ማንነቴ በማስረዳበት ጊዜ ብዙ ችግር ስላጋጠመኝ የየመን ተወላጅ ልጆች በተለይም ስለ እናቴ ታሪክ እንዲጠይቁኝ አልፈለግኩም ይሆናል። ምናልባት እነርሱም የእኔ ማንነት ስሜት አልሰጣቸውም ወይም መጠየቅ አልፈለጉም ይሆናል፡፡ ምናልባትም…

እርግጥ ነው፣ በአጎቴ ተደጋጋሚ ስድብና ማንቋሸሽ ምክንያት ስለ ወላጆቼ ለማውራት ሐፍረት ይሰማኝ ነበር። ዐረብ መባልን አፍራለሁ። እንደ ዲቃላ መቆጠር፣ በሁሉም ወገኖች ዘንድ ተቀባይነት ያለኝ ልጅ እንዳልሆንኩ ተደርጌ መታሰብ… ያሳፍረኛል… ሌላም ሌላም…

መቼም ከዚህ ሁሉ ጣጣ ለማምለጥ፤ ምሥጢሬን አዳፍኖ ማሳደርን እንደ መፍትሔ ሳልወስደው አልቀረሁም።

*

ለብዙ ሳምንታት ከጠፋሁባት በኋላ አክስቴ ትምህርት ቤት መጣች። የትምህርት ቤቱ ርእሰ መምህር የክፍላችንን ስም መጥሪያ መዝገብ ፈትሸው አንድም ቀን ቀርቼ እንደማላውቅ ነገሯት። የት እየኖርኩ እንደሆነና ምን እየበላሁ እንደምኖር ስለማታውቅ ግራ ተጋባች፡፡ በዚያው ዕለት ከትምህርት ቤት በምወጣበት ሰዓት በር ላይ ጠብቃ አነቀችኝ። ጆሮዬን ይዛ እየጎተተች ወረደችብኝ።

“ይህን ሁሉ ጊዜ የት ነበርክ?!”

ላመልጣት ታገልኩ፣ አልቻልኩም። ጆሮዬን እየመዘለገች ወደ ቤቷ ወሰደችኝ።

ከኮበለልኩ ወር ሊሞላኝ ተቃርቧል፡፡ ለካ በዚህ መሀል አከስቴና ቤተሰቧ ወደ አዲሱ ቤታቸው ገብተው ኖሯል።

ቤት እንደ ደረስን ቁጣዋ ዘነበብኝ፡፡ ዳግም የምኮበልል ከሆነ ምን መዘዝ እንደሚያጋጥመኝ አበክራ ዛተችብኝ። ከዚያም በወጉ አስቀመጠችኝና ከናዝሬት ካመጣችኝ ጀምሮ፤ ለመጀመሪያ ጊዜ ጨዋነትና ቁምነገር የተሞላበት ውይይት አደረግን። በአያያዟ የነበረኝን ቅሬታ ዘረገፍኩለት፡፡ ከልቧ አደመጠችኝ፡፡ ቁጣዋን ገታች፡፡ ይልቁንም ሁኔታዬ እንዳስጨነቃትና ተስፋ እንዳስቆረጣት፤ ከገጽታዋ ማንበብ ቻልኩ።

ውስጣዊ ሀዘኗን ከድምጿ ቃና ተረዳሁ። እሷም እንደ እኔው ደህንነቷ ያልተጠበቀ ሴት እንደሆነች ግልጽ ሆነልኝ። እኔን ከጎዳና ሕይወት ለማራቅ የገጠማትን ድካም እንድረዳላት ብዙ ጣረች። ቤት ውስጥ የግድ እንድሠራ ታደርግ የነበረው፣ ከእርሷ ጋር ልኖር የምችለው ያንን ከፈጸምኩ ብቻ እንደሆነ፤ ከባሏ ጋር ቀደም ሲል ስለተስማሙ ኖሯል።

እኔን በቤቷ ውስጥ ለማስጠለል ያላት ብቸኛ አማራጭ፤ ከባሏ ጋር ያን ስምምነት መዋዋል ብቻ ነበር። በተወሰነ ደረጃ ችግሯ ትርጉም ሰጠኝ፣ ንዴቴም በረደ።

እንዲህ አለችኝ፣ “አንተን ልደግፍ የምችልበት ሌላ ምንም ዓይነት ምርጫ የለኝም፡፡ እናትህም አንተን የምትረዳበት ሁኔታ ላይ አደለችም። ከናዝሬት ላመጣህ የምችልበት ብቸኛው ብልሃት፤ የቤት ውስጥ ሥራዎችን እንደምትሠራ ለባሌ ቃል በመግባት ነበር።”

ከዚህ ሌላ ከእርሱ ጋር ለመደራደር የሚያስችላት ምንም ዓይነት አቅም እንደሌላት፤ በአፅንዖት ከነገረችኝ በኋላ “አሁንስ ገባህ?” አለችኝ፡፡

“አዎ፣ ግን”

“ግን ምን?”

“ከአንቺ ቤት ይልቅ ጎዳና ላይ ስኖር ይበልጥ ደስተኛ ነበርኩ፡፡”

ከዓይኖቿ እንባ ረገፈ።

“እንዴት? ንገረኝ እስቲ! ምግብ አልጎደለብህ፣ ጫማና ልብስ ገዝቼልሃለሁ፣ ትምህርት ቤት አስገብቼሃለሁ፡፡ አብዛኞዎቹ ወላጆች የራሳቸውን ልጆች እንኳን በቀን ሁለት ጊዜ መመገብ አይችሉም፡፡ ታዲያ ምንድን ነው የጎደለብህ?”

“አንቺ ጋ ስኖር ናዝሬት ከነበረኝ የህልውና ትግል ወደ ባርነት ሁኔታ የተዛወርኩ ያህል ተሰምቶኛል። እንደ አገልጋይሽ እንጂ እንደ ቤተሰብሽ አባል አልቆጠርሽኝም።”

ወደ መሬት አቀረቀረች። ሁለታችንም ለደቂቃዎች ያህል በዝምታ ተዋጥን።

“ጎዳና ላይ መኖር ምርጫህ ከሆነ መብትህ ነው። የአቅሜን ብቻ ነው ላደርግ የምችለው፡፡” አለችና ከፍሉን ለቃ ወጣች።

ከዚያች ቀን በኋላ ኩብለላዬን አቆምኩ። መሐመድና ያ የተጠለልኩበት ጠጅ ቤት ድንገት ስሰወርባቸው፣ “ምን ዋጠው ምን ነክቶት ይሆን “እያሉ መጨነቃቸው እንደማይቀር ሕሊናዬ ይነግረኝ ነበር፡፡ ግን ካክስቴ እግር ብረትና ቁጥጥር አምልጬ ሄጄ ሳልነግራቸው በመቅረቴ፣ ሁሌም ሲቆጬኝ ይኖራል፡፡

የልጅነት እውነተኛ ታሪኬን የሚገልጹ በእንግሊዘኛ የሚጻፉ ሦስት ተከታታይ መጽሐፍት ለመጻፍ ባቀድኩ ጊዜ፣ ወደ አዲስ አበባ ተጉዤ ነበር፡፡ ዋናው ታሪኬ መነሻው በኢትዮጵያ ውስጥ ባሉ ከተሞች (አዲስ አበባና ናዝሬት) በመሆኑ፣ ታሪኬን ጣዕምና ለዛ ባለው አገላለጽ ለመተረክ ይቻል ዘንድ አንዳንድ የልጅነት ማስታወሻዎችን ማሰባሰብ ላይ ተጠምጄ ነበር፡፡

የተወሰነ ጊዜም ቢሆን በልጅነቴ ያሳለፍኩትን ሕይወት የተጋሩኝ ቤተሰቦችን ሙሉ ስማቸውን ከነፎቷቸው ማውጣት ፈለግሁ፡፡ እንዲሁም ለእኔ ለተወሰነ ጊዜም ቢሆን፣ መጠለያ የሆኑኝን ቤተሰቦች፣ የተወሰነ መረጃና ፎቶዎችን አግኝቼ በመጽሐፉ ውስጥ ባካትት የታሪኩን እውነታዎች ያጎሉታል ብዬም አሰብኩ፡፡ እነዚህን ተፈላጊ መረጃዎች ማግኘት ከቻልኩ በሚል ከአርባ ዓመት የውጪ ሀገር ቆይታዬ በኋላ፣ ወደ ኢትዮጵያ ተጓዝኩ፡፡

አንዱ የልጅነት ትዝታዬ አዲስ አበባ በተለምዶ ፊት በር ወይም ፖሊስ ጋራዥ ወይም እቴጌ መስከ ተብሎ በሚጠራው አካባቢ፣ ለሦስት ሣምንታት ያሳለፍኩበትን ቤትና ቤተሰቦች ለማግኘት እቦታው ሄጄ ስመለከት ቤቱ በቦታው የለም፡፡ ሸራተን ሆቴል ቆምበታል፡፡ የልጅነት ትውስታዬን ማጥፋቱ በተወሰነ መልኩ ቢያሳዝነኝም፣ የሀገሪቷን ገጽታና ኢኮኖሚ ሊቀይር የሚችል እጅግ ዘመናዊና ውብ ባለ አምስት ኮኮብ ሆቴል በእውቁ ባለሀብት በሼክ ሁሴን አሊ አላሙዲ ተገንብቶበታል፡፡ በወቅቱ አካባቢው ቢጠፋኝና ያ ለሦስት ሣምንታት ያደርኩበት ቤት በሆቴሉ ግንባታ ምክንያት ቢፈርስም፣ በምናቤ ሁሉም ትዝታዎቼና ያሳለፍኩት እውነታዎች ፍንትው ብለው ታዩኝ፡፡

ወደ መኖሪያ ሀገሬ ስመለስ አንዱ ለማድረግ የወሰንኩት፣ በሰብአዊነት ለሦስት ሣምንታት በቤቱ ውስጥ እንዳድር የፈቀደልኝን ደግ ሰው ቤተሰቦች ማፈላለግ ነበር፡፡ በአጋጣሚ የተዋወኩት አቶ ፍስሐ አስረስ ልጆቹን ለመጠየቅ

ብዙ ጊዜ ወደ ካናዳ ስለሚመላለስ፣ አንድ ቀን ኢትዮጵያ አዲስ አበባ ውስጥ የማፈላልጋቸውን ቤተሰቦች የሚያውቃቸው ከሆነ በሚል የአካባቢውን ምልክቶችና የቤተሰቡን ሁኔታ ስገልጽለት፣ ወዲያው ተረዳኝ፡፡ ሦስት ሣምንታት እቤቱ ያሳደረኝን ሰው ሦስተኛ ልጅ፣ (አዲስ አበባ የምትኖረውን ትርሲት ዓባይን) የተንቀሳቃሽ ስልክ ቁጥሯን ሰጠኝ።

አቶ ዐባይ ገ/ማርያምና ባለቤታቸው ወ/ሮ ወሰኔ ተሰማ

ስልኳን እንዳገኘሁ ወዲያው ለትርሲት ደወልኩላት፡፡ መጀመሪያም ስሜንና ከየት እንደደወልኩ ነገርኳት፡፡ ቀጥዬም፣ በልጅነቴ በአባቷ መልካም ፈቃድ እቤታቸው ለሦስት ሣምንታት የቆየሁ መሆኔን ስገልጽላት፣ በጣም በመደሰትና በመገረም እንዴት ወደ ቤታቸው እንደመጣሁ ጠየቀችኝ፡፡ ለጊዜው አብሬአት እኖር ከነበረችው አክስቴ በመጣላቴ ከቤት መውጣቴን ነገርኳት፡፡ ከዚያም አንድ ሁለት ቀን ውጪ ከአደርኩ በኋላ የውጪው አዳር የማያዛልቅ መሆኑን በመረዳቴ፣ በአካባቢው ወዳለው የአባትሽ ጠጅ ቤት ሄጄ ያዳር ፍቃድ ጠየቅሁኝ፡፡ አባትሽ አቶ ዐባይ ሳያመነቱ ፈቀዱልኝ፡፡

ማታ ማታ የጠጅ ቤቱን ወለል ካጸዳሁ በኋላ፣ እወለሉ ላይ አንጥፌ እተኛ ጀመር፡፡ በዚህ መልኩ ለሦስት ሣምንታት ያደርኩ ሲሆን፣ አልፎ አልፎም እራት ይሰጡኝ ነበር፡፡ ከእነርሱም ጋር ማታ ማታ ቁጭ ብዬ በጥቁርና በነጭ ቲቪ ፊልም አይ ነበር፡፡ ከጥቂት ቆይታዬ በኋላም ይሉኝታ ተሰምቶኝ ይሁን፣ ወይም ጫማ የመጥረግ ፍላጎት ኖሮኝ አላውቅም፣ የሁለት ሴት ልጆቻቸውን ሰንደል ጫማ ጠረግሁ፡፡ የህንንም ለትርሲት ነገርኳት፡፡

አቶ ዐባይ ገ/ማርያምና ልጆቻቸው

በመሐል በልጅነቴ ይህን ሁሉ ማስታወሴንና በግልጽነት የልጅነት ታሪኬን ለመጻፍ መቻሌን እያደነቀችኝና እየገረማት ነበር የምታዳምጠኝ፡፡ እሷም እኔን ለማስታወስ ብትቸገርም፣ በጫማ ጠራጊነትና በተላላኪነት በወቅቱ ብዙ ልጆች እቤታቸው የሚመላለሱ እንደነበሩ ታስታውሳለች፡፡ በተለይ ቤተኛ የነበሩትንና የምታስታውሳቸውን የተወሰኑትን ስም በመጥቀስ (ነስሮ፣ መንጂ፣

ወንድአፍራሽ....) የሚባሉ ብዙ ጊዜ እቤት የሚመጡ፣ አልፎ አልፎም ምግብ የሚሰጣቸው፣ ልብሳቸውንና ገላቸውንም ይታጠቡ የነበሩ እንደነበሩ ገለጸችልኝ፡ ፡

ያ ዝነኛ ጠጅ ቤት፣ የኋላ ኋላ ይህን ይመስል ነበር

በመጨረሻም ከአክስቴ ጋር ስታረቅና ወደ ቤቴ ስመለስ የልጅነት ነገር ሆነና ደህና ሁኑ ብዬ እንኳን ሳልሰናበታቹህ በዚያው ወጥቼ እንደቀረሁ አጫወትኳት። ይህንንና ሌሎች የልጅነት እውነተኛ ታሪኬን የሚዘከሩ ሦስት ተከታታይ በእንግሊዘኛ የተጻፉ መጽሐፍትን እሳትሜ ለንባብ የማበቃ መሆኔን ገለጥኩላት፡ ፡ የመጀመሪያው ቅጽ መጽሐፌ በእንግሊዝኛ ቋንቋ ታትሞ የተሰራጨ ሲሆን፣ ያምርኛ ትርጉሙ ሥራ ደሞ እየተሠራ እንደሆነ አጫወትኳት፡፡የታሪኬን ሙሉነት፣ ታማኝነትና ግልጽነት ለማረጋገጥ ይቻል ዘንድ የአባቷንና የእናቷን

ሙሉ ሥምና ፎቶ እኔ ለሦስት ሣምንታት አድርበት የነበረውን የጠጅ ቤታቸውን ፎቶ እንድትልክልኝ ጠየኳት፡፡ በሁለት ሣምንታት ውስጥ የምፈልጋቸውን ብዙ ፎቶዎችንና መረጃዎችን ላከችልኝ፡፡ የሚገርም ግጥጥሞሽ ፎቶዎቹንና አንዳንድ መረጃዎችን አካትቼ አንባቢዎቼ የተሟላ ግንዛቤ ያገኙ ዘንድ፣ በዚህ መጽሐፍ ውስጥ አካትቻቸዋለሁ፡፡

ያ የስንቶች መዝናኛ የነበረ የጠጁ ቤቱ ቲቪ ዛሬም አለ

ሁሌም ስለ አቶ ዐባይ ባሰብኩ ቁጥር፣ አንድ አስገራሚ ጥያቄያቸውና የኔም ምላሽ ትዝ ይለኛል፡፡ እጠጅ ቤቱ አድሬ ጠዋት ደብተሬን ይዤ ስነሳ፣ "የት ትሄድ ነው?" ብለው ጠየቁኝ፡፡ ወደ ትምህርት ቤት ስል መለስኩላቸው፡፡ በጣም በግርምት እያዩኝ፣ "ትማራለህ? ትምህርት በት ትሄዳለህ? አላቋረጥክም? "እያሉ ጠየቁኝ፡፡

በሦስተኛውም ቀን፣ "አሁንም ትምህርት ቤት ትሄዳለህ?" ሲሉ ባድናቆት ጠየቁኝ፡፡ ምላሼ "አዎን እሄዳለሁ "ነበር፣ ፍርጥም ብዬ፡፡

ዛሬ ላይ ሆኜ ሳስበው፣ ያላንዳች መጠለያና የእለት ጉርስ ጠንክሬ መማሬ አስገረሟቸው እንደሁ ይመስለኛል፡፡

*

ምንም እንኳን በወቅቱ ስለ ሴቶች መብት ምንም የማውቀው ነገር ባይኖርም፣ የኢትዮጵያ ሚስቶች በቤታቸው ውስጥ ተደማጭነት እንደሌላቸው ከዚያን ዕለት ጀምሮ ግልጽ ሆነልኝ።

እናቴ ወደቤቷ ልትወስደኝ ያልቻለችውም ባሏ እኔን ለማስተናገድ ፈቃደኛ ባለመሆኑ እንደሆነ ተገነዘብኩ። ደግሞም አክስቴ እኔን ከጎዳና ህይወት ለመታደግ የግድ ባሏን ማሳመን እንዳለባት ተገለጸልኝ። አይ ይሄ የወንዶች ዓለም!

ያ ውይይት ለሁላችንም የለውጥ ፍኖት ጠቆመ፡፡ በጊዜ ሂደት የባሏም ልብ እየራራልኝ ሄደ፡፡ እያደር አዛኝና ለጋስ መሆን ጀመረ። የሚያሳየኝ ፍቅር ጨመረ።

ከዚያን ጊዜ ጀምሮ ልጆቹን በትምህርታቸውና በጥናታቸው ከረዳሁ ለቀሪው የጓዳ ሥራ እንደማልገደድ ቃል ተገባልኝ። ራሱ የአክስቴ ባልም ቢሆን፤ በትምህርት ውጤቴ እየኮራብኝና እየተደሰብኝ መጣ።

እንዲያውም ከጊዜ በኋላ፣ የዋህና አዛኝ ሰው ሆኖ አገኘሁት። ደግሞም ከተገኘሁበት የዘር ግንዴ ጋር በተያያዘ ሰድቦኝም ሆነ አንቋሽሾኝ አያውቅም። ያ የዘር ጥላቻ አባዜ ከአጎቴ ጋር ቀረ፡፡

የወሰነ ትምህርቱ አጋማሽ ደረሰ፡፡ አክስቴ ለአዲሱ ቤታችን ቅርብ የሆነ ትምህርት ቤት ልታገኝልኝ አልቻለችም። በእንቅስቃሴዬ ላይ አንዳንድ ገደቦች ከጣለችብኝ በኋላ በነበርኩበት ትምህርት ቤት እንድቀጥል ተስማማች። በአዲሱ ቤትና በትምህርት ቤቴ መካከል ያለው ርቀት ሃያ አምስት ኪሎ ሜትር ያህል ይሆናል።

በጊዜው የአራተኛ ክፍል ተማሪ ነበርኩ፡፡ ሁልጊዜም ከአንዱ ክፍል ወደ ሌላው እሸጋገር የነበረው በከፍተኛ ውጤት ነበር። በበኩሌ በዚያው ትምህርት ቤት በመቆየቴ ደስተኛ ነኝ፡፡ ምክንያቱም ከትምህርት ቤት ስወጣ ባንሰር ዘንድ ጎራ የማለት ዕድል አገኛለሁ ማለት ነው።

*

የአሥራ አንድ ዓመት ልጅ ሳለሁ የጎረቤታችንን ልጅ የትምህርት ማስረጃ ተጠቅሜ፤ ከአዲሱ ቤታችን አጠገብ በሚገኝ ትምህርት ቤት ተመዘገብኩ። ማስረጃውን የሰጠኝ ልጅ ዓለማየሁ በላይነህ ይባል ነበር። እንደ አጋጣሚ ሆኖ እናቴ ያወጣችልኝ ቅፅል ስምም ዓለማየሁ ነበር፡፡ "ወግ ማዕረግንና ደስታን አየሁ" ለማለት ነው፤ ይህ የተቀጽላ ስም የወጣልኝ።

ሁሉም ተማሪ ለእያንዳንዱ የትምህርት ዓመት የተለያየ የምስክር ወረቀት ይሰጠዋል፡፡ ያ የጎረቤታችን ልጅ ባለፈው ዓመት ከተሰጠው የትምህርት ማስረጃው ላይ የሰፈረውን የአባቱን ስም እንደ ምንም ወደ “ብዙነህ” መቀየር ቻለ።

“ብዙነህ” የአጎቴ ስም እንደመሆኑ የምስክር ወረቀቱ የአጎቴ ልጅ የሆንኩ ያህል አስመሰለኝ፡፡ ቢሆንም አዲስ ትምህርት ቤት የመግባት ዕድል እስካገኘሁ ድረስ፤ በፈለገው ስም ብጠራ ግድ አልነበረኝም።

መቼም አክስቴ ስለዚህ እቅድ ብታውቅ ኖሮ፤ በፍጹም አትስማማም ነበር።

ከአዲሱ ስሜ ጋር አዲስ ትምህርት ቤት በመግባቴ ተደሰትኩ፡፡ ምክንያቱም በ “ዓድል” ወይም ሌላ በአባቴ ዐረብ መሆኔን በሚጠቁም ስም መጠራት በፍጹም አልፈልግም ነበር፡፡

ከአባቴ የዘር ግንድ ጋር በተያያዘ በሚፈጠርብኝ ነገር ሁሉ ማፈር ስለሰለቸኝ፤ አዲሱ ጅማሮ ከመታወክ እንደሚገላግለኝ ተስፋ ጸነስኩ። ስሜን በመለወጥ ነጻ ወጣሁ።

በአዲሱ ትምህርት ቤት የመመዝገቤ ብቸኛው ሳንካ ከባንሰር መራቁ ነው። ያን ለመቅረፍ የግድ ሰበባ ሰበብ መፍጠር ነበረብኝ። ከዚህም በላይ፣ ወደ እርሱ የሚያደርሰኝን ሃያ አምስት ኪሎ ሜትር መንገድ በእግሬ መሄድ ይኖርብኛል፡፡ ወደ ቤቴ ስመለስ እንኳን የተወሰነ ገንዘብ ለአውቶቡስ አይከለከለኝም።

በአባቴ በኩል ያለኝ የግንኙነት ቋጠሮ እርሱ ብቻ እንደመሆኑ፣ በተቻለኝ መጠን አዘውትሬ ወደ ባንሰር መደብር መመላለሴን አላስታጎልኩም።

ምዕራፍ አሥራ ስድስት

ሃይማኖተኛው ብላቴና

“የሃይማኖት ዓለም ምክንያታዊነት የለውም፤ ለዚያም ነው በልጆች ተወዳጅ የሆነው፡፡ ከልጆች ታሪክና ተረቶች ጋር እጅጉን ተመሳሳይ በሆነ መልኩ የሚተረክ “የቅዠት” ዓለም ነው።”

- ይሁዳ ሚቻይ

በሥራ አራት ዓመት ሳይሞላኝ የሁለቱንም ሃይማኖቶች ቅዱሳት መጻሕፍት፣ ማለትም ቁርዓንን፣ ብሉይና ሐዲስ ኪዳንን በትኩረት ካነበብኩ በኋላ ሁለቱም እምነቶች በተመሳሳይ መሠረት ላይ የተገነቡ መሆናቸውን መረዳት ቻልኩ። ቢያንስ በእኔ አእምሮ ደረጃ እግዚአብሔር ሃይማኖት እንደሌለው መገንዘብ ችዬ ነበር፡፡

ከዚህም በላይ፣ ገና በልጅነቴ ያጋጠሙኝ የሃይማኖት መምህራን አያሌ የሰብዕና ዝንፈትና ግብዝነት እንደተጠናወታቸው አስተውያለሁ።

ሃይማኖታዊ ጽሑፎቹ በአጠቃላይ አሰልቺ ሆነው ባገኛቸውም፣ በመጻሕፍቱ ውስጥ የሚገኙት የግለሰብ ታሪኮች ስሜቴን ግን ገዝተውታል። አሁንም ድረስ ሁሉም መጻሕፍት የሚያስተምሯቸውን መሠረታዊ እሴቶች አከብራለሁ፡፡

በአሥራ አራት ዓመቴ ዐረብኛ ቁጥሮችንና ቀላል ዓረፍተ ነገሮችን መጻፍ ችዬ ነበር፡፡ የአምስተኛ ክፍል ተማሪ እያለሁ በዐረብኛ ደህና አድርጌ መጻፍ ብችልም ቁርዓንን መረዳት ግን የዋዛ አልነበረም። አያሌ ጥቅሶችን ማስታውስ ይጠበቅብኝ ነበር፡፡ ሆኖም ጥቅሶቹን መረዳት በሚያቅት ጊዜ ሁሉ ቃላቶቹንና ሐረጎቹን የሚተረጉም አስተማሪ ይኖራል።

ከሁሉ በላይ ደግሞ ሙሉውን ቁርዓን መሸምደድ ግዴታ ነው፡፡ አንቀጾች በዜማ ሲነበቡ መስማት ቀልብ ቢማርከም፤ መላውን መጽሐፍ መሸምደድ መቻል፣ በራሱ ግን መልዕክቱን መረዳትን አያሳይም።

ብሉይ ኪዳን (የአይሁድ የእምነት መጽሐፍ) በሳባውያን ፊደላት የተጻፈ ነው፡፡ ከእያንዳንዱ ዓረፍተ ነገር ውስጥ ከአንድ ወይም ከሁለት ቃላት በላይ ማወቅ ከአቅሜ በላይ ሆነ።

የኋላ ኋላ ግን በመምህሬ በጌዴዮን እብደትና ግእዝን የማስጨበጥ አባዜ ልክ መድረስ ቻልኩ። ለካስ ጌዲዮን የተራቀቀ የግእዝ ቋንቋ ሊቅ ኖሯል!

አልፎ አልፎ ሳባውያንን ሙሉ በሙሉ በማልረዳበት ጊዜ ደግሞ፤ መምህሬ የሙሴንና የነቢያትን ታሪኮች ትርጓሜ ያስረዳኛል።

ሐዲስ ኪዳንም የተጻፈው በሳባውያን ፊደላት ነው፡፡ ከዘመናት በኋላ ሐዲስ ኪዳንን በወንጌላውያን የሰንበት ትምህርት ቤት ውስጥ፣ ከጓደኛዬ ከማቲያስ ጋር ማጥናት ስጀምር፤ ዕድሜየ ወደ አሥራ ሦስት ዓመት ገደማ ሆኖ ነበር፡፡ እናም መልዕክቱን በሚገባ መረዳት አልከበደኝም።

በሃያዎቹ መጀመሪያ ዕድሜዬ ላይ አሜሪካ ውስጥ የሞርሞን እምነት ተከታይ ከሆኑ ቤተሰቦች ጋር በምኖርበት ወቅት ግን፤ የሐዲስ ኪዳን እውቀቴን እንደገና ማጤን ነበረብኝ፡፡

በሰሜን አሜሪካ ተጸንሶ የተወለደው መጽሐፈ ሞርሞን፣ ካሉኝ የሃይማኖት መጻሕፍት ሁሉ ዘግይቶ የተጻፈ ቢሆንም ጊዜ ሰጥቼ አጥንቼዋለሁ፡፡

በእናቴም ሆነ በአባቴ በኩል ያሉት የቤተሰቤ አባላት ጥብቅ ሃይማኖተኞች ነበሩ፡፡ ሁሉም የየራሳቸው የሃይማኖት መጽሐፍ የተሻለ ቅድስና ያለውና ንጹህ መሆኑን አጥብቀው የሚያምኑ ነበሩ።

የእናቴ ወገኖች ከኦርቶዶክስ ክርስትና የመጡ ቢሆንም፣ አንዳቸውም ስለክርስትና እምነት ሊያስጠኑኝ ሞክረው አያውቁም። እንዲያውም፣ አብዛኞቹ ባላቸው ዝቅተኛ የማንበብ ችሎታ ምክንያት፤ ለራሳቸውም ሃይማኖታዊ መጽሐፎቻቸውን ገልጠው ማንበብ የማይደፍሩ ጨዋዎች ነበሩ።

ሁሉም ሃይማኖታዊ መጻሕፍት ፍቅርን፣ መከባበርን፣ ደግነትንና መደጋገፍን የሚያስተምሩ እንደመሆናቸው በእምነቶቹ መካከል መሠረታዊ ልዩነት አላየሁም፡፡ የአሁኑም መረዳቴ ይኸው ነው።

ከዚህ ውጪ ልጆችን ስለሃይማኖት ለማስተማር ከአቅም በላይ የሆነ ስልት መከተላቸውና ጥብቅ የአምልኮ ሥርዓቶችን በግድ ለማስለመድ መሞከራቸው አያስደስተኝም ነበር።

ለምሳሌ የዐረብኛ አስተማሪዬ በአንድ ወቅት ነብዩ መሐመድ (ሰ.ዐ.ወ.) አንድ ሕጻን ጭናቸው ላይ ተቀምጦ እያለ ሽንቱ እንዳመለጠው ነገረኝ። ይሄኔ አባቱ ልጁን ገሠጸው። ነቢዩ መሐመድ (ሰ.ዐ.ወ.) ግን አባትየውን እንዲህ ብለው መከሩት፤

“ይህ እኮ ትልቅ ጉዳይ አይደለም። ልብሱ ሊታጠብ ይችላል፡፡ ነገር ግን ልጅህን እንዴት መያዝ እንዳለብህ መጠንቀቅ ይኖርብሀል፡፡ በሕዝብ ፊት እንዲህ ስታዋርደው፣ በኋላ ለራሱ የሚኖረው ግምት ምን ሊሆን የሚችል ይመስልሀል?”

በአሥራዎቹ ዕድሜ ውስጥ እያለሁ፣ የነቢዩ መሐመድ (ሰ.ዐ.ወ.) አስተሳሰብ እስከዛሬ ከደረሰብኝ አካላዊ ቅጣት የተሻለ ምክንያታዊና ሰብአዊ እንደሆነ ተሰማኝ።

ነቢዩ መሐመድ (ሰ.ዐ.ወ.) የሌላ እምነት ተከታይ ለሆኑ ልጆችም ፍቅራቸውን አሳይተዋል፡፡ ለምሳሌ አንድ ጊዜ የአንድ አይሁዳዊ ጎረቤታቸው ልጅ በታመመ ጊዜ ሄደው መጠየቃቸው ተጽፏል።

ከንጋቱ አሥራ አንድ ሰዓት ላይ ለፈጅር ሶላት እንድነሳ መገደዴ፣ በልጅነቴ ካጋጠሙኝ ከባድ ትዝታዎች አንዱ ነው። በልጅነት አስተሳሰቤ፣ አንድ ትንሽ ልጅ ለመጸለይ ለምን በማለዳ መነሳት እንዳለበት በጭራሽ አይገባኝም ነበር።

“እንደዚህ ያለ ቅጣት የሚደርስብኝ ምን ኃጢአት ብሠራ ነው?” እያልኩ መነጫነጭ ይቃጣኝ ነበር፡፡ ታድያ እንዲህ የማስበው የምፈልገው መተኛት ብቻ ነበርና ነው!

ጉዳዩ ምንም ይሁን ምን፣ በግድ ለምታዘዘው ማናቸውም ነገር ቀና ምላሽ አልሰጥም። በሐሳቡ እርግጠኛ ከሆንኩና ሙሉ በሙሉ ከተስማማሁ ብቻ ነበር አንድን ተግባር የምፈጽመው፡፡ (ምናልባትም የሥነ ልቦና ባለሙያ ሊያየኝ ይገባ ነበር። ነገር ግን ማንኛውም ሰው አንድን ነገር የግድ እንዳደርግ ካስገደደኝ፤ ተቃራኒውን ማድረግ ይቀናኛል፣ በቃ ግትርና ችኮ ነኝ፡፡

ከስምንት እስከ አሥር ዓመት ድረስ ባለው ዕድሜዬ የየዕለቱን በቂ ምግብ ሳላገኝ ነበር የኖርኩት። ከነአካቴውም ምግብ ሳልበላ ያሳለፈኳቸው ቀናት ተቆጥረው አያልቁም ነበር። በቀን አንድ ጊዜ አፍ የሚያላውስ ነገር ባገኝ እንኳ፣ ከቁራሽ ዳቦ አያልፍም፡፡ ዕድለኛ የሆንኩ ቀን የሰረቅኩትን ዳቦ ከቁራሽ ድንች ጋር እበላለሁ፡፡ አንዳንድ ጊዜም ድንቹን ወይዘሮ አበበች ይጸድቁብኛል፡፡

መቼም የርሃብን ስሜት ከእኔ በላይ ጠንቅቄ አውቃለሁ የሚል ቢኖር ለአሳር ነው። ምንም ነገር በሌለበት መኖር ምን እንደሚመስል ኖሬ አይቼዋለሁ።

ስለዚህም እምነቴን ለሌሎች ለማረጋገጥ ስል ብቻ መጾም አልፈግም የሚል እሳቤ ነበረኝ።

ዕድል ፈንታዬ አስገድዶኝና ተቸግሬ ከበቂ በላይ ጾሜያለሁና፡፡ ምናልባት ወደፊትም ማጣት አቀራምዶኝ ለመጾም እገደድ ይሆናል፡፡ አብዝተው መጾም ያለባቸው ባለጠጎችና ከመጠን በላይ የምግብ ክምችት ያላቸው ባለ ጸጋዎች ናቸው ብዬ አስብ ነበር... ማጣትና መራብ ምን እንደሆነ ያውቁ ዘንድ።

በጊዜው የጾምን መርሆዎች ባከብርም በእኔ ላይ ተግባራዊ ሊሆኑ ይገባል ብዬ ላምን ግን አልቻልኩም።

ከአምስቱ የእስልምና ምሰሶዎች ወይም ግዴታዎች አንዱ የሆነው ጾም፣ ሙስሊሞች ችግረኛ ወገኖቻቸውን ለማስታወስና የማመስገንን አስፈላጊነት ለማጠናከር የሚፈጽሙት ነው። በእርግጥ ሁሉም ጎልማሶች የረመዳንን ወር መጾም አለባቸው። ከአዋቂዎች መካካል መጾም የማይጠበቅባቸው አረጋውያን፣ የአካል ወይም የአእምሮ ውስንነት ያለባቸው፣ ነፍሰ ጡሮች፣ እናቶችና መንገደኞች ብቻ ናቸው። ለአቅመ አዳም ያልደረሱ ልጆችም ከጾም ነፃ ናቸው።

እኔን በተመለከተ ግን፣ ገና በስምንት ዓመቴ ነበር አንጀቴን አስሬ እንድጾም የተገደድኩት። ጠኔ አንጀቴን እየመተለገው ነው ያደግኩት፡፡

“ቀድሞውኑም ርሃብተኛ ነኝና እንዴት መራብ እንዳለብኝ አስታዋሽ አያስፈልገኝም” የሚል የገነተረ ስሜት ነበር፤ ከውስጤ ይደመጠኝ የነበረው።

አያሌ ስብከቶችና አሳማኝ ክርክሮች በጆሮየ የተንቆረቆሩ ቢሆንም፣ ሁለቱን ቅድመ ሁኔታዎች፣ ማለትም የማለዳ ሶላትንና ጾምን በፍጹም መቀበል አልቻልኩም።

ገና ከጅምሩ፣ በልጅነቴ ጥሩ ሙስሊም ለመሆን ያልታደልኩ ያህል ይሰማኛል። ልክ ከውልደት ጀምሮ እንደተከሰተ ጉድለት! ግን በእውነት የአባቴ ልጅ ነበርኩ...

በሌላ በኩል ደግሞ በእስልምና ሃይማኖት ውስጥ ያለው ለጋስነት ያስደንቀኝ ነበር። በተለይም ዘካ (ምጽዋት) ሙስሊሞች ለድሆች በደስኛነት መንፈስ እንዲሰጡ ይደነግጋል። አስደሳቹ ጉዳይ ደግሞ ተቀባዩ ማን እንደ ሰጠው እንኳ አለማወቁ ነው።

በዚያን ወቅት ስለ መድልዎ ግልጽ ግንዛቤ ባይኖረኝም፣ በእስልምና አሳተምህሮ ዘንድ በቆዳ ቀለም፣ በዘር፣ በዕድሜ፣ በጾታ እና በመሳሰሉት መስፈርቶች የሰው ልጆች መበላለጥ እንደሌለባቸው ተነግሮኛል። ሁሉም ሰው እኩል ነው።

በልጅነቴ የረመዷንን ወር ከፆምኩ በኋላ የሚሰጠኝ የገንዘብ ስጦታ ልዩ የደስታ ምንጭ ሆኖኝ ነበር። በእርግጥ፣ ገንዘቡን ማን እንደሰጠኝ ባይነገረኝም፣ ባጋሪሽና ባአባይድ በባንሰር በኩል የላኩልኝ ሊሆን እንደሚችል ግን ሳይታለም የተፈታ ነው።

በአጠቃላይ፣ በሁሉም ሃይማኖቶች ውስጥ ያሉት ምልከታዎች በጥፋተኝነትና በፍርሐት ላይ የተመሰረቱ እንደሆኑ ይሰማኝ ነበር። በዚህም የተነሳ ማንበብ የምፈልገው ስለ ተአምራትና ስለመሳሰሉት አስደናቂ ታሪኮች ብቻ ነው።

ኢትዮጵያ ውስጥ አብዛኞቹ ቤተሰቦች ድንግል ማርያም ከልጇ ከኢየሱስ ጋር ያለችበትን ምስል በየግድግዳቸው ይሰቅላሉ።

በኢትዮጵያ ኦርቶዶክስ ቤተክርስቲያን ውስጥ በገባሁ ቁጥር፣ በግድግዳዎቹ ላይ የመጨረሻውን ራት ሥዕል ጨምሮ ብዙ ዓይነት የተለያዩ ምስሎች አያለሁ። በሥዕሎቹ ውስጥ ያሉት ሁሉም ሰዎች ነጭ የቆዳ ቀለም ያላቸው ይመስላሉ፡፡ በዚህ ምክንያት ክርስትና የነጮች የበላይነት ውጤት እንደሆነና፤ ለእነርሱ የሚያደላ እንደሆነ ይሰማኝ እንደነበር ትዝ ይለኛል፡፡

አንዳንዶቹ ሃይማኖታዊ ታሪኮች ጊዜ ያለፈባቸው የሚመስሉ ቢሆኑም፤ አዝናኝና አስተማሪ በመሆናቸው በግማሽ ልብ ተቀበልኳቸው፡፡ ቀሪዎቹን ግን መቃወምም ሆነ መቀበል አልቻልኩም። ይልቁንም በመጻሕፍቱ ውስጥ ከሚገኙ ሥነ መለኮታዊ ትምህርቶች በበለጠ ለሃይማኖታዊ በዓላት ትኩረት እሰጥ ነበር። ብዙዎቹ የኢትዮጵያ ሃይማኖታዊ በዓላት ደማቅና አስደሳች ናቸው።

ከሁሉም በላይ የዘመን መለወጫ በዓል ያስደስተኝ እንደነበር አልነዘጋም፡፡ በዕንቁጣጣሽ ዕለት ከሠፈር ልጆች ጋር የአበባ ወረቀት ለመስጠት ወደ ጎረቤቶቻችን ቤት የመዞር ፍላጎት አልነበረኝም ወይም አልተፈቀደልኝም፡፡ ይልቁንም በስጦታ የሚበረከቱ ሥዕሎች እሥልና ለጓደኞቼ በመሸጥ ገንዘብ አገኝ ነበር። የሥዕል ችሎታ አለኝ ብዬ ባላስብም፣ የዕድሜ እኩዮቼ ግን ተሰጥኦው እንዳለኝ ስለሚገምቱ ብቻ ከሰበሰቡት ገንዘብ ያካፍሉኛል።

በሁለተኛነት የምወደው በዓል ገና (ልደት) ነው፡፡ እንዲጋጣሚ ሆኖ ይህ በዓል የሚከበረው በልደቴ ማግስት ነው። የተወለድኩት በገና ዋዜማ ነው!

ከጤናማው የመወለጃ ጊዜዬ ሁለት ወር ቀደም ብዬ መወለዴ፣ የልደቴን ዕለት ከኢየሱስ ክርስቶስ ጋር ለመጋራት ማስታከኬ ይሆን?!

ምዕራፍ አሥራ ስባት

ክርስትናን መመርመር

“ሃይማኖት የግል ነው ሃገር የጋራ ነው”

- የህዝብ

የአሥራ ሁለት ዓመት ልጅ ሳለሁ፣ ከአዲሱ የአክስቴ ቤት ብዙም በማይርቅ ሥፍራ የወንጌላውያን ቤተ ክርስቲያንና የመጽሐፍ ቅዱስ ጥናት ቤት ተከፈተ። ቤተክርስቲያኗ ትናንሽ ልጆችን በመመልመል ላይ ያተኮረች ነበረች።

የዚያችን ቤተክርስቲያን መሥራች ለማወቅ የቻልኩት ከሃምሳ ዓመታት በኋላ ነበር። የቤተክርስቲያኒቱ መሥራች “Precious Seed International” ተብሎ የሚጠራ መሠረቱን በእንግሊዝ ሀገር ያደረገ ተቋም ነው።

የክፍልና የሠፈር ጓደኛዬ የነበረው ማትያስና እኔ በወንጌላውያኑ የሰንበት አገልግሎት ላይ ለመካፈል ተስማማን። እርሱ ከእኔ ቀደም ብሎ ሁለት ያህል ጊዜ በስብከታቸው ላይ ተገኝቷል። ስለሆነም የማስታወሻ ደብተርና እርሳስ እንዲሁም እስከሪብቶ እንደሚሰጡኝ ነገረኝ። አንዳንዴም ሸሚዞችንና የጂንስ ሱሪዎችን ያድሉ ነበር።

ያቺ የዘልማድ ንቀትና በዝቅተኝነት መታየት ተመልሳ እንዳትመጣብኝ በመስጋት፣ ግማሽ ዐረብ መሆኔን ለማቲያስ ማሳወቅ አልፈለግኩም:: ሆኖም ለትምህርት የሚጠቅሙ የጽሕፈት መሣሪያዎች በነፃ ማግኘቱ አይከፋምና እዚያ የመሄድን ሐሳብ ውስጤ ተቀበለው ::

ይህ ከሆነ ደግሞ፣ አክስቴ ለትምህርት ቤት ቁሳቁሶች መግዣ የምትሰጠኝን ገንዘብ ባንሰር ዘንድ ለመሄጃ ልጠቀምበት እችላለሁ።

ወደ ወንጌላውያኑ ቤተክርስቲያን ከማቲያስ ጋር ለዘጠኝ ወራት ያህል ከተመላለስኩ በኋላ፣ ለቀጣዮቹ ጥቂት ዓመታት የሚበቃኝን የትምህርት ቁሳቁስ ማከማቸት ቻልኩ። ከዚያም አልፎ ጥቂት የጽሕፈት መሣሪያዎችን ለመሸጥና ለሌሎች ልጆችም ለመቸር በቃሁ።

አብዛኞቹ የቤተክርስቲያኗ ሰባኪዎች ነጮች ነበሩ፡፡ ነገር ግን ከየትኛው የአውሮፓ ሀገር እንደመጡ የማወቅ አቅም አልነበረኝም፡፡ ከሁሉ ያስደነቀኝ ግን የአማርኛ ቋንቋ ችሎታቸው ነበር፡፡

"እነዚህ ነጮች ለምን ክርስትናን ለመስበክ ወደ ኢትዮጵያ መጡ? ኢትዮጵያ በዓለም ላይ ካሉ ጥንታዊ ሀገራት አንዷ እንደመሆኗ የራሷ ፊደል፣ ቋንቋ እና የቀን መቁጠሪያ ያላት ነፃ ሀገር አልነበረች… "እያልኩ ከራሴ ጋር መሟገቴን አስታውሳለሁ።

ኢትዮጵያ ለ2,000 ዓመታት ያህል ከክርስትና እምነት ጋር እንደምትተዋወቅ አውቃለሁ፡፡ እናም አውሮፓውያኑ ክርስትናን ለመስበክ ለምን ወደ ኢትዮጵያ እንደሚመጡ አልገባህ አለኝ። ለዘመናት የምናውቀውንና የኖርንበትን እምነት ለማጥመቅ ለምን ይደክማሉ?

እየገባሁበት የነበረው ሃይማኖት አሁን ካለው ሕይወቴ ጋር እንዴት ሊጣጣም እንደሚችል እርግጠኛ አልነበርኩም። በዚያ ላይ፣ ወደሌላ የክርስትና ዓይነት (ከኦርቶዶክሳዊነት ወደ ወንጌላዊነት) መቀየር ያስፈልገኛል ብዬ አላምንም፡፡ የሚስዮናዊነት ጽንሰ ሀሳብም ሆነ ዓላማ አልገባኝም፡፡

በአሁኑ ጊዜ አሜሪካ ሀገር የሚኖረውን አብሮ አደግ ጓደኛዬን ማትያስን ስለልጅነት ጊዜያችን፣ በቤተክርስቲያኗ ውስጥ ስላሳለፍነው ሁናቴና ተያያዥ ጉዳዮች ትዝታውን እንዲያጋራኝ ጠይቄው ነበር፡፡

እንዲህ ሲል ጻፈልኝ…

ሰላም ዓድል፣ሁሉም ነገር በጥሩ ሁኔታ እየሄደልህ እንደሆነና፣ ዘመን አመጣሹን ወረርሽኝ ተቋቁመህ ሕይወትህ እንደወትሮው በትጋት እንደቀጠለች ተስፋ አደርጋለሁ፡፡ ሁላችንም እንዲሁ ነንና!!

የሕይወት ታሪክህን ለመጻፍ በመነሳሳትህ እጅጉን ደስ ብሎኛል፡፡ ሕይወትህ ለመላው ዘመን ተጋሪዎችህ የሚጠቅም የበለጸገ የታሪክ ምልከታ እንደሚሆን ጥርጥር የለውም፡፡

ትዝታዎችህን ለመቀስቀስ የሚረዱህን ትውስታዎቼን በሚከተለው ሁኔታ አስፍሬያለሁ፡፡

አዎን፣ በኢዮቤልዩ አንደኛ ደረጃ ትምህርት ቤት አብረን እንማር በነበረ ጊዜ፣ ቅርብ ጓደኛሞች ነበርን፡፡ በተለይም የምሳ ሰዓት ትዝታችን ብዙ ነው። አንተ ማስታወስህን እርግጠኛ ባልሆንም፣ እናታችው በቤተ መንግስቱ ውስጥ ይሠሩ የነበሩ ሁለት ወንድማማቾች እንደነበሩ አልዘነጋም፡፡ ከእነሱ ምሳ ላይ ጥቂት ጉርሻ ለማግኘት እንራኮት ነበርና።

እግር ኳስ በመጫወት ያሳለፍነው ጣፋጭ ጊዜ የሚዘነጋ አይደለም፡፡ እንዲሁም ብይና ጠጠር በመጫወት ያሳለፍናቸው ጊዜያት የማይረሱ ነበሩ፡፡ ደግሞም፣ ብዙ ጠጠሮች የምበላው (የምሰበስበው) እኔ እንደነበርኩ የሚካድ አይደለም።

በጴንጤቆስጤ ሰንበት ትምህርት ቤት ስለተማርባንቸው ጊዜያት ብዙ ትዝታዎች አሉኝ። በየሳምንቱ እሁድ መጽሐፍ ቅዱስ እናጠና ነበር፡፡ አልፎ አልፎም ወደ ሚስተር ማክሌን (ስሙን ካልዘነጋሁት) መኖሪያ ቤት (ቀበሌ 46 ከነፃነት ጮራ ትምህርት ቤት ማዶ) ጎራ እንል ነበር፡፡ ሰዎቹ ጴንጤቆስጤ (ጴንጤ) ከመሆናቸው በቀር. ከየትኛው ቤተ እምነት እንደነበሩ አላስታውስም።

በዕድሜ እየገፋን ስንሄድና አዲስ ንቃተ ህሊና ማዳበር ስንጀምር፣ ሰንበት ትምህርት ቤቱን እንደተውነው እገምታለሁ።

በጊዜው በነበረው አብዮታዊ አስተሳሰብ (ኢሕአፓ) ውስጥ ብዙ ተሳትፎ እንደነበረህና በተደጋጋሚ ትታሰር እንደነበርም አስታውሳለሁ። ከጓደኞቻችን ሁሉ የእስር ቤት ደጃፍ ያልረገጥኩ እኔ ብቻ ነበርኩ።

ማርክሲዝም ሌኒኒዝም ተኮር ቃላትን በመፍታትና ሶሻሊስታዊ ዲስኩሮችን በማሰልጠን ረገድ ጥሩ አማካሪዬ ስለነበርክ ውለታህ አለብኝ።

የመጀመሪያውን የማርክሲዝም ሌኒኒዝም ዲስኩሬን ለተወሰኑ ተሰብሳቢዎች ማቅረብ የቻልኩት በአንተ አበረታችነት ተደፋፍሬ ነበር።

ለቀበሌ እግር ኳስ ቡድን መጫወት የጀመርነውም በዚህ ጊዜ አካባቢ ነው። እንደማስታውሰው፣ ለግብ ጠባቂነት ሚና በሚመጥን ሁኔታ ተጣጣፊና ጠንካራ ነበርክ። ጸሐይ ከመውጣቷ በፊት በምናደርገው የልምምድ ሩጫ ላይ ከጋሼ ሙሉጌታ ጋር ያሳለፍነውን ጥሩ ጊዜ ታስታውሳለህ ብዬ አምናለሁ። በእውነቱ ለቀበሌ እግር ኳስ በመጫወት ያሳለፍናቸው ጊዜያት የማይረሱ ነበሩ። ብዙም ሳይቆይ ወደ የመን እንደሄድክ ሰማን።

ከዚያ በኋላ፣ እኔም የነጻ ትምህርት ዕድል አግኝቼ ለከፍተኛ ትምህርት ወደ ኩባ አቀናሁ። እንደ ዕድል ሆኖ፣ ምርጫዬ ወደ ነበረው የምህንድስና ፋኩልቲ በመቀላቀል ኤሌክትሪካል መሃንዲስ ሆንኩ፡፡ በ1985 ዓ.ም. የሃያ ሦስት ዓመት ወጣት ሳለሁ፣ አሥር ወንድሞችና እህቶች ካሉት ቤተሰቤ መካካል

በቴሌኮሙኒኬሽን ኢንጂነሪንግ በማስትሬት ዲግሪ በመመረቅ የመጀመሪያው ልጅ ሆንኩ።

ከተመረቅሁ በኋላ በኢትዮጵያ ቴሌኮምኒኬሽን ኮርፖሬሽን ውስጥ መሥራት እንደጀመርኩ፣ ከልጅነቴ ጀምሮ ጥሩ ጓደኛዬ የነበርከውን አንተን መፈለግ ጀመርኩ፡፡ በጊዜው አሜሪካ እንደምትኖር ከአንድ የቤተሰቤ አባል ሰምቼ ነበር። በኢትዮ ቴሌኮም አባልነቴ የዓለም አቀፍ መሐንዲሶች ግንኙነት አባል በመሆኔ፣ ምክንያት አገኘው በነበረው ነፃ ዓለም አቀፍ የስልክ ጥሪ ተጠቅሜ በቀላሉ አገኘሁህ።

ወደ USTTI (የዩናይትድ ስቴትስ የቴሌኮሙኒኬሽን ማሰልጠኛ ተቋም) ለሥልጠና ከመምጣቴ በፊት ግንኙነታችን ለተወሰነ ጊዜ ቀጠለና እንደገና ተጠፋፋን። ከዚያም ከአሠሪዬ ባገኘሁት ስፖንሰርሺ ምክንያት እዚሁ አሜሪካ መቅረት ቻልኩ።

በጊዜው የሴት ጓደኛዬ አሜሪካ ውስጥ ነበረች፡፡ አሁን ሳንዲያጎ ውስጥ እንኖራለን፣ ሁለት ልጆች አፍረናል።

ልጆቻችን ሩት ማትያስ እና አማኑኤል ማትያስ ይባላሉ። ሴቷ ልጄ ከሳን ፍራንሲስኮ ስቴት ዩኒቨርስቲ በብሮድካስቲንግ እና ኤሌክትሮኒክስ ሚዲያ ጥበብ (BECA) ተመርቃለች። ታናሽ ወንድሟ አማኑኤል በዚህ ዓመት [2021 እ.አ.አ.] በመካኒካል ምሕንድስና ይመረቃል። ባለፈው ዓመት ለትምህርታዊ ልምምድ በወጣበት ወቅት ያገኘውን የሜድትሮኒክስ መሐንዲስነት ሥራ ለመቀጠል በቅርቡ ወደ ኮነቲከት ይሄዳል። ሩት ደግሞ የፍሪላንስ ቪዲዮ አርታኢነት ሥራዋን ከቤቷ ሆና እየሠራች ነው።

የሕይወቴ አጭር ዳሰሳ ይሄንን ይመስላል።

አመሰግናለሁ፣ ማትያስ አበበ.

የማንበብና የመጻፍ ሱስ

ለዘጠኝ ወይም አሥር ወራት ያህል በቂ ሃይማኖታዊ ስብከቶችና ጥናቶች ከተከታታልኩ በኋላ፤ ወደ ቤተ ክርስቲያን መሄድ አቆምኩ። በተወሰኑ እንግዳ ምክንያቶች የተነሳ፣ ሃይማኖትን አለቅጥ እንደተቀባባ ተረት ተረት አድርጌ መመልከት ጀመርኩ።

ማንበብ እወዳለሁ፡፡ ልጅ ሳለሁ በሳምንት አንድ መጽሐፍ የማንበብ ልምድ ነበረኝ። በዚያን ጊዜ ካነበብኳቸው ልብ ወለዶች መካከል አንዳንዶቹ የመጽሐፍ

ቅዱስን ወይም የቁርዓን ያህል አስደናቂዎች ነበሩ። ልዩነቱ የሃይማኖት መጻሕፍቱንና ታሪኮቻቸውን የግድ እንድቀበል መገደዴ ብቻ ነበር።

በሌላ አጋጣሚ የምስክር ወረቀት በመሥራት፤ አዲስ ትምህርት ቤት እንድገባ የረዳኝ ያ ዓለማየሁ የሚባል የሠፈሬ ልጅ የመጽሐፍ ክበብ አባል እንድሆን ጋበዘኝ፡፡ ግብዣውን ተቀብዬ በጉጉት ክበቡን ተቀላቀልኩ።

የዓለማየሁ አባት ጡረታ የወጡ የክቡር ዘበኛ ባልደረባ ነበሩ። "አይሆንም" የሚል ቃል ከአፋቸው ወጥቶ አያውቅም ይባልላቸዋል፡፡ በጦር ክፍላቸው ውስጥ ምርጥ ኢላማ ተኳሽ እንደነበሩም ይነገርላቸዋል።

በኮርያ ጦርነት ላይ የተሳተፈው የቃኘው ሻለቃ አባል እንደመሆናቸው፤ በሜዳሊያ ያሸበረቁ ጡረተኛ ወታደር ነበሩ። በኋለኛው የአገልግሎት ዘመናቸው በወታደራዊ ትጥቆች ማከማቻ ክፍል (ጥይት ቤት) ተመድበው ይሠሩ ነበር፡፡

እዚሁ ክፍል ውስጥ እየሠሩ ሳለ ነበር ከኮሎኔል መንግሥቱ ኃይለ ማርያም አባት ጋር ጓደኝነት የፈጠሩት።

የዓለማየሁ አባት ልጃቸው በትምህርትም ሆነ በአካል ብቃት ረገድ የተዋጣለት እንዲሆን አጥብቀው ይሹ ነበር። በምላሹ ዓለማየሁ ያንን የአባቱን ተስፋ በእኔና በታናሽ ወንድሙ ላይ ለመጫን መሞከሩን ሥራው አደረገው።

በዚህም የተነሳ በክፍል ውስጥ ጎበዝ ተማሪ መሆን፣ በማንኛውም ስፖርታዊ ውድድሮችና ክርክሮች ላይ አንደኛ መውጣት፣ እንዲሁም ከክፍል ጓደኞቻችን የበለጠ ስለ ዓለም አቀፍ ጉዳዮች ግንዛቤ መጨበጥ ግዴታችን ሆነ ።

ታድያ እኔና ወንድምዬው እርስ በርሳችን የጠረጴዛ ቴኒስ ግጥሚያ ልንሸናነፍ እንችላለን፣ በሌላ ሰው መሸነፍ ግን አይፈቀድልንም። ሁለታችንም ቁመታችን የሚያወላዳ ባይሆንም የማንችለውን የመረብ ኳስና የቅርጫት ኳስ እንድንጫወት ያስገድደናል። በበኩሌ አጭርነቴን በቅልጥፍናና በፍጥነት ማካካስ እስከቻልኩ ድረስ ግድ አልነበረኝም፣ ዕድሜ ለእግር ኳስ!

በጊዜው ሁላችንም ወፎች ለማደን እንጠቀም የነበረው ወንጭፍ ነበር። በጊዜ ሂደት፣ ውድድራችን ወፍ ከመግደል አልፎ በምን ያህል ድንጋዮች መምታት እንደቻልን መፎካከር ሆነ፡፡

"ወንጭፍ መወንጨፍ አስደሳች ኢላማ ከመሆኑም በላይ፤ የቀስት ችሎታን ለማዳበር ይጠቅማል" ይል ነበር ዓለማየሁ።

በማንም ላይ ጉዳት ሳናደርስ እንዴት በተገቢው ስልት መወንጨፍ እንደምንችል አወቅን። አንዳንድ ጊዜ ወንጭፋችንን እንደ ጥቃት መሳሪያነት ስለምንቆጥረው ለማስፈራሪያነትም እናውለዋለን፡፡

በአንድ ወቅት ዓለማየሁ በሠፈራችን ውስጥ አነስተኛ ኦሊምፒክ መሳይ ውድድር አዘጋጀ፡፡ በውድድሩ ላይ እንደ ሩጫ፣ ዝላይ፣ ቦክስ... የመሳሰሉት ግጥሚያዎች የሚከናወኑ ሲሆን፣ እኔ ወይም ወንድሙ በአንዱ ውድድር ማሸነፍ ካልቻልን ወይም ትምህርት ቤት ውስጥ ከ95 በመቶ ያነሰ አማካይ ውጤት ካመጣን የምንገባበት ይጠፋናል፡፡

ቅጣቱ ከአሽማቃቂ ስድብ ጀምሮ፤ እስከ ጉሸማ ወይም ኩርኩም ሊደርስ ይችላል። ወይም በፊልም ላይ ያየውን ለየት ያለ የምት ዓይነት ይለማመድብናል። ቀልባችንን ይገፍፈዋል፡፡

እና አሁን ሳስበው የተሸላ ውጤት የማስመዝገብ ፍላጎቴ ከትምህርት ባለፈ አትሌቲክስንም እንዲጨምር በማድረግ ረገድ የዓለማየሁ ሚና ታላቅ ነበር።

በተጨማሪም ለእኔና ለወንድሙ በራስ የመተማመን መንፈስ የሚያላብሱ የመሪነትና የአሰልጣኝነት ችሎታዎችን አጋብቶብናል፡፡ የተጋጣሚዎቻችን ምንነትና ማንነት ቁብ አይሰጠውም፣ ሁሌም ልናሸንፍ እንደምንችል እርግጠኛ ነው። እኛም በእርሱ ልክ እንድናምን ይፈልጋል፡፡ በቃ፣ይሄው ነው፡፡

"በጫካ ውስጥ ብዙ ግዙፍ እንስሳት አሉ... ከአንበሳ የሚበልጡ እንስሳት... ግን ምንጊዜም የጫካው ንጉሥ አንበሳ እንጂ ዝሆን ወይም ቀጭኔ አይደሉም።" እያለ ነበር የሚያጎብዘን፡፡

አልፎ ተርፎ የንባብ ፍቅር እንዲያድርብኝ መንገድ የሆነኝ ዓለማየሁ ነው። ከሙብራት አፈጣጠር ጀምሮ በጨረቃ ላይ እስከማረፍ ድረስ ባሉ የሳይንስ ግኝቶች ሁሉ ይማረክ ነበር። አብዛኞቹን የትምህርት ቤት ሳይንሳዊ ፈጠራዎች አብረን ነበር የምንሠራው፡፡ በዚህም ከግምታቸው በላይ በመሥራት አስተማሪዎቻችንን እናስደንቃቸው ነበር።

አንድ ጊዜ ዓለማየሁ፣ በደቂቃ ቢያንስ አምስት መቶ ቃላት እንድናነብና አንድን ሙሉ መጽሐፍ በአንድ ገጽ አሳጥረን እንድንጽፍ አዝዞን እንደነበር አስታውሳለሁ።

ከልጅነቴ ጀምሮ ባጋጠሙኝ መራር የሕይወት ልምዶች፣ ደስታ በራቀው ኑሮዬና ከማንም ጋር ስሜታዊ ግንኙነት ፈጥሬ ባለማወቄ ምክንያት፤ የዓለማየሁ ምርኮኛ ሆንኩ፡፡ እርሱ ወደሚፈልገው አቅጣጫ ሁሉ ተሳብኩ። በመጨረሻም በመጻሕፍት ቅጠሎች ውስጥ ሲማስን ራሴን አገኘሁት።

ከአሥራዎቹ መጀመሪያ እስከ አሥራዎቹ አጋማሽ ድረስ፤ ባለው ዕድሜዬ በሁለተኛው የዓለም ጦርነት፣ በሂትለር፣ በሙሶሎኒ፣ በጋንዲ፣ በኬኔዲ፣ በቸርችል፣ በሮሜል፣ በሞንትጎመሪ፣ በሶቅራጥስ፣ በአርስቶትልና በሌሎች

በርካታ ታዋቂ ሰዎችና ክንውኖች ዙሪያ የተጻፉ ኢ-ልብወለድ መጻሕፍት አንብቤአለሁ።

እሴቶቻቸው ከእኔ ጋር የማይሄዱትን የሃይማኖት መጻሕፍት ማንበብና መጥቀስ ግን እጅግ አሰልቺ ሆኖብኝ ነበር፡፡ በዚያ ምትክ በታሪክና በፍልስፍና መጻሕፍት ተማርኬ ቀረሁ።

በሕይወት ሽሙጥ ላይ ያለኝን ትዝብት፣ በዘመዶቼ ላይ ያለኝን ቅሬታ፤ እንዲሁም ባለቤት በማጣቴ ምክንያት የሚሰማኝን ብስጭትና ቁጣ የምገልጽበት ብቸኛው መንገድ ብዕርና ወረቀት ማዋደድ ሆነ፡፡ በዚህም የተነሳ ነው የዕለት ማስታወሻዎቼን ማጠናቀሬን የገፋሁበት።

ይህን የሕይወት ጉዞዬን ታሪክ ለማዘጋጀት ስነሳ ከአሥራ አንድ ዓመቴ ጀምሮ የተጻፉ የዕለት ማስታወሻዎቼን ተጠቅሜአለሁ፡፡ ይህን መጽሐፍ ለማዘጋጀት የበቃሁት በእነዚያ ዘመን ተሻጋሪ ሰነዶች ላይ በብርቱ ተደግፌ ለመሆኑ አንድና ሁለት የለውም።

ምዕራፍ አሥራ ስምንት

የ1966ቱ የኢትዮጵያ አብዮት

"ከሁሉም በላይ፣ በማንኛውም ጊዜ፣ በየትኛውም የዓለም ክፍል፣ በማንኛውም ሰው ላይ የሚፈጸም የትኛውም ኢፍትሃዊነት በጥልቀት ይሰማህ። የማንኛውም አብዮተኛ ድንቅ እሴት ይህ ነውና።"

- ቼ ጉቬራ

የለውጥን አስፈላጊነት መጠራጠር አይቻልም፡፡ ይሁን እንጂ ሥር ነቀል ለውጥ፣ በግለሰብም ሆነ በመላው ማህበረሰብ ላይ ሲተገበር፣ ብዙውን ጊዜ ያልተፈለገና ያልታሰበ ውጤት ማስከተሉ አይቀርም።

በኢትዮጵያ ታሪክና ማህበራዊ ስሪት ላይ፣ እንዲሁም ዘርፈ ብዙ በሆነው ህብረ ብሔራዊ ስብጥር ላይ ያለኝ የግንዛቤ ውስንነት እንደተጠበቀ ሆኖ፣ ወደ ኋላ መለስ ብዬ ሳስበው "ለውጡ" አስፈላጊ ነበር እላለሁ። የተዛነፈውን ማህበራዊ መዋቅርና የሥልጣን ተዋረድ ለማስተካከል፣ እንዲሁም ከእምነቶችና ከብሔረሰቦች ጋር የተያያዙ በርካታ ጥያቄዎችን ለመፍታት ሲባል፣ ጥንታዊው ንጉሣዊ አገዛዝ ማሻሻያ ያስፈልገው ነበር። በብዙ ኢትዮጵያውያን ልብ ውስጥ ይህ የለውጥ ፍላጎት ቢኖርም፣ በ1960ና በ1970ዎቹ የተከሰተው ደም አፋሳሽ የፖለቲካ ውጥንቅጥ ግን ከልክ ያለፈ ነበር።

በጊዜው በአሥራዎቹ መጀመሪያ ዕድሜዬ ላይ ነበርኩ፡፡ እጄ የገቡትን አብዮታዊ መጻሕፍት ሁሉ ማንበብ የጀመርኩበት ወቅት ነበር፡፡ የወቅቱ ወጣቶች ከጭቆና መውጫ መንገዶች ናቸው ብለው የሚያስቧቸውንና በዋነኝነት ከውጭ ይመጡ የነበሩትን ፖለቲካዊ ርዕዮተ ዓለማት ማጥናት ሥራዬ ሆነ፡፡ ያ ፖለቲካዊ ምስቅልቅል ያስከተለው ውጤት ግን ሰብአዊና አዕምሯዊ ፍልሰት፣ ለቁጥር የሚታክቱ ግድያዎችና አፈናዎች፣ የኢኮኖሚ ድቀትና በተወሰነ ደረጃም

ቢሆን የጎሳ ክፍፍል ነው። በእኔ እምነት አብዮቱ ሀገሪቱ በታሪኳ ካጋጠሟት ከባድ ፈተናዎች አንዱ ነበር።

ከግል ሕይወቴ አንጻር ማንነቴን እንዳጠናክርና ከአባቴ ወገኖች ጋር እንድቀላቀል አብዮቱ አነሳስቶኛል፡፡ በወጣትነቴ ከኢትዮጵያ እንድወጣ ሰበብ ሆኖኛል። ያን የመሰለ አስከፊ ምስቅልቅል ባይከሰት ኖሮ፣ ኢትዮጵያ ውስጥ የተወለዱ አብዛኛዎቹ የመኖች፤ የትውልድ ሀገራቸውን ኢትዮጵያን ትተው ባልኮበለሉ ነበር።

አባቴ በሞተበት ወቅት ወደ የመን ለመሻገር ተመኝቼ ነበር፡፡ ሆኖም ከ60ዎቹ አጋማሽ ጀምሮ ኢትዮጵያ ውስጥ የተቀሰቀው ፖለቲካዊና ማህበራዊ ለውጥ በከልሶች ላይ ያመለካከት ለውጥ አምጥቷል፡፡ እኔን ጨምሮ ሌሎችም ስፍር ቁጥር ለሌላቸው የመናውያን ወደ አያት ቅድመ አያቶቻችን ሀገር እንድንመለስ ሰበብ ሆኖናል፡፡

የአብዮቱ ወቅት ትዝታዎቼና ዓላማዎቼ የተዛነቁ ናቸው። ከፉም ደግም አለባቸው፡፡ እርግጥ ነው በአያሌ ግራ መጋባቶች ተሞልቼ ነበር።

የትውልድ ሀገሬን ትቼ፤ የዘር ማንዘሬን ምድር መሻት እንግዳ ነገር ሆነብኝ። በጊዜው የማውቃትን ብቸኛ ሀገሬን ኢትዮጵያን እየከዳኋት እንደሆነ ተሰማኝ።

በአብዮታዊው ርዕዮተ ዓለምና በወጣቶች አስተሳሰብ የተጠመቅኩባትን ኢትዮጵያን ለመልቀቅ መወሰኔ፤ የተሸነፍሁ ያህል ተሰምቶኛል። በእርግጥ በሕይወቴ ውስጥ አዲስ ምዕራፍ ለመጀመር ተስፋ ማደረጌ አልቀረም። ሀገሪቱን ብቻ ሳይሆን ኢትዮጵያ ውስጥ የነበረኝን ሕይወት ሁሉ እርግፍ አድርጌ በመተው አዲስ የሕይወት ምዕራፍ ለመጀመር እመኝም ነበር። ምናልባትም የመናዊ እንድሆን፣ የመን ደግሞ ቤቴ እንድትሆን፤ ከላይ ከአርያም ተወስኖልኝ ይሆናል።

በመሠረቱ ከመካካለኛው ምሥራቅ ወደ ኢትዮጵያ የመጡት ብዙዎች የእኔን አባት ዓይነት ናቸው፡፡ እኔም በትውልድ የመናዊ መሆኔ አይካድም፡፡ ስለዚህም እኔም እንደ ሌሎቹ ሁሉ፤ ወደዚያው መኮብለል ሊኖርብኝ ነው፣ ይብዛም ይነስ ከዚያው ነኝና...

የተማሪዎች እንቅስቃሴ

በ1966ዓ.ም. የኢትዮጵያ አብዮትና ተያያዥ እንቅስቃሴዎች ሲጀመሩ ስድስተኛ ክፍልን እያገባደድኩ ነበር። በወቅታዊ ብሔራዊ ፈተና ውጤት ዘጠና ስድስት ከመቶ ማስመዝገብ በመቻሌ ምክንያት፤ የክፍላችን ተወካይ ለመሆን

በቅቼ ነበር፡፡ ደግሞ እንደ ክፍል ተወካይነቴ አስተማሪዎች በማይመጡበት ጊዜ የማጠናከሪያ ትምህርት የመስጠት ኃላፊነት ተጥሎብኛል።

በጊዜው በሠፈራችን ውስጥ ካሉ ልጆች ጋር ተዋውቄ፤ በአካባቢው በሚገኝ አንድ የእግር ኳስ ቡድን ውስጥ ታቀፍኩ። የመጽሐፍ ክበብ አባልም ነበርኩ፡፡ የሆነ ሆኖ፣ በእንዲህ ዓይነቱ መደበኛ የልጅነት ውሎ ውስጥ የምኖር ልጅ ለመሆን በቃሁ።

በመጽሐፍ ክበባችን ውስጥ የተዋወቅኋቸው ልጆች በዕድሜ በጣም የሚበልጡኝ ነበሩ። ገና የአሥራ አራት ዓመት ልጅ እያለሁ፤ በሃያዎቹ መጀመሪያ ወይም አጋማሽ ላይ ያሉ ጓደኞች ነበሩኝ። ሆኖም ግን ከታላላቆቼ ጋር ያለኝ ግንኙነት በአዕምሮ ብስለት ላይ የተመሠረተ በመሆኑ፣ በእኔና በእነርሱ መካከል ያለው የዘመን ልዩነት ጉልህ ድርሻ አልነበረውም፡፡

ለመማር፣ ለማንበብና አመርቂ ትንታኔ ለመስጠት ጉጉ ነበርኩ፡፡ ስለዚህ የዕድሜዬ ማነስ ወይም የአካሌ ኮስማና መሆን፤ ከታላላቆቼ ጋር ጓደኝነት እንዳልመሠርት እንቅፋት አልሆነብኝም። እንዲያውም ከከተማው የወጣት ክንፍ ጋር በእኩል ደረጃ መብረር በመቻሌ፤ ኩራት ብጤ ይሰማኝ ነበር። በሌላ በኩል የሶሻሊስት ንቅናቄው አባላት የነበሩት ወጣቶች አብዛኞቹ እኩዮቻቸው ማድረግ ያልቻሉትን ማከናወን የሚችል ትንሽ ልጅ በማግኘታቸው ደስተኞች ነበሩ፡፡ በዚህም ምክንያት “ጩጩ” የሚል የቅጽል ስም አወጡልኝ፡፡ ሕፃኑ፣ ፈላው፣ ኩታራው... ማለታቸው ነበር።

በዚያን ወቅቱ ሀገሪቱ ከባድ ድንጋጤ ውስጥ ገብታ ከው ብላ ነበር፡፡ ጎልማሶቹ እየሆነ ያለውን ነገር ገና ለማጤን ሲታትሩ፣ ወጣቶቹ ወጋገኑ መፈንጠቅ በጀመረው የለውጥ ጮራ በስሜታዊነት መጋለብ ይዘዋል።

አክስቴ “ናሽናል” የሚል ስም ያለው ባለ ጥቁርና ነጭ ቀለም ቴሌቪዥን ነበራት። ቤታቸው ውስጥ ቴሌቪዥን የሌላቸው ጎረቤቶቻችን እኛ ቤት እየመጡ፤ ሕዝባዊ አመጾችንና ሰልፎችን የሚመለከቱ ዜናዎች በመከታተል ይጠመዱ ነበር። በእውነቱ በጣም ዘግናኝና ግራ አጋቢ ጊዜ ነበር፡፡

ስለ ተፈጠረው ሁከት ይበለጥ ለማወቅ በመፈልጌ፤ ጋዜጦችና በኢትዮጵያ ታሪክ ላይ የሚያተኮሩ መጻሕፍት ማንበብ ቀጠልኩ። ምንም እንኳን ልጅ ብሆንም፣ እየሆነ ያለው ትርምስ ለሀገሪቱ ልዩና እንግዳ መሆኑን መረዳት አላቃተኝም።

የ1953ቱ መፈንቅለ መንግስት በተሞከረበት ጊዜ አልተወለድኩም፡፡ ነገር ግን አመጹ በአብዛኞቹ ጎልማሶች አእምሮ ውስጥ አልደበዘዘም ነበርና፤ ወደድኩም ጠላሁ ስለ ግርግሩ አለመስማት አልቻልኩም። የቀድሞዎቹ ትውልዶች፣

ያለፈውን ከስተት አሁን ካለው እንቅስቃሴ ጋር ሲያነጻጸሩ እሰማ ነበር፡፡ “የታንሳሱ ግርግር” ይሉታል፡፡

በ1969 ዓ.ም. አብዛኞቹ በመጽሐፍ ክበቡ ውስጥ የማውቃቸውና አብሬያቸው ኳስ እጫወት የነበሩ ወጣቶች፤ የኢትዮጵያ ሕዝቦች አብዮታዊ ፓርቲ (ኢሕአፓ) በተሰኘው የማርክሲስት ሌኒኒስት ድርጅት ተመልምለው ነበር። ከእነዚህ ወጣቶች ጋር ባለኝ ግንኙነትና፣ ስለ ታሪክና ባህል የበለጠ ለማወቅ በነበረኝ ጉጉት የተነሳ፣ በሶሻሊዝም ዙሪያ የተጻፉ መጽሐፎቻቸውን እንዲያውሱኝ እጎተጉታቸው ነበር።

ካርል ማርክስና ሶሻሊዝም

1967 ዓ.ም. ...ይህ ዓመት ትምህርት ቤቶች ከሚከፈቱበት ይልቅ የሚዘጉበት ቀን ይበዛ ስለነበር፣ በአቅራቢያዬ ያገኘሁትን የሶሻሊዝም መጽሐፍ ሁሉ የማንበብ ምቹ ዕድል ተፈጠረልኝ። እነዚያን የማርክሲዝም መጻሕፍት አንብቤ ለመጨረስ በሚወስድብኝ አነስተኛ ጊዜና የመተንተን ችሎታ፤ ትልልቆቹ ልጆች አድናቆት ይቸሩኝ ጀመር።

በመጀመሪያው ያነበብኩት የካርል ማርክስን “ዳስ ካፒታል” የተሰኘ ዝነኛ መጽሐፍ ነበር። በመቀጠል በኤንግልስና በማርክስ በጥምር የተጻፈውን “ኮሚኒስት ማኒፌስቶ” የሚባለውን ሌላ ታዋቂ መጽሐፍ አነበብኩ፡፡ ከዚያም የሄንሪ ሌፌብቭርን “ዲያሌክቲካል ማቴሪያሊዝም” አስከተልኩ።

ዲያሌክቲካል ማቴሪያሊዝም እውነታ ተኮር ፍልስፍናዊ አቀራረብ ሲሆን፣ ከካርል ማርክስና ከፍሬድሪክ ኤንግልስ ጽሑፎች የተወሰደ ጽንሰ ሐሳብ ነው። ሶሻሊስት ጸሐፊዎቹ የአዕምሯዊና የመንፈሳዊ ክንዋኔዎችን እውነታ አይክዱም፡፡ ሆኖም ግን ሐሳቦች ሊጸነሱ እንደሚችሉ፣ዳሩ ግን እንደ ምርቶችና ቁሳዊ ሁኔታዎች ነጸብራቅ ብቻ መወሰድ እንዳለባቸው ያስረግጣሉ፡፡

ቢያንስ አሥራ አምስት ዓመት ያህል ከሚበልጡኝ ተራማጅ ወጣቶች ጋር፤ የመጀመሪያዎቹን ውይይቶች ካደረግሁ በኋላ፤ አንድ ቁምነገር ተገለጸልኝ፡፡ ለካስ ያነበብኩትና የተረዳሁት የመሰለኝን እውነታ ከኢትዮጵያ ነባራዊ ሁኔታ ጋር አጣጥሞ ከመረዳት አንጻር ጥሬ ነበርኩ...

ከወጣቶቹ አንዱ ስለ ሠራተኞች መብት ሲያወራ ሰማሁ። በዚያን ጊዜ ዘጠና በመቶ የሚሆኑ ኢትዮጵያውያን ገበሬዎችና በአነስተኛ ደመወዝ የሚያገለግሉ ማስኖ አደሮች ነበሩ፡፡ አንዳንድ የመጻሕፍት ክበቡ አባላት ደግሞ ወታደሮች

ምን ያህል በዝቅተኛ ክፍያ እንደሚጨቆኑ ያነበንቡ ነበር። እኔ ግን ስለነዚህ ሠራተኛ ተኮር ብዝበዛዎች በቂ እውቀትና ግንዛቤ አልነበረኝም።

የሆነ ሆኖ በተገዳኘኋቸው በእነዚያ ወጣት ልሒቃን ምክንያት፣ በእጅጉ እየተለወጥኩ ሄድኩ። በጊዜው እነርሱ የተቀላቀሉት ፓርቲ አባል እንኳን አልነበርኩም። ይልቁንም ከፍተኛ የማወቅ ጉጉት ያለኝ፣ በማንም ላይ ጉዳት እንደማላደርስ አመኔታ የተጣለብኝ አንድ ተራ የመጽሐፍ ከበብ አባል ነበርኩ። ወደ ወጣቶቹ ዓለም እየተሳብኩና እየሰመጥኩ መሄዴ ግን የሚካድ አልነበረም።

እየዋለ ሲያድር ወጣቶቹ በህቡዕ ይንቀሳቀስ የነበረው የኢሕአፓ አባላት መሆናቸውን ብገነዘብም፣ መጽሐፎቻቸውን ለእኔ የማካፈል ልምዳቸውን ግን አላጓደሉም፡፡

በጊዜው ያየሁት ብቸኛው ለውጥ ቢኖር፣ ከጊዜ ወደ ጊዜ ግራ ዘመም የሆኑና እንደ ኩባ፣ ቻይና፣ ሩሲያ... አብዮቶች ባሉ ርዕሰ ጉዳዮች ላይ የተጻፉ መጻሕፍት በብዛት የሚደርሱኝ መሆናቸውን ብቻ ነበር።

ያ ዓመት ከመገባደዱ በፊት ምናልባትም ከሠላሳ በላይ የሚሆኑ መጻሕፍት ማንበብ መቻሌን እርግጠኛ ነኝ። መጻሕፍቱን የማነብበው የትምህርት ቤት መጻሕፍቴንና ቅዱሳት መጻሕፍትን በማጠናበት መንገድ በመሆኑ፣ የማገኛቸውን እውነታዎችና መረጃዎች፣ በሀገሬ ውስጥ እየተካሄደ ካለው አብዮት ጋር ለማዛመድም ሆነ እያሰናሰልኩ ለመረዳት አልቻልኩም፡፡

አብዮተኞቹ ወጣቶች ከመጽሐፎቹ የተረዳሁትን ቁምነገርና የግሌን ዕይታዎች ጭምር እንዳካፍል ተደጋጋሚ ዕድል ይሰጡኝ ነበር። ደግሞም ያነበብኩትንና የተረዳሁትን በማጋራቸው ጊዜ ሁሉ ይደነቁብኝ እንደነበር አልዘነጋም።

ከጊዜያት በኋላ በየመጻሕፍቱ ውስጥ የማገኛቸውን ግለሰቦችና ድርጊታቸውን መውደድና ማድነቅ ጀመርኩ። በተለይ ለቼ ጉቬራ ከፍተኛ አድናቆት ነበረኝ። ከቼ ቀጥሎ፣ ያስደንቀኝ የነበረው ምናልባት ሊዮን ትሮትስኪ ሳይሆን አይቀርም። በአረመኔያዊነት በገደላቸው አያሌ ሰዎች ምክንያት ለጆሴፍ ስታሊን ቅንጣት ክብር አልነበረኝም፡፡ ከፍተኛ ተጽዕኖ ያሳደረብኝ ትሮትስኪ ቢሆንም፣ ከሌሎቹ ያነሰ የምሁርነት ደረጃ እንዳለው አድርጌ አስበው የነበረው ስታሊን፣ ከኢትዮጵያ ወታደራዊ መንግሥት ጋር የሚቀራረብ እሳቤ እንዳለው ይሰማኝ ነበር።

ለስታሊን ያለኝ ዝቅተኛ ስሜትና ለትሮትስኪ ያለኝ አድናቆት የተጸነሰው በቪክቶር ሰርጂ ጽሑፎች ምክንያት ነው። ምናልባትም ሰርጂ በራዕዩና በጽሑፎቹ ረገድ ልዩ ቦታ የምሰጠው ጸሐፊ ሳይሆን አይቀርም፡፡ ይህም የሆነው የሕዝቦችን አብዮቶችና ቅራኔዎች ውስጣዊ ስሪት በሚገባ እንድረዳ ግንዛቤዬን ያሰፋልኝ እርሱ በመሆኑ ምክንያት ነው።

በ1968 ዓ.ም. መጨረሻ አካባቢ፣ የመጽሐፍ ከበባችን አባላት የሆኑት አብዮታዊ ወጣቶች በኢሕአፓ የሚዘጋጁትን የፕሮፓጋንዳ ጋዜጦች፣ በራሪ ወረቀቶች፣ አጫጭር ቡክሌቶች... ያቀብሉኝ ጀመር።

ካነበብኳቸው ጸሑፎች አንዱ ወታደራዊው አገዛዝ እንዲወገድ፣ የዲሞክራሲ መብቶች ያለገደብ እንዲከበሩ፣ ከሕዝብ ተወካዮች የተውጣጣ መንግሥት እንዲመሠረትና ተቃዋሚዎችን ማፈን እንዲቆም የሚጠይቅ ነበር። ይህንን ጽሑፍ ማንበብ ከጀመርኩ በኋላ ነበር፣ ያስተዋልኳቸውን አንዳንድ ነጥቦችን ማገናኘት የጀመርኩት፡፡

ይሁን እንጂ በገዛ ሀገሬ ውስጥ ምን እየተከናወነ እንደሆነ፣ ፖለቲካዊ እንቅስቃሴዎቹና የሚሰራጩት ጽሑፎች ስላላቸው ተጽእኖ በቅጡ አልተገነዘብኩም ነበር።

ቀይ ሽብር፣ ግድያና እስራት

አንድ ቀን ከሰዓት በኋላ፣ በመጽሐፍ ከበባችን ውስጥ የማውቃቸው የሰፈራችን ልጆችና ወንድሞቻቸው የገዢውን ወታደራዊ መንግሥት ለመቃወም በሚደረግ ህዝባዊ ሰልፍ ላይ እንድሳተፍ ጋበዙኝ። በየዋህነት ተስማማሁ።

ቢያንስ አሥር ኪሎ ሜትር ያህል በእግራችን ከተጓዝን በኋላ ሰልፉ መነሻ ጋ ደረስን። ያን የከተማውን ክፍል አላውቀውም ነበርና ከሰዎቹ ጋር ብለያይ ወደ ቤት እንዴት እንደምመለስ አሳሰበኝ። በየጎዳናውና በየሱቆቹ ለማገኛቸው ሰዎች የማድላቸው በዛ ያሉ በራሪ ወረቀቶች አስታቅፈውኛል። በተጨማሪም ለመኪና አሽከርካሪዎችና ተሳፋሪዎቻቸው በራሪ ወረቀቶቹን አድል ጀመር።

በዚህ ሁኔታ ለአርባ ደቂቃ ያህል ከቆየን በኋላ የተኩስ ድምጽ ሰማሁ። በዙሪያዩ ያሉት ሰዎች ሁሉ ሕይወታቸውን ለማትረፍ መራኮት ጀመሩ። ተደጋጋሚ የጥይት እሩምታዎችና ለጆሮ ለሚያሰቀጥጡ ጩኸቶች አካባቢውን አደበላለቁት። እግሬ ወደ መራኝ ሸመጠጥኩ።

ወደ የትኛው አቅጣጫ እየሸሸሁ እንደሆነ ማወቅ አልቻልኩም። በደመነፍስ ለደቂቃዎች ያህል ከሮጥኩ በኋላ ደከመኝና፤ አንድ ባዶ ቤት ተጠግቼ ቆምኩ። (ይህ ሩጫ የመጀመርያው የማራቶን ልምምዴ ሳይሆን አይቀርም!)

ለሀያ ደቂቃዎች ያህል ወና በሆነ አሮጌ ቤት ውስጥ ከተደበቅሁ በኋላ፣ እጅ ከፍንጅ ተያዝኩ፡፡ እስኪበቃኝ ድረስ ተደብድቤ ወደ ጭነት መኪና ላይ ተወረወርኩ።

በመኪናው ላይ በዕድሜ ከሚበልጡኝ በርካታ አብዮታውያን ተማሪዎች ጋር ታጭቀን ስንሄድ፣ አንዲት ልጅ ጭንቅላቴ ላይ ተቀመጠችብኝ። ጭንቅላቴን ከመኪናው ወለል ላይ ማንሳትና በትክክል መተንፈስ እንድችል ትንሽ ትንቀሳቀስልኝ እንደሆነ ጠየቅኳት። ይህን ስታደርግ፣ ጭንቅላቴና ፊቴ በደም መሸፈኑን አየች።

ወዲያው “ወይኔ አምላኬ! የወር አበባዬ ነው!” ብላ ጮኸች።

ከዚህ ቀደም ስለ ሴቶች ወርሐዊ ዑደት የነገረኝ አንድም ሰው ስላልነበር፣ አባባሏ ስሜት አልሰጥ አለኝ። ልጅቷ በጭንቅላቴ ላይ የተቀመጠችበት ሁኔታ ፊቴን ካለበሰው ደም ጋር ስላለው ግንኙነት እያሰብሁ ግራ ተጋባሁ። እጄን ወደ ጭንቅላቴ ሰድጄ ስዳብስ፣ በራስ ቅሌ ላይ እብጠትና ቁስለት ተሰማኝ። እጄ በደም ተበከለ።

ጭንቅላቴ መፈንከቱን ስታይ “ወይኔ! ጭንቅላትህን ፈንክተውታል!” ስትል ጮኸች እንደገና ፡፡

ከእኔ የበለጠ የተጨነቀች እርሷ ነበረች። ፈጥና ሹራቧን አወለቀችና ደሜን ለማስቆም ራሴ ላይ ጠመጠመችው።

በመኪናው ላይ የተጫንነው ሰዎች ወደ ሃምሳ ሳንጠጋ አንቀርም፡፡ አብዛኞቹ ወጣቶችና ተማሪዎች ናቸው፡፡ ከአንድ ሰዓት ያህል ጉዞ በኋላ ከአንድ ራቅ ወዳለ ቦታ ደረስን። የት እንዳለን ወይም ወደ የትኛው አቅጣጫ እየተወሰድን እንደሆነ ፍንጭ አልነበረኝም፡፡

ከጭነት መኪናው ላይ እንድንወርድ ከታዘዝን በኋላ፣ ባለሥልጣናቱ እየቆጠሩ ተረከቡን። ከመኮንኖቹ አንዱ በጭንቅላቴ ላይ የተጠቀለለውን ሹራብ በኃይል መንጭቆ አነሳው። ደግነቱ ደሜ መፍሰሱን አቁሞ ኖሯል፡፡ ነገር ግን ከባድ ራስ ምታትና የማዞር ስሜት ተሰማኝ።

ተቆጥረን ከተመዘገብን በኋላ ወደ ተለያዩ ክፍሎች አስገቡን። እኔ ከፍተኛ ጥበቃ በሚደረግበት “ሰባት ቁጥር” ውስጥ ተመደብኩ። ኋላም ማረሚያ ቤቱ “ማዕከላዊ” እንደሚባል አወቅኩ።

ለተወሰኑ ቀናት የት እንዳለሁና ምን እንደሆንኩ የማውቀው ነገር አልነበረም፡ ፡ በመጀመሪያው ቀን ከሁሉ በላይ ያሳሰበኝ ከአሥራ ሁለት ሰዓት በፊት ወደ ቤቴ መመለስ አለመቻሌ ነበር።

አክስቴ አመሻሽ ላይ ወደ ቤት የምገባበትን የሰዓት ገደብ ከጣለች ሰነባብቷል። በዚያ ቀን ምን ስሠራ እንደዋልኩና የት እንደተወሰድኩ እንዴት ብዬ እንደምነግራት ሳስበው ከወዲሁ ጨነቀኝ። ዋል አደር ስል ግን ምን

እንዳጋጠመኝ ለእርሷ የማስረዳቱ ጭንቀት፣ ለብዙ ወራት ካስተናገድኳቸው ሌሎች አሰቃቂ ጭንቀቶች ሁሉ ትንሹ ሆኖ አገኘሁት።

በታሰርን በማግስቱ አንድ ወታደር ጉዳት ከደረሰበት የጭንቅላቴ ክፍል በስተቀር መላ ጸጉሬን ላጨኝ። ወታደሩ የጉዳቱን መጠን ያሳውቀኝ እንደሁ በትህትና ጠየቅሁት። በጭንቅላቴ ትይዩ መስታወት አምጥቶ ሊያሳየኝ ሞከረ። ቢያንስ የሦስት ሴንቲሜትሮች ያህል ርዝመት ያለው ስንጥቅ በጭንቅላቴ ላይ አየሁ፡፡ ደግንቱ ቁስሉ እየዳነልኝ ነበር፡፡

ለመጀመሪያ ጊዜ በአብዮተኛነት ተቆጥሬ የታሰርኩበትን ጊዜ በቋሚነት የሚያስታውሰኝ፣ ይህ ጠባሳ አሁንም ድረስ በራስ ቅሌ ላይ ይገኛል፡፡ በዚያ ጉዳት ምክንያት አሁንም ድረስ፣ አልፎ አልፎ የራስ ምታት ይሰማኛል።

በሰባት ቁጥር" የተሰየመችው የእስር ቤት ክፍላችን አራት ሜትር ካሬ ያህል ብቻ የምትሰፋ ብትሆንም፣ ወደ ሠላሳ የምንሆን እስረኞች ታጭቀንባታለን። አብዛኞቹ በክፍላችን ውስጥ ያሉት ታሳሪዎች በግምት አሥራ ስምንት ዓመትናና ከዚያ በላይ ሳይሆናቸው አይቀርም ።

የሁለተኛ ደረጃ ትምህርታቸውን የጨረሱ ተማሪዎች፣ የዩኒቨርሲቲ ተማሪዎችና ሁለት ጎልማሳ ሠራተኞች በዚያ አሉ። ከሠፈራችን የተያዘ ሰው መኖርና አለመኖሩን አላወቅኩም።

አብዛኞቹ እስረኞች በዕድሜዬና በአካሌ ማነስ የተነሳ፣ ለምን እዚህ ቦታ እንደተገኘሁ ይገርማቸው ነበር። በጊዜው አሥራ አራት ዓመት ቢሞላኝም፣ ተክለ ቁመናዬ ግን ምናልባት የአሥር ዓመት ልጅ ቢያስመስለኝ ነው።

እስረኞች ከክፍላቸው ውጪ እንዲወጡ አይፈቀደላቸውም ነበር። ሲመሽ ወደ ላይና ወደ ታች እየተሰባጠርን እንደ ሰርዲን ታጭቀን እንተኛለን። በእስር ቤቱ ውስጥ ያሉት ክፍሎች በሙሉ ተመሳሳይ ስፋት ያላቸው ሲሆኑ፣ እስረኞቹ በየክፍሎቹ የሚደለደሉት በፈጸሙት የፖለቲካ ወንጀል ዓይነት ነው። አንዳንዶቹ መንግስትን ለመገልበጥ ሲሞክሩ የተያዙ ናቸው፡፡ የሥራ ማቆም አድማ ሲያስተባብሩ የተያዙም አሉ፡፡ ሌሎች ደግሞ ለተቃዋሚ የፖለቲካ ፓርቲ አባላትን ሲመለምሉ ተገኝተው የታሰሩ ናቸው፡፡ ጥቂቶች ደግሞ ተቃዋሚ የፖለቲካ ፓርቲ አባላትን ለመግደል በመሞከር የተጠረጠሩ ናቸው። ሌሎች እንደ እኔው በገዢው መንግሥት ላይ ሰላማዊ ሰልፍ ሲያደርጉ ተይዘው የመጡ አሉ።

አሜሪካ ውስጥ በምኖርበት ጊዜ ባህሌንና የግል ታሪኬን ለአሜሪካውያን ለማስረዳት በሞከርኩበት ጊዜ ሁሉ፣ አብዛኞቹ አሜሪካውያን ሊረዱት ያልቻሉት ብቸኛው ነገር አንድ ብቻ ነው፡፡ ሰዎች የተለያየ የፖለቲካ አመለካከት

በመያዛቸው ብቻ የሚታሰሩበትንና ከዚያም ሲያልፍ የሚገደሉበትን ምክንያት ነው አሜሪካኖቹ ጭራሽ ሊገባቸው አልቻለም።

ይህን ስል ግን በ1960ና 70ዎቹ በኢትዮጵያ ውስጥ በነበረው ፖለቲካዊ ትርምስ ወቅት ስለተከሰተው ነገር፣ የተሟላ ግንዛቤ ነበረኝ ለማለት አይደለም። በእርግጠኝነት የምናገረው ቢኖር፣ ከበፊቱ የተሻለ ኮሚኒስት ሆኜ ከእስር ቤት መውጣቴን ብቻ ነው። ከተራማጆቹ ወጣቶች ጋር አብሬ በመታሰሬ፣ የኩራትና የትልቅነት ስሜት ይሰልለኝ እንደነበር ግን አልክድም።

የታሰርኩበት ክፍል ከሌሎቹ ክፍሎች ይልቅ ለሻወር ቤቶችና ለመጸዳጃ ክፍሎች ቀረብ ያለ ነበር፡፡ ለሰባት ቁጥር" ታሳሪዎች ብቸኛው ልዩ ጥቅማችን ይህ ነበር።

ከክፍሉ በር አጠገብ መቀመጥ እንድችል የተቻለኝን ሁሉ ጥረት አድርጌ ነበር፡ ፡ ቦታው በሁሉም እስረኞች ተፈላጊ ከመሆኑ የተነሳ በቀላሉ ለማግኘት የማይቻል ነው፡፡ በሩ አካባቢ የሚቀመጥ ሰው ንጹህ አየር ከማግኘቱም በላይ ብርሃን የማየት ዕድል ያገኛል፡፡ የፀሐይ ብርሃን ባለበት ቦታ ላይ መቀመጥ እንደ ልዩ ፀጋ የሚቆጠር ነበርና...

ውጪውን የምናየው በቀን ሁለቴ ወደ መጸዳጃ ቤት በምንሄድበት ጊዜ ነበር። ይህም ቢበዛ ለሁለት ደቂቃ መሆኑ ነው፡፡ በሩ አጠገብ የመቀመጥ ዕድል የገጠመው ሰው ግን ወደ መጸዳጃ ቤት የሚያልፉ ሌሎች እስረኞችን ማየት ይችላል፡፡

ብዙዎቻችን ሌሎች ጓደኞቻችን ወይም ጎረቤቶቻችን ታስረው እንደሆነ ለማየት እንፈልጋለን፡፡ በር አካባቢ መቀመጥ በቻልኩበት በአንዱ ቀን፣ ውጪ ውጪውን ሳማትር ወደ ልብስ ማጠቢያ ቤት ከሚሄዱት ሰዎች አንዱን ለየሁት። ብርሃኔ ይባላል። ከዚያ ቀን በኋላ ግን አላየሁትም፡፡ በሌላ ቀን ደግሞ ደሜን ለማስቆም ጭንቅላቴን በሹራቧ ያሰረችልኝን ልጅም አየኋት። ፈገግታዋን ከርቀት ላከችልኝ።

የሰው ልጅ በእስር ቤት ውስጥ የተለየ ገጽታ አለው፡፡ አዎ፣ ሁኔታዎቹ በጣም ዘግናኝ ነበሩ፡፡ በማያቋርጥ ፍርሐትና ተስፋ ማጣት ውስጥ ነበርን። ነገር ግን ፍርኃቱና ጭንቀቱ፣ እንዲሁም በየቀኑ የሚያጋጥሙ አስከፊ ጫናዎች ሁሉንም እስረኛ አንድ ያደርጉታል።

በተለይ ዐርብ ምሽቶች ይበልጥ የሚጎፈንኑ ነበሩ፡፡ ከወትሮው አንድ ሰዓት ቀደም ብለን ራት እንድንበላ ከተደረገ በኋላ፣ ታዋቂው የእስር ቤት መኪና ይመጣል፡፡ ሞተሩ ሳይጠፋ ወደ ክፍሎቹ ተጠግቶ ይቆማል። ወዲያው

ዋርዲያው ስም እየጠራ ወጣቶቹን ከየክፍላቸው ያስወጣቸዋል፡፡ በዚያን ምሽት እንዲገደሉ የተፈረደባቸው እስረኞች መሆናቸው ነው።

በመጀመሪያዎቹ ሁለት ዐርቦች የማየውና የምሰማው ሁሉ በእስረኞቹ ላይ የሚያሳድረውን ተጽእኖ ለመረዳት ሞከርኩ። በጣም የሚገርመው ደግሞ በፖለቲካ ጉዳይ እስር ቤት ውስጥ እንደገባ ሰው ሳይሆን፣ ጎዳና ላይ እንደተጣለ ልጅ ነበር ይሰማኝ የነበረው። በዋነኛነት እየሆነ ያለውን ነገር ሙሉ በሙሉ ለመረዳት ዕድሜዬ አልፈቀደልኝም፡፡ ደግሞም ምንም ዓይነት የከፋ የፖለቲካ ጥፋት ስላልፈፀምኩ፣ ይገድሉኛል ብዬ አልሰጋሁም።

ከአራት ሰዓት በኋላ የተወሰኑ እስረኞች በዚህ ሁኔታ እንደሚወሰዱና እንደሚገደሉ ስለምናውቅ፣ ሁሌም ከሞት ጋር ተዳብለን ነበር የምንኖረው፡፡ እስረኛው ሁሉ እርስ በእርስ የመደጋገፍና የመበረታታት ስልት ነበረው፡፡

“ቀጥሎ የሚወሰደው ተረኛ ማን ይሆን?” እያሉ መጨነቅ የተለመደ ጉዳይ ነው። እስረኞች ምንም እንኳን በውጪው ዓለም የተለያየ የኑሮ ደረጃ ቢኖራቸውም፣ እስር ቤት ውስጥ ግን የሁሉም አቋምና ጠባይ ተመሳሳይ ነው።

በውጪው ዓለም ፈጽሞ ሊታሰብ በማይችል ደረጃ፣ እስር ቤት ውስጥ ከብረት የጠነከረ መተሳሰብ ይፈጠራል። በአንድ ክፍል ውስጥ የተከረቸሙ እስረኞች ሁሉ ሳህን የማጠብና ክፍሉን የማጽዳት ግዴታቸውን በእኩል ይጋራሉ። እነዚህን ጥቃቅን የጉልበት ሥራዎች ከመከወን የሚተርፍ በቂ ጊዜ ይኖራል። በአንዳች ነገር እንድንጠመድና እንድንዝናና በማሰብ በየእለቱ የተለያዩ መርሐ ግብሮች ይዘጋጃሉ።

ጠዋት ከመጸዳጃ ቤት በኋላ ቁርስ እንበላላን። ቁርሱ ከተጠናቀቀ በኋላ የመዝናኛ ክፍለ ጊዜዎችና የጠፉ የፖለቲካ ክርክሮች በቅደም ተከተል ይከናወናሉ፡፡ ክርክሮቹ ፍልስፍናዊ ይዘት ያላቸውና የሀገሪቱን ወቅታዊ ጉዳዮች የሚዳስሱ ነበሩ። በዚህ ሁኔታ በታሪክ፣ በፖለቲካዊ ውይይቶች፣ በቤት ጽዳት፣ በዘፈን፣ በቀልድ፣ በድራማ ተጠምደን የመከራውን ቀን እንገፋለን።

ቼዝን ጨምሮ ሌሎችም የጨዋታ ዓይነቶችን እንደምንም መፍጠር ችለን ነበር። የቼዝ ሰሌዳው በመሬት ላይ የተሳለ ሰንጠረዥ ሲሆን፣ ጠጠሮቹ እያንዳንዳቸው እስከ ሰላሳ የሚደርሱ ጥቁርና ነጭ ቀለም ያላቸው ቁርጥራጮች ናቸው። መጫወቻዎቹ በወረቀት፣ በሻይ ቅጠልና በጥቁር ቡና የተሠሩ ነበሩ።

ቁርጥራጮቹን በሻይና ቡና ውስጥ በመንከር ሁለት የተለያዩ ቀለሞች እንዲኖራቸው ይደረጋል፡፡ ወረቀቱ ከደረቀ በኋላ ስኳሩ ጠንክሮ እንዲቆይ ያደርገዋል።

ናዝሬት እያለሁ ገበጣ በምጫወትበት ጊዜ ሌላም መሰል ጨዋታ መቻል ይኖርብኛል ብዬ አስብ ነበር። የቼዝን አጨዋወት በጥንቃቄ ተመለከትኩ፡፡ ብዙውን ጊዜ ጨዋታውን በተከታታይ በሚያሸንፉት ተጨዋቾች ላይ የበለጠ ትኩረት ሰጠሁ። ቁርጥራጮቹን በተቀናቃኝ ግዛት ውስጥ እያሰረጉ ማንገሥ ዋናው የማሸነፊያ ቁልፍ መሆኑን ተረዳሁ።

ንጉሡ ወደ ፊት፣ ወደ ኋላና በሰያፍ አቅጣጫ መሄድ ስለሚችል፣ የባላንጣን መጫወቻ ክፍል በቀላሉ ለመቆጣጠር ያስችላል። ሁሉም የተፎካካሪ ወታደሮች እስኪያልቁ ድረስ፣ በጥንቃቄ ወዲያ ወዲህ እየተመላለሱ መብላት ከተቻለ ማሸነፍ ነው። ይሄው ነው!

መሠረታዊ የቼዝ ሕጎችን ከቀሰምኩ በኋላ መጫወት ጀመርኩ፡፡ በመጀመሪያ የተጋጣሚዬን ወታደሮች በመብላት በኩል እየቀለጠፍኩ ስሄድ፣ ተጨማሪ እንቅስቃሴዎች ማድረግ እንዳይችል የማደርግባቸውን ስልታዊ መንገዶች ደረስኩባቸው። በጥቂት ደቂቃ ውስጥ ግራ በሚያጋባ ሁኔታ በመሸነፍ ብጀምርም፣ ቆይቶ ግን የላቀ ችሎታ ያላቸውን ተጫዋቾች ጭምር እስከ መርታት ደረስኩ።

የድሮው የቅጽል ስሜ እስከ እስር ቤት ድረስ ተከተለኝ... ጩጩው - ፈላው መባሌ ቀጠለ!

አንዳንድ ተሰጥኦ ያላቸው ወጣቶች ደግሞ በዳንስና በዘፈን ያዝናኑን ነበር። ክፍሎቹ ጠባብ በመሆናቸው ምክንያት በአንድ ጊዜ ከሦስት ወይም ከአራት ሰዎች በላይ ቆመው መደነስ ስለማይችሉ፣ ተራ በተራ ዳንኪራቸውን ያቀርባሉ። የኢትዮጵያን ባህላዊ ውዝዋዜዎችና ዘፈኖች የሚያቀርቡ ግን ጥቂቶች ናቸው፡፡ አብዛኞቹ የምዕራባውያን ዘፈኖችና ዳንሶች ላይ ያተኩራሉ።

ሁሉም ማለት በሚባል ደረጃ በክፍሉ ውስጥ ያሉት ወጣቶች ከ1960ዎቹ ጀምሮ፣ ዝነኛ የነበሩትን የጥቁር አሜሪካውያን ዘፈኖች በቃላቸው ሸምድደዋቸዋል። ምንም እንኳን የሚዘፍኗቸውና የሚጨፍሩባቸው አንዳንድ ዘፈኖች የተለቀቁት፣ እኔ ከመወለዴ በፊት ወይም ዕድሜዬ ለማስታወስ ከመድረሱ በፊት ቢሆንም፣ ዘፈኖቹን ማዳመጥ ግን ያስደስተኝ ነበር።

በእስር ቤት ውስጥ ከሚዘወተሩት ዘፈኖች መካከል የነ ዘ ቢትልስ፣ ጀምስ ብራውን፣ ዘ ሱፐሪምስ፣ ቦብ ዲላን፣ አሬታ ፍራንክሊን፣ ኤልቪስ ፕሪስሊና ማርቪን ጌይ ዘፈኖች ይገኙበታል። የዘፈኖቹን ስም ማወቅ የቻልኩት ግን ከብዙ ጊዜ በኋላ ነበር፡፡

አሁንም ድረስ የጉዞዎቼንና የማራቶን እሽቅድምድም ምስሎቼን ለዩቱዩብ ቪዲዮ ሳጠናቅር፣ እነዚህን ዘፈኖች እንደ ማጀቢያነት እጠቀማለሁ። ምንም

እንኳን በአያሌ አስቸጋሪና አሰቃቂ ሁኔታዎች ውስጥ ባልፍም፣ ሙዚቃ የልጅነት ትውስታዬን ይጭርብኛል። ብዙ ጊዜ፣ እነዚያ ትውስታዎቼ ውልብ ባሉብኝ ቁጥር፣ ልጅነቴን እያሰላሰልኩ ጭልጥ ብዬ እወሰዳለሁ።

ታድያ በእስር ቤት ውስጥ ያጋጠሙኝ የመዝናኛ ዝግጅቶች፣ በሕይወቴ ካየኋቸው ትዕይንቶች ሁሉ፣ የመጀመሪያዎቹ በብቃት የተደራጁ የቡድን እንቅስቃሴዎች ሳይሆኑ አይቀሩም። መቼም የመዝናኛ ዝግጅቶቹ ይፈጥሩብኝ የነበረው ደስታ አይወራ፡፡

ምዕራፍ አስራ ዘጠኝ

“ወርቃማነት” እንደገና

“ሌላ ሰው ሽጉጤን አንስቶ መተኮሱን እስከቀጠለ ድረስ ብወድቅ ግድ የለኝም።”

- ቼ ጉቬራ

አንድ ቀን ከሰዓት በኋላ፣ ከመጸዳጃ ቤት ወደ ክፍላችን እየተመለስን ሳለ፣ የእስር ቤቱ ኃላፊ “ቁም!” ብሎ ሲጮኽብኝ እጢዬዬ ዱብ አለ፡፡

ሰውዬው ማንን እንዳዘዘ ወይም ምን እንደፈለገ ስላላወቅን ሁላችንም ባለንበት እንደጅብራ ተገተርን። አመልካች ጣቱን ወደ እኔ ጠቆመና “ና ወዲህ!” ሲል አዘዘኝ፡፡ ወደ ጠሪዬ ቀረብ አልኩና፣ ከፊት ለፊቱ አራት ጫማ ገደማ ርቄ ቆምኩ፡፡

“እስረኛ ነህ?” አስገራሚ ጥያቄ ነበር፡፡

“አዎ፣ ነኝ ፡፡”

“ምን ያህል ጊዜ ቆየህ?”

አራት ወር አካባቢ እንደሆነኝ ነገርኩት።

እጄን እንደያዘ ወደ ሴቶቹ ክፍል ወሰደኝና እዚሁ ተወልጄ ያደግሁ መሆን አለመሆኔን ሴቶቹን ጠየቃቸው። እስረኛነቴን አረጋገጡለት።

በድጋሚ ወደ እኔ ዞረና ጥቂት ጥያቄዎች ጨመረልኝ። ከብብቴ ሥር ፀጉር መብቀሉን ለማየት እጄን ከፍ አደረገ። የፀጉር ዘር አልተገኘም። በመጨረሻም በፍጥነት ወደ ክፍሌ እንድመለስ አዘዘኝ።

ወደዚያው ስረማመድ የሴት እስረኞች መቆያ ወደሆነውና "አንድ ቁጥር" ወደሚባለው ክፍል አጮለቅኩ፡፡ ከሴቶቹ አንዷ ከሞቀ ፈገግታ ጋር፣ በአይዞህታ አውራ ጣቷን ወደ ላይ ቀስራ አሳየችኝ።

ወጣት ነች፣ በግምት ሃያ ሁለት ዓመት ቢሆናት ነው፡፡ ትንሽ ልጅ እንደመሆኔ፣ በእስር ቤቱ ውስጥ ያሉትን ሰዎች ሁሉ እንደ አረጋውያን እቆጥራቸው ነበር። ደግሞም የልጅቱ ፈገግታና የአውራ ጣት ምልክቷ ምን ትርጉም እንዳለው መረዳት አልቻልኩም።

"ሰባት ቁጥር" ተመልሼ እንደ ገባሁ፣ ሁሉም በጥያቄ ያጣድፉኝ ጀመር። ግራ ተጋባሁ። ለምን እንደዚህ ዓይነት ትኩረት ተሰጠኝ?

ከእስረኞቹ መካከል ዕድሜው ጠና ያለ አንድ ሰው "እዚህ ከገባሁ ስምንት ወር ሊሆነኝ ነው። ከዚህ እስር ቤት በቀላሉ የተፈታህ የመጀመሪያው ሰው አንተ ልትሆን ነው።" አለኝ፡፡ አክሎም፣ "ጩጩዬው፣ ወደ ቤትህ ትሄዳለህ!" አለኝ፡፡

"በየሳምንቱ በአማካይ ሃምሳ የሚደርሱ ሰዎች ከዚህ ቦታ እየተወሰዱ ይገደላሉ" ሲል ቀጠለ። "ብዙ እስረኞች ተይዘው ወደዚህ በመጡ ቁጥር፣ ቦታ ስለሚጠባቸው ረጅም ጊዜ የቆዩ እስረኞችን እየመረጡ ይገድሏቸዋል። ይቅናህ ጩጩዬው! የመጀመሪያው ተፈቺ ልትሆን ነው።"

አንዳንድ እስረኞች እዚህ እንዳሉ ዘመዶቻቸው እንኳን አያውቁም፡፡ ይህ እስር ቤት መኖሩን እንኳን የማያውቁ ብዙዎች ናቸው፡፡

የእስረኞች ቤተሰቦች አንዱ የቤተሰባቸው አባል ድንገት ሲጠፋ፣ መጨነቃቸው እሙን ነው፡፡ ከታሰሩት የዩኒቨርሲቲ ተማሪዎች መካከል፤ ግማሽ ያህሉ ትምህርታቸውን በአዲስ አበባ ዩኒቨርስቲ ለመከታተል ከሩቅ ክፍለ ሀገራት የመጡ ናቸው።

መገደላቸው እንደማይቀር ያመኑ አንዳንድ እስረኞች፣ያሉበትን ሁኔታ ለዘመዶቻቸው እንዳሳውቅላቸው ይነግሩኝ ጀመር። በዕድሜዬ ትንሽነት ምክንያት ልፈታ እንደሆነ ሁሉም ስላረጋገጡልኝ፣ መጠነኛ የደስታ መንፈስ ወረረኝ።

በወቅቱ ከዚያ እስር ቤት መፈታቱ የሚወራለት ብቸኛው ሰው እኔ ሆንኩ፡፡ ብዙዎቹ ለውጭው ዓለም ሊደርሱላቸው የሚፈልጓቸውን መረጃዎች ያሸከሙኝ ጀመር። ከመረጃ ላኪዎቹ አንዱ የአንደኛ ወይም የሁለተኛ ዓመት የዩኒቨርሲቲ ተማሪ የሚመስል ወጣት ነበር፡፡ ዕድሜው በግምት ከሃያ ሁለት ዓመት አያልፍም። ከተፈታሁ በኋላ ወላጆቹን አፈላልጌ ልጃቸው ማዕከላዊ እንደታሰረ እንድነግርለት አደራ ሰጠኝ።

ዋናው ችግር የተጣለብኝን አደራ በሙሉ የመወጣት አቅሙ የሌለኝ መሆኑ ነው፡፡ ሌላው ቀርቶ ከተማውን እንኳን በቅጡ የማላውቅ ነኝ፡፡ በየቦታው እየዞርኩ የእስረኛ ቤተሰቦችን ፈልጌ ማግኘትና፣ የጠፉ ዘመዶቻቸው የት እንዳሉ ማሳወቅ ለእኔ ቀላል አልነበረም። የእስረኞቹ ቤተሰቦች በሚወዷቸው ሰዎች ላይ ምን እንደ ተፈጠረ ማወቃቸው፣ አስፈላጊ መሆኑን ባውቅም፣ መረጃውን የማደርስበት ችሎታ አልነበረኝም፡፡ አደራው ከመርግ ይከብዳል፡፡

የእስረኞቹ ግምት ትክክል ነበር። የእስር ቤቱ ኃላፊ ካነጋገረኝ ከጥቂት ቀናት በኋላ ተፈታሁ። ከተያዝኩ ከአራት ወር ከሦስት ቀን በኋላ መፈታቴ እውን ሆነ፡ ፡ በየሳምንቱ ሃምሳ ሰዎች የሚገድለው የእስር ቤቱ ኃላፊ እኔን ለመልቀቅ ቢቃ። ሆኖም ከእስር ቤቱ በር ከወጣሁ በኋላ ተመልስኩና፣ እርሱኑ አነጋገርኩት፡፡ አማራጭ አልነበረኝም።

“የት እንዳለሁም ሆነ ወደ ቤቴ እንዴት እንደምመለስ አላውቅም…” አልኩት፡ ፡

ቤተሰቦቼ የሚኖሩበትን አካባቢ ከጠየቀኝ በኋላ፣ ለአውቶቡስ የምከፍለው አስራ አምስት ሳንቲም ሰጠኝ፡፡ ከዚያም ስድስት ቁጥር አውቶቡስ እንዳሳፈር ነገረኝ። ያ አረመኔ ነፍስ ገዳይ ለአቅመ አዳም ያልደረሰን አንድ ትንሽ ልጅ በነፃ አሰናብቶና ገንዘብ ሰጥቶ ወደ ቤቱ መላክ ቻለ። ሕይወት መቼም በዝብርቅርቅ ተውኔት የተሞላች መድረክ ነች!

የአእምሮዬ እስር ቤት

ስለዚያ እስር ቤት አስከፊነትና ገብቼበት ስለነበረው የመኖርና ያለመኖር ትንቅንቅ በውል የተረዳሁት፣ ለዚህ መጽሐፍ ግብዓት የሚሆን መረጃ በማጠናቅርበት ጊዜ ነው።

በአራት ወር የማዕከላዊ ቆይታዬ በየሳምንቱ በአማካይ ሃምሳ እስረኞች ይገደሉ እንደነበር አውስቻለሁ፡፡ ጠባቂዎቹ እያንዳንዱን እስረኛ ከየክፍሉ አስውጥተው ለመውሰድ በመጡ ቁጥር፣ የሚከፈተውና የሚዘጋው ግዙፍ የብረት በር የሚያሰማውን ሰቅጣጭ ድምጽ በመቁጠር፣ በዚያ ዕለት የተገደሉትን ሰዎች ቁጥር መገመት ችለን ነበር።

በዚያ የነበረው የአዘቦት ክንዋኔ እጅግ አስፈሪና ዘግናኝ ነበር፡፡ እስረኞች በሚደበደቡበት ጊዜ ከፉኛ ይቆስላሉ፣ከዚያም ቁስሉ ወደ ጋንግሪንነት ይቀየራል፡ ፡ አንዳንዶች ደግሞ አንገታቸው ከቁርጭምጭሚታቸው ጋር ከታሰረ በኋላ፣ ዓሳማ ወይም ፍየል በቁሙ በሚጠበስበት ሁኔታ ተገልብጠው እየተቀጠቀጡ

ይሰቃያሉ። ቁስሎቻቸው የመፈወስ ዕድል ሳያገኙ ይበሰብሳሉ። ሌሎች ስቃዩን መቋቋም ሳይችሉ ሕይወታቸው ያልፋል፡፡ በሕይወት ከተረፉት የተወሰኑት እስከ ዛሬም ቆመው መሄድ አይችሉም።

አሁንም ድረስ በማዕከላዊ ያሳለፍኩት ጊዜ አልፎ አልፎ በእንቅልፍ ልቤ እየመጣ ያቃዠኛል። አንዳንድ ጊዜ ከብዙ ዓመታት በፊት ያጋጠሙኝን ክስተቶች ሌሊት ላይ በእንቅልፍ ልቤ ሳያቸው, በድንጋጤ በርግጌ እነቃለሁ።

ከ1967 እስከ 1978 ዓ.ም. በነበረው ጊዜ ውስጥ፣ የአሥራ አራትና አሥራ አምስት ዓመት ልጅ ሳለሁ፣ ሦስት ጊዜ ታስሬያለሁ። ከማዕከላዊ ከተፈታሁ በኋላ በስህተት ለሁለተኛ ጊዜ ታስሬያለሁ።

አንድ ቀን ፖሊሶች ሃሰተኛ የትምህርት ሰርተፍኬት ሠርቷል ያሉትን ልጅ ሊያፈላልጉ ወደ ሠፈራችን መጡ፡፡የተፈላጊው ልጅ ስም በትምህርት ማስረጃዬ ላይ ከሰፈረው ስም ጋር ተመሳሳይ ነበር፡፡ ይህን የሰማ አንድ የሠፈራችን ልጅ ጠቁሞ ከአከስቴ ቤት አስያዘኝ።

አክስቴ የቤቱን በር በመዝጋት ፖሊሶቹን ለመፋለም ሞከረች፡፡ ይሄኔ ፖሊሶቹ ድርጊቷን የማታቆም ከሆነ በሩን ሰብረው እንደሚገቡ በመንገር አስፈራሯት። ከዚያም ከተፈላጊው ልጅ ጋር, በህቡዕ የፖለቲካ እንቅስቃሴ የሚያደርግ ሰው የልጁን ማንነት ለማረጋገጥ እስኪመጣ ድረስ, ለብዙ ሳምንታት በከንቱ ታሰርኩ።

የተባለው ሰው መጣና ገና እንዳየኝ “እሱ አይደለም። የተሳሳተ ሰው ነው ያሠራችሁት።” አላቸው፡፡ እና ተፈታሁ።

በጊዜው ማንኛውም ሰው ሲታሰር፣ የሚተገበር ግልጽ የፍትህ ሒደት ወይም ዳኝነት አልነበረም። ብዙውን ጊዜ እንዲያውም ጠባቂዎቹ ማንን እንደያዙ እንኳን አያውቁም፣ የታሳሪዎች መዝገብም አልነበረም፡፡ ሌላው ቀርቶ ለታሳሪው የሚቀርቡ ምንም ዓይነት የማጣሪያ ጥያቄዎች አልነበሩም፡፡ በተሳሳተ ማንነት ምክንያት የሚፈጸም የዘፈቀደ ግድያ ሰለባ ባለመሆኔ ዕድለኛ ነኝ።

ለመጨረሻ ጊዜ የታሰርኩት መንግሥት ያገኘውን ሰው ሁሉ እያፈሰ ማሰር በጀመረበት ወቅት ነበር። በዚህ ጊዜ ነበር፣ ከአካባቢያችን ነዋሪዎች አንዱ በእስረኞች ፊት ተደብድቦ ሲገደል ያየሁት። ሦስተኛው የእስር ጊዜዬም እንደ ማዕከላዊው ቆይታዬ፣ ለአራት ወራት ያህል የዘለቀ ነበር። ሦስቱንም የመከራ ጊዜያት በተለያዩ እስር ቤቶች አሳለፍኩ።

በአብዮታዊ የወጣቶች እንቅስቃሴ ውስጥ ጠንካራ ተሳትፎ ባደረግኩ ቁጥር፣ ብዙዎች ሲጨፈጨፉና በእስር ቤት ሲማቅቁ፣ እንዲሁም ከሀገር ሲሰደዱ ታዘብኩ። የኢሕአፓን እንቅስቃሴ በመቆጣጠር ረገድ ወታደራዊው መንግሥት

የበላይነት እያገኘ ስለነበር፣ የቆምኩለት ዓላማ መጠራጠር ጀመርኩ። ከዚህም በላይ የየትኛውም ፖለቲካዊ እንቅስቃሴ አካል ያልሆኑ፣ ሁለት የልጅነት ጓደኞቼ ፀረ አብዮተኞች ተብለው በስህተት መገደላቸውን ስሰማ ተስፋ ቆረጥኩ።

በመጽሐፍ ከበቡ ውስጥ ከማውቃቸው አንዱና ከየትኛውም ፓርቲ ጋር ግንኙነት የሌለው ጓደኛዬ፣ ከእንጀራ እናቱ ጋር ተጣልቶ ነበር፡፡ በዚህ ምክንያት አንድ ምሽት ላይ ከቤት ተባረረ። አብዮት ጠባቂዎች መንገድ ላይ አግኝተው ያዙት። ታድያ ከእኔ ጋር አብረን ታስረን ሳለ፣ በአንድ በተረገመ ቀን የእስር ቤቱ ዋርዲያ ከፊታችን ደብድቦ ገደለው። እንደዚህ ባለ አሳዛኝ ሁኔታ ያ አንድ ፍሬ ልጅ በከንቱ ሕይወቱ አለፈ።

በእሳት የተቃጠሉና በሌሎች መንገዶች ተሰቃይተው ወደ መጸዳጃ ቤት እንኳን የመግባት አቅም የሌላቸው ብዙዎች ነበሩ። እነዚያን ኢሰብአዊ ትዕይንቶች እስከዛሬ ድረስ ከልቦናዬ ማውጣትም ሆነ መርሳት አልቻልኩም። አሁንም ድረስ ማዕከላዊ መታሰሩን ለቤተሰቦቹ እንድነግርለት መልእክት ስለሰጠኝ ልጅ ባሰብኩ ቁጥር፣ አደራውን በመብላቴ እጸጸታለሁ።

ሆኖም የአብዮቱ መከሰትና ከዚሁ ጋር በተያያዘ መታሰሬ በሕይወቴ ላይ አቅጣጫ ቀያሽ አጋጣሚ አስከተለ። አሰቃቂው ክስተት ወደ የመን ለመሻገር ሁነኛ ሰበብ ሆነኝ። አብዮቱ ባይመጣ ኖሮ ባልታሰርኩ... ባልታሰር ኖሮ ደግሞ በወጣትነቴ ከኢትዮጵያ የምወጣበት ምንም ምክንያት ባልነበረኝ።

እንደ እኔ ያሉ ከኢትዮጵያ ውጪ ወላጆች ወይም ዘመዶች ያሏቸው ብዙዎች፣ ሀገሪቱን ጥለው ተሰድደዋል። በቃ፣ ሀገራችንን ጥለን የተሻለ ሕይወት ፍለጋ ሄድን... ጎድን።

ምዕራፍ ሃያ

ባንሰርና ሥልጣኑ

"አሁን ስድሣ ዓመቴን ደፍኛለሁ፣ የአዛውንቶች ጥበብ ለምን ከገንዘብ እንደሚልቅ በሚገባ ተረድቻለሁ።"

- ጆን አፐዲኬ

ከ1964 እስከ 1969 ዓ.ም. መገባደጃ ባሉት ዓመታት ውስጥ ባንሰርን በየጊዜው አገኘው ነበር። ይሁን እንጂ ሁለት ጊዜ (በመጀመሪያውና በሦስተኛው እስራቴ) ለስምንት ወራት ያህል በእስር በማሳለፌ ምክንያት ላገኘው አልቻልኩም ነበር፡፡ እርሱም ቢሆን በእነዚያ በጠፋሁባቸው ጊዜያት ስለ እኔ መጨነቁ የማይቀር ነበር፡፡

በሦስት ዓመታት ውስጥ በአጠቃላይ አሥር ወራት በእስር ቤት ውስጥ አሳልፌያለሁ፡፡ ባንሰር ግን ይሄን አያውቅም፡፡ ለምን እንደጠፋሁበትም መረጃ አልነበረውም።

ለአንድ ወይም ለሁለት ወር መጥፋቴ እምብዛም ላያሳሰበው ይችል ይሆናል፡፡ ምክንያቱም እርሱን ለመጠየቅ በምመጣበት ጊዜ ሁሉ፣ ከሠፈሬ ጀምሮ ሱቁ ድረስ ወደ ሃያ አምስት ኪሎ ሜትር ገደማ በእግሬ መጓዝ እንዳለብኝ ያውቃል፡፡ በፊትም ቢሆን አንዳንዴ ሳልጠይቀው ሳምንታት ያልፉ ነበር። ለድፍን አራት ወራት ያህል የበላኝ ጅብ አለመጮሁ ግን፣ እንደሚያስጨነቀው እርግጥ ነው።

ስለ መጀመሪያው እስራቴ ገና ከማዕከላዊ እንደ ወጣሁ ነግሬው ነበር፡፡ ስለ ሁለተኛው እስራቴ ግን አልተነፈስኩለትም።

ከማዕከላዊ በወጣሁ ጊዜ ማርክሲስት ሌኒኒስት ተኮር ጽሑፎች እየተከታተልኩ እንደነበር፣ በተማሪዎች እንቅስቃሴ ውስጥም መሳተፍ እንደጀመርኩ፣ በዚህም ምክንያት ለአራት ወራት ታስሬ እንደቆየሁ ስነግረው እጅግም አልደነቀውም።

በዚህ ጉዳይ ለረጅም ጊዜ ያህል በብርቱ ተከራከርን፡፡ ማንኛውም ታዳጊ ልጅ እንደሚያስበው ተቃውሞዎቹን በገለጸልኝ አጋጣሚ ሁሉ፣ ሽማግሌ በመሆኑ ምክንያት ሊረዳኝ እንዳልቻለ እገምት ነበር።

አንድ ዕለት በሶሻሊዝም ርዕስ ላይ ክርክር ገጠምን፡፡ በፍጹም መግባባት አቃተን፡፡ በስተመጨረሻ የአንድ የእጁን ጣቶቹን እየጠቆመ፤

"እያንዳንዱ ጣት የተለያየ ርዝመት እንዳለው አየህ? የምንኖረው በሰው ልጆች ማህበረሰብ ውስጥ ነው። ጉራማይሌ ተደርገን የተፈጠርነው አንድ ዓይነት ደረጃና ማንነት እንዲኖረን አይደለም..." አለኝ፡፡

ከዚያም ተመሳሳይ ርዝመት ያላቸው እንዲመስሉ ጣቶቹን እኩል ከረከመና ሙግቱን ቀጠለ፤

"ኮሚኒዝም ሰዎችን ሁሉ እኩል ለማድረግ እየሞከረ ያለው፣ ሲፈጠሩ የተለያየ ርዝማኔ ያላቸውን ጣቶች እኩል አድርጎ በመቁረጥ ነው። ኮሚኒዝምን እስከተከተልን ድረስ፣ የሰዎችን ግለሰባዊ ልዩነቶችና ዕድሎች በመቆራረጥ ከሌሎቹ ጋር ለማስተካከል እንገደዳለን።"

ባንሰር የኮሚኒዝምን ጽንሰ ሐሳብ ሊቀበል የሚችል ዓይነት ሰው አልነበረም፡ ፡ የኔ ትግልም ቢሆን ጊዜ ከማባከን የማይዘል ጉንጭ ማልፋት እንደሆነ በውስጡ ወስኗል።

ደግሞም አንዲት ቁልፍ የመደራደሪያ ካርድ ነበረችው። ሁልጊዜም የአባቴን ታሪክ መስማት እንደምወድ ያውቃል፡፡ በተለያዩ ጉዳዮች ላይ የነበረውን አስተሳሰብና አቋም ማወቅ እንደሚያስደስተኝም ጠንቅቆ ያውቅ ነበር።

ከሁሉም በላይ አባቴ በሕይወት ቢኖር ኖሮ የሚኮራብኝ ልጁ መሆን እፈልግ እንደነበር፣ ከባንሰር በላይ የሚያውቅ የለም። አሁን ላይ ከአባቴ ሞት ጀምሮ እስካሁን ድረስ፣ ያሳለፍኩትን የሕይወት ውጣ ውረድ በገመገምኩ ቁጥር፣ አንዳች ለየት ያለ ዝንባሌ እንደ ሰረጸኝ ይታወቀኛል፡፡ እነሆም ሆነ ብዬም ባይሆን፤ እርሱን ለመምሰል ስታትርና ባይሞት ኖሮ መኩሪያው ልሆን እንደምችል ለማስረገጥ ስጣጣር ራሴን አገኘዋለሁ።

ከኮሚኒስት እንቅስቃሴ እንድርቅ የሚሰጠኝን ምክር አልሰማ ባልሁ ጊዜ ሁሉ፣ ባንሰር ያቺኑ የማሸነፊያ ካርዱን ይመዝብኛል፡፡

"ዘወትር አባትህ የንግሥት ኤልሳቤጥን ምስል ሳሎኑ ውስጥ ይሰቅል ነበር። ምንም እንኳን ኖሮባት ባያውቅም፣ እንግሊዝ ብቸኛ ሀገሩ እንደሆነች የሚያስብ አፍቃሪ ኢምፔሪያሊስት ነበር። ከብዙ ዐረቦች በተለየ ሁኔታ፣ የእንግሊዝ ዜግነቱን የሚያረጋግጥለት ፓስፖርት ይይዝ ነበር። እውነቴን ነው የምነግርህ፣

አባትህ በህይወት ቢኖር ኖሮ፣ ባንተም ሆነ እያደረከው ባለው ተግባር ያዝንብህ ነበር፡፡" ይለኛል፡፡

"እመነኝ! ሊያፍርብህ እንደሚችል እርግጠኛ ነኝ!" በማለት አስረግጦ ንግግሩን ይቋጫል።

ለካ ባንሰርን አሳርሬው ነበር፡፡ ራሴን ለሞት አደጋ እያጋለጥኩ እንደነበርና፣ ከንቱ ትግል ውስጥ ገብቼ እየዳከርኩ እንደሆነ ስለተገነዘበ አንጀቱን አቁስየው ኖሯል፡፡

በእነዚያ የመከራ ዓመታት ወጣቶችን እየገደሉ፣ ለሌሎች መቀጣጫ ይሆኑ ዘንድ አስከሬናቸውን በየመንገዱ መጣል የተለመደ ጉዳይ ነበር። አንድን ወጣት ይገድሉና ልጁን ለመግደል ያባከኑትን የጥይት ዋጋ ወላጆቹ እንዲከፍሉ ያስገድዷቸዋል። ከሁሉ የከፋው ጭካኔ ግን፣ ወላጆች ለተገደሉ ልጆቻቸው እንዲያለቅሱም ሆነ እንዲያዝኑ፣ ወይም የልጆቻቸውን አስከሬን ከጎዳና አንስተው እንዲቀብሩ የማይፈቀድላቸው መሆኑ ነው፡፡

በሕይወቴ ለመጀመሪያ ጊዜ፣ ታማኝነቴ በሁለት አጣብቂኝ ውስጥ ወደቀ... በቅጡ እንኳን ትውስታው በሌለኝ ግን በማደንቀው አባቴና እስር ቤት አብረውኝ ከመማቀቅ አልፈው በከንቱ በተገደሉ አብዮታዊ ወጣቶች መካከል ተከፈልኩ።

ወንዳታ ባንሰር! የወረወረው ፍላጻ ዒላማውን መታለት!

ከባንሰር ጋር የነበረን አለመግባባት ከሦስተኛው እስራቴ በኋላ መቋጫ አገኘ፡ ፡ በስተመጨረሻ እጅ ለመስጠቴ ዋነኛው ምክንያት፣ ከእንጀራ እናቱ ሽሽት ጎዳና ላይ በሚንከላወስበት ጊዜ በአብዮት ጠባቂዎች ተይዞ ፊት ለፊቴ የተገደለው ጓደኛዬ ነበር። ያንን ትርጉም የለሽ ግድያ ማየቴና አባቴ አሁን የማደርገውን ቢያውቅ ኖሮ፣ ምን ሊሰማው እንደሚችል መገመቴ የጸጸት ስሜት ቀሰቀሰብኝ። ደግሞም ከእንጀራ እናቱ ጋር በተፈጠረ ተራ ግጭት ምክንያት፣ የተገደለውን ምስኪን ልጅ ባስታወስኩ ቁጥር፣ የእርሱ ዕጣ የእኔም ሊሆን ይችል እንደነበር ባሰብኩ ቁጥር መንፈሴ ይታወካል።

ሕይወቴ አንዳች መሠረታዊ ለውጥ ሻተች፡፡ ያ ለውጥ እውን እንዲሆን ደግሞ ኢትዮጵያን ለቅቄ መሰደድ ነበረብኝ፡፡ ይህ ውጥን ወደ አንድ ፋና ወጊ ነጥብ አደረሰኝ፡፡ ከዋናዎቹ ደጋፊዎቼ አንዱ ከሆነውና እንደ አባቴ እቆጥረው ከነበረው ከባንሰር ጋር ሳይቀር፣ ተቀያይሜ ለምን ልቅር... እናም ያሰብኩት የሕይወት ለውጥ ምናልባት ከጥፋት መንገዴ ይቤዠኝ ይሆናል በማለት ተስፋ አደረግኩ።

ከጉልምስና ዕድሜዬ በፊት ሊገባኝ ያልቻለ አንድ ቁም ነገር ቢኖር፣ መታሰሬ ሕይወቴን ያተረፋት መልካም አጋጣሚ መሆኑን ነው። በወቅቱ የነበረውን

የፖለቲካ ውጥንቅጥና በሕብረተሰቡ ዘንድ ያሳደረውን ተጽእኖ ለመረዳት የዕድሜዬ ትንሽነት አላስቻለኝም ነበር። እነዚያን ዓቢይ ፖለቲካዊና ማህበራዊ ጉዳዮች ለመበየን የሚያስችል የዳበረ ግንዛቤ አልበረኝም፡፡

የዘመኑ ወጣቶች አስፈላጊ የተሰማሩበት ዓላማ የእኔም መንገድ መሆን አለበት ብዬ በማሰብ፣ ብቻ ነበር በጭፍን ዘልዬ የተዘፈቅኩበት፡፡

በልጅነቴ ቁርዓንንና መጽሐፍ ቅዱስን ያጠናሁት እንደ መማሪያ መጻሕፍት እንጂ፣ እንደ ሕይወት መመሪያ አልነበረም። ከማርክሲዝም አስተሳሰብ ጋር የተዋወቅሁትም በዚሁ መንገድ ነበር።

በመጽሐፍ ክበቡ ውስጥም ሆነ በግሌ ሳነባቸው የነበሩት መጻሕፍት በሙሉ ሶሻሊስታዊ ይዘት ያላቸው ነበሩ፡፡ በጊዜው ለዚያ እምነት ለመሞት ጭምር ግንባሬን የማለጥፍ ነበርኩ፡፡ ነገር ግን እየተከተልኩት የነበረው ፍልስፍና በትክክል ምን እንደሆነና፣ የቆምኩለት ዓላማ ምን መሆኑን እንኳን በቅጡ አልተረዳሁም ነበር።

ዛሬ ላይ ቆሜ ስለነዚያ ቀናት ባሰላሰልኩ ቁጥር፣ ከታሊባን፣ ከሙጃሂዲን፣ ከአይ. ኤስ. አይ. ኤስ. ወይም ከሌሎች በአሸባሪነት ከተፈረጁ ቡድኖች ጋር አብረው ለመዋጋት፣ ወደ መካከለኛው ምሥራቅ የሚዘምቱት የምዕራቡ ዓለም ወጣቶች ይታሰቡኛል።

የአሁን ዘመን ወጣቶች በቀላሉ የሚደለሉና በትንሹ የሚያምኑ ከመሆናቸውም በላይ፣ የሐሳባዊነት ዝንባሌ አላቸው። የሁኔታዎችን ሙሉ አውድ በማይገነዘቡበትና የተሳትፏቸውን ትርጉም በጥልቀት በማይረዱበት ሁኔታ፣ ወጣቶችን መጠቀሚያ ማድረግ ቀላል ነው።

ለማንኛውም በስተመጨረሻ ባንሰር ከኢትዮጵያ እንድወጣ ሐሳብ አቀረበልኝ። በጊዜው ደቡብ የመንም እንደ ኢትዮጵያ ኮሚኒስታዊ ሀገር ስለነበረች፣ ወደዚያ እንድሄድ አልፈለገም ነበር፡፡ ከአንድ ኮሚኒስት ሀገር ወደ ሌላው መሸጋገር ፋይዳ ቢስ ነው፡፡ ይህ ከሚሆን ደግሞ ባለሁበት መቆየቱ እንደሚሻል ገለጸልኝ።

የእርሱ ሐሳብ ወደ ሰሜን የመን ወይም ወደ ሳውዲ አረቢያ ከሄድኩ በኋላ፣ እነዚያን ሀገራት እንደመሸጋገሪያ ተጠቅሜ መድረሻዎቼ ወደሚሆኑት እንግሊዝ ወይም አሜሪካ ጉዞዬን እንድቀጥል ነው።

“የምዕራቡን ዓለም ትምህርት እየተማርክ እንደሆነ አባትህ ቢያይ ደስታውን አይችለውም ነበር። የዐረቦችን ግብዝነትና ጥብቅ ማኅበራዊ ሕግጋት ይጠየፍ ነበር። እና ምን አሰብክ?” ብሎ መልሴን ይጠባበቅ ገባ።

ከብዙ ተመስጦና ማሰላሰል በኋላ፣ ባቀረበው ሐሳብ መሠረት ከኢትዮጵያ ለመውጣት ተስማማሁ።

በ1969 ዓ.ም. በተሰጠው ብሔራዊ ፈተና ዘጠና ስምንት ከመቶ አማካይ ውጤት በማምጣት 8ኛ ክፍልን ማጠናቀቅ ችዬ ነበር። በሊጋ ዕድሜዬ ብዙ ቀላል የማይባሉ ወራት በእስር ማሳለፌንና፣ ጠቃሚ ጊዜዬን ስለ ኮሚኒዝም በማንበብ ማባከኔን የሚያውቁ ሁሉ፣ ባመጣሁት ከፍተኛ ውጤት መገረማቸው አልቀረም።

ከኢትዮጵያ ለመውጣት እንደ ወሰንኩ ቢያንስ ለቤተሰቦቼ መንገር ነበረብኝ። ይህን ዱብዕዳ እንዴት እንደምነግራቸው ለማውጠንጠንና ሐሳቤን ለመሰብሰብ ጥቂት ቀናት ወሰደብኝ። ከአክስቴና ከባሏ ጋር ያለኝ ግንኙነት ወደ ፍቅር ባይሆን እንኳን ወደ መከባበር ተሸጋግሯል። የአክስቴ ባል ለእኔ ያለው አክብሮት እያደገ ከመሄዱም በላይ፣ እንደ ራሱ ልጅ ይመለከተኝም ጀምሯል። በተለይም በትምህርት ውጤቴ መኩራራትና በሰዎች ፊት ሳይቀር ደጋግሞ፣ ማሞጋገሱን ተያይዞታል።

በተፈጥሮው ለንግግር ብዙ ቃላት የማያባክን ቁጥብ ሰው ነው። ብዙውን ጊዜ ታዛቢና አድማጭ መሆንን ይመርጣል። ከተናገረም በተመጠኑ ቃላት ለማለት የፈለገው ነገር በቀጥታ ይናገራል እንጂ፣ ዙሪያ ጥምጥም መሽከርከር አይወድም፡፡

ከአጎቴ በተለየ ሁኔታ በእያንዳንዱ ድርጊቱ ሲበዛ ለሰው አሳቢና ተጨናቂ ነው። በመጀመሪያ ብዙም ፊት አልሰጠኝም ነበር። ኢትዮጵያዊ ካልሆነ አባት ሳይፈለግ የተወለደ አንድ የሚስቱ እህት ልጅ አድርጎ ሳይቆጥረኝ አልቀረም። ይህ ሆኖም፣ የአንድ እውነተኛና ለጋስ ኢትዮጵያዊ መገለጫ ምልክቶችን በሙሉ አይቼበታለሁ።

ለበኩር ልጁ ምንም ነገር በገዛ ቁጥር ለእኔም ያንኑ መፈጸሙን አይዘነጋም። ለልጁ ያደረገውን ለእኔ አያጓድልም፡፡ በዚህ ለይ እንደ ትልቅ ሰው እየቆጠረኝ ጆሮ ይሰጠኝ ነበር፡፡ እኔም ለእርሱ ከፍተኛ አክብሮት ነበረኝ፡፡ እንዲያውም ወደ የመን የመሄድ እቅዴን ልነግራቸው ባሰብኩ ጊዜ፣ ከአክስቴ ይልቅ፣ የእርሱ ስሜት እንዳይጎዳ ነበር የተጨነቅሁት።

ስለ ጉዞ እቅዴ ለአክስቴና ለባሏ መንገር እንዳለብኝ በወሰንኩበት ቀን፣ ለብቻቸው ማናገር እችል እንደሆነ ጠየቅኋቸው። ከምሳ በኋላ ከደጅ ተቀምጠው ነበር፡፡ ስለምናገረው ነገር ምንም ፍንጭ ስላልነበራቸው በዝምታ ይጠባበቁኝ ጀመር። አደገኛ የፖለቲካ እንቅስቃሴዬን ጨምሮ አንዳንድ አስቸጋሪ ጊዜያት ከእኔ ጋር አሳልፈዋል።

የምለውን ለመስማት እያቅማሙ እንደነበር ከገጽታቸው አንብቤአለሁ። በባህሉ መሠረት በመጀመሪያ ወደ ቤት መግባት ያለባቸው ወላጆች ቢሆኑም፣ እኔ ቀድሜ ወደ ሳሎን ገባሁና ሶፋው ላይ ተቀመጥኩ። ከአፍታ በኋላ፣ ተከትለውኝ ገቡና በትልቁ ሶፋ ላይ ጎን ለጎን ተቀመጡ።

“ከአህመድ ባንሰር ጋር በተደጋጋሚ እየተገናኘን ነበር” አልኩ፣ ጭንቅላቴን ወደ ወለሉ አቀርቅሬ፡፡ “በእኔ ምክንያት በብዙ ችግሮች ውስጥ ብታልፉም፣ እስካሁን ተስፋ አልቆረጣችሁብኝም። እናቴና አባቴ ትተውት የሄዱትን የወላጅነት ክፍተት ሞልታችሁልኛል። በመጀመሪያ ለሁሉም ጥፋቶቼ ይቅርታ እጠይቃለሁ፡፡ በመቀጠል ስላደረጋችሁልኝ መልካምነት ሁሉ በጣም አመሰግናለሁ። እኔን ለመርዳት ያደረጋችሁት ጥረት እስከ ቅርብ ጊዜ ድረስ አልገባኝም ነበር።”

ሁለቱም በዝምታ ተዋጡ።

ተመሳሳይ ይዘት ያላቸው የተለያዩ ዓረፍተ ነገሮች እየደጋገምኩ መንተባተቤን ቀጠልኩ።

“ታዲያ ምን ልትነግረን ነው?” አለች አክስቴ በተለመደው ኮስታራ ንግግሯ፡፡ “የአባትህ ወዳጅ የነበረውን ባነሰርን ነው ያገኘኸው?”

“አዎ…”

“እንዴት አገኘኸው?” ግራ ተጋብታ ጠየቀች፡፡

“ገና የአራተኛ ክፍል ተማሪ እያለሁ ነበር በአጋጣሚ ያገኘሁት።”

“ስለዚህ በእነዚህ ሁሉ ዓመታት ውስጥ ታገኘው ነበር ማለት ነው?”

“አዎ፣ አገኘው ነበር፡፡”

“ታዲያ ይህን ሁሉ ዘመን እንደምን ምሥጢር አድርገህ ያዝከው? ለምን አልነገርከኝም?” ስትል ንፍፊት ሆነችብኝ፡፡

“ከእሱ ጋር መገናኘቴ ላያስደስትሽ ይችላል፣ ልትከለክዪኝ ትችያለሽ ብዬ ፈርቼ ነው።”

“እንዴት እንደዚያ አደርጋለሁ? ለምን ሲባል? ባንሰር እኮ ጥሩ ሰው ናቸው፡ ፡ አባትህ በሞተ ሰሞን እናትህን ለመርዳት የተቻላቸውን ሁሉ አድርገዋል፣” በማለት ያልጠበቅሁትን መሰከረች።

ለባንሰር አዎንታዊ አመለካከት እንዳላት በማወቄ ጥሩ ስሜት ተሰማኝ። ከዚያም የእርሱን ደግነት ማወደሷን ቀጠለች።

በመሀል ድንገት ዝም አለች፡፡ በዚህ ጊዜ ፈጠን ብዬ፣ "የመን ወዳሉት የአባቴ ቤተሰቦች ልሄድ እያሰብኩ ነው…" አልኩና የውስጤን ምጥ ዘረገፍኩ።

ባልና ሚስት እርስ በርሳቸው ተያዩ። ከዚያም የሚያደነቁር ረጅም ጸጥታ ሰፈነ፡፡

እንደምንም መናገር ጀመረች፡፡ "ከማህጸኔ ባትወጣም፣ አምጬ ባልወልደህም፣ ጡት አጥብቼ ባላሳድግህም ልጄ ነህ። የራሴን ልጆች እንዳሳደግኩት ነው ያሳደግኩህ። በመታሰርህ የተጎዳኸው አንተ ብቻ አይደለህም። እኛም "ይገድሉታል… ያሰቃዩታል" እያልን ስንጨነቅና ስንጠበብ ነው የኖርነው።"

"ያመጣሁባችሁን ችግር በሙሉ እቀበላለሁ። አዝናለሁ፡፡ ግን አሁን ከዚህ ሀገር መውጣት አለብኝ።"

"በሀገራችን ያለው ሁኔታ አስፈሪ መሆኑን አውቃለሁ፡፡ ነገር ግን ትተኸን መሄድህን እንዴት አምኜ ልቀበል… ለእኔ ከባድ ሀዘን ነው፡፡" ስትል ገነገነች።

ከገዳይ ስኳዶች ጥይት ለማምለጥ ከኢትዮጵያ መውጣት የፈለግኩትን ያህል፣ ባልና ሚስቱ እንደ አብራካቸው ክፋይ አድረገው ያሳደጉትን ልጅ ለማጣት ፍጹም ዝግጁ እንዳልሆኑ ተረዳሁ።

"በአባትህ በኩል ሌሎች ወንድምና እህቶች እንዳሉህ እናውቃለን። ለመሆኑ ወደነሱ ለመሄድ ማሰብህን ያውቃሉ? ከእነሱ ተነጋግረሃል?" ብላ በአንክሮ ጠየቀች።

"እስካሁን በቀጥታ አልተነጋገርንም። ደግሞም የምሄደው ቤተሰቦቼ ወደሚኖሩበት ቦታ አደለም፡፡"

ንግግሬን አላስጨረሰችኝም፡፡

"ታዲያ ወዴት ልትሄድ ነው?" ጥያቄዋ የጭንቀት ድምጸት ነበረው።

"መጀመሪያ ሰሜን የመን ነው የምሄደው። ዘመዶቼ የሚኖሩት በደቡብ የመን፣ ሳውዲ ዐረቢያና የተባበሩት ዐረብ ኤሚሬቶች ውስጥ ነው። ለአሁኑ ላገኝ የምችለው የደቡብ የመን ፓስፖርት ብቻ ነው፡፡ እነዚህ አገሮች ደግሞ የኮሚኒስቷን ደቡብ የመን ፓስፖርት የያዘ ማንኛውም ሰው ወደ ሀገራቸው እንዲገባ ቪዛ አይሰጡም፡፡" ስል በዝርዝር ለመግለጽ ሞከርኩ።

በድጋሜ ቤቱን የዝምታ መርግ ተጫነው።

ከዚህ በኋላ ብልጭ አለባት፡፡ የአዘቦቱ ግንፍልታዋ አገረሸ፡፡ ተብከነከነች፡፡

“ናዝሬት ጎዳና ላይ ወድቀህ ስትቀር ዐረቦቹ የት ነበሩ? ፈልጌ ያገኘሁህና ያዳንኩህ እኔ ብቻ ነበርኩ። ለመሆኑ እኛን ትተህ ለመሄድ እንዴት ድፍረት አገኘህ? ለትምህርትህ ብቻ ትኩረት ብትሰጥና፣ ከዚህ ከንቱ ከሆነ የወጣቶች እንቅስቃሴ ብትርቅ ኖሮ ለእስራትና ለስቃይ አትዳረግም ነበር። እኮ እንዴት? እኛንና ሀገርህን ጥለህ የመሄድ ሐሳብ እንዴት አእምሮህ ውስጥ ተሰነቀረ?”

ይሄኔ ቁጥቡ የአክስቴ ባል እንደምንም ጣልቃ ገባ፤ “ከእንግዲህ ለእኔ የሚስቴ የእህት ልጅ ወይም እንግዳ አይደለህም። ልጄ ነህ፡፡ ደግሞም ለልጆቼ ጥሩ ምሳሌ የምትሆን ልጅ ነህ። ታዲያ ለምንድነው ትተኸን የምትሄደው?”

“ናዝሬት በነበርኩበት ጊዜ ባንሰር እስከ መፈጠሬም አያውቅም ነበር። አባቴ ከሞተ በኋላ እናቴና ወንድሟ ተነጋገረው አጎቴ እኔን የማሳደግ ኃላፊነት እንደሚወስድ፣ በምትኩም ከአባቴ ሀብት ማግኘት የሚችለውን ማንኛውንም ጥቅም እንዲያስከብር ተስማምተው ነበር። ሆኖም አጎቴ የአባቴን የእርሻ መሬት ጨምሮ ሁሉንም ንብረትና ሀብት በድንገት አጣ። ከዚያም በድርጊቱ አፍሮ ሜዳ ላይ ጥሎኝ ለማንም ሳያሳውቅ ጠፋ። ባንሰር በነዚያ ሁለት ዓመታት ውስጥ ስላጋጠመኝ ችግር አንዳችም የሚያውቀው ነገር የለም፡፡ ይቅርና እሱ አናንተም አታውቁም ነበር። ያም ሆኖ ግን እኔን ፈልጋችሁ ስላገኛችሁኝና ወደዚህ ስላመጣችሁኝ ከልብ አመሰግናለሁ...፡፡”

ንግግሬን ገና ሳልቋጭ አክስቴ አናጠበችኝና “ለመሆኑ ባንሰርን እንዴት ማግኘት ቻልክ?” ስትል አፋጠጠችኝ።

ባልና ሚስቱ ምን ያህል ልባቸው ውስጥ እንደገባሁና የቱን ያህል እንደሚያስቡልኝ ለመጀመሪያ ጊዜ ተረዳሁ። ኢትዮጵያን ትቼ ወደ የመን ለመኩብለል በመወሰኔ አዘኑ፡፡ ከዓይናቸው እንድርቅ አልፈለጉም። በፍጹም ፡፡

ከባንሰር ጋር ላለፉት አምስት ዓመታት እንገናኝ እንደነበር ደግሜ ገለጽኩላቸው። ይህ ብቻም ሳይሆን፣ እንደ ባጋሪሽ፣ ባአባይድ፣ ቤን-ሳሊም፣ ባህሮንና ባዛራ የመሳሰሉ ሌሎች የየመን ሃድራሚ ተወላጆችን ጭምር በተደጋጋሚ አገኛቸው እንደነበርም ጨመርኩላቸው። ቅያሜና ሀዘን አክስቴ ገጽታ ላይ አረበበ። ሆድ ባሳት፡፡

የጠቀስኳቸው የመኒዎች ሁሉ ከአባቴ ጋር ይተዋወቁ ነበር፡፡ እኔ ደግሞ እነሱ በሚያውቁት ደረጃ ወላጅ አባቴን የማወቅ ዕድል አላገኘሁም። እናም እነዚህ ሰዎች ጎድሎ ከቀረው የማንነቴ ክፍል ጋር የሚያገናኙኝ ድልድዮች ሆነው ታዩኝ። ይህ ጉዳይ ለአክስቴ ሊዋጥላት አይችልም።

“አባትህኮ የእንግሊዝ ሀገር ዜጋ ነበር። ለምን የእንግሊዝ ፓስፖርት አውጥተህ ወደዚያ አትሄድም?” የድንገቴ ሀሳብ ሰነዘረች።

"የእኔም ተስፋ ይኸው ነበር፡፡ ነገር ግን የእንግሊዝ ፓስፖርት ለማግኘት ብዙ ጊዜ ሊወስድ እንደሚችልና የተወሳሰበ እንደሚሆን ባንሰር ነገረኝ። ከዚያ ይልቅ መጀመሪያ ወደ ስሜን የመን ብሄድ፣ እዚያ ከደረስኩ በኋላ ፓስፖርቴን ቀይሬ ከወንድሜ ጋር ብገናኝ ይሻላል፡፡ ደግሞም አንድ ሌላ ችግር አለ፡፡ ስሜን ወደ ቀድሞ መጠሪያዬ የግድ መመለስ አለብኝ፡፡" አልኩ።

የአክስቴ ባል ለሁለተኛ ጊዜ እንዲህ ሲል ሐሳቡን አካፈለ፤

"ታድያ ወደ መጀመሪያው ስምህ መመለስህ ምን ችግር አለው?... ነገር ግን ጉዳዩን ማንም ሳያውቀው የሚያልቅበትን መንገድ ፈልግ፡፡ እንደምታወቀው እኛ ክርስቲያኖች ነን። ደግሞም እዚህ አካባቢ አንተን የማያውቅ ሰው የለም። ወደዚህ ዝርዝር ጉዳይ ሳትገባ ዝም ብለህ ከአገር የምትወጣበት መንገድ የለም? ምክንያቱም አንተ የኛ ልጅ እንዳልሆንክና ጭርሱን ግማሽ ዐረብ መሆንህን ማስረዳት ይከብደናል።"

"አሁን ይህን ማድረግ እንኳን ፈጽሞ የማይመከር ነው፡፡ በመጀመሪያ ደረጃ ስሜን ወደ ቀድሞው ለመመለስ ማመልከቻው በጋዜጦች ላይ መታተም አለበት፡ ፡ እንደዚያ ከሆነ ደግሞ ጉዳዩን ብዙ ሰዎች እንደሚያነቡት እሙን ነው።" ብዬ ጥቂት ትንፋሽ ወሰድኩና ቀጠልኩ፡፡

"እርግጥ ነው፣ ግማሽ ዐረብ ነኝ። እውነተኛ ስሜም ዓድል ነው። ይሄንን ሁሉም ሰው ሊያውቀው ይገባል፡፡ አብዛኛውን የልጅነት ጊዜዬን በማንነቴ በማፈርና በመሸማቀቅ ነበር ያሳለፍኩት። ከአሁን በኋላ እውነተኛ ማንነቴን በመደበቅ ለመቀጠል አልፈልግም። ዓለም ይህን ማወቅ አለበት። ከእንግዲህ በኋላ በማንነቴ ጉዳይ አላፍርም፡፡" አልኩ በፍርጥምታ።

ይሁን እንጂ ከጥፋትና ከውድቀት ያዳኑኝን ቤተሰቦቼን ፍቃድ በመጋፋቴ ጸጸት ብጤ ሲመዘልገኝ ታወቀኝ።

በአክስቴ ባል ፊት ላይ ያየሁት የሐዘን ድባብ፣ ያሳደገውን ልጅ የማጣት ብቻ ሳይሆን፣ ታዳጊው ራሱን መቻልና ነጻ መውጣት በመጀመሩ ምክንያት፣ በእርሱ ላይ የነበረውን ቁጥጥር ማጣቱንም ጭምር የሚያሳብቅ ስሜት ነበር።

ከዝምታው ነቃና ሐሳቡን ለመግለጽ ራሱን አዘጋጀ። ለማለት የፈለገው አልጠፋኝም፡፡ ከባህላዊ ዕይታ አንጻር የሚኖረው ጫናም አልተሰወረብኝም። ቢሆንም ሁሉንም ነገር መልክ እንደማስይዘው አረጋገጥኩለት።

"እኛ እኮ እንወድሃለን፣ እናስብልሃለንም..." አክስቴ ተሰበረች፡፡

ከቅምጤ ተነስቼ ሁለቱንም ካመሰገንኩ በኋላ፣ ውልቅ አልኩ።

ምዕራፍ ሃያአንድ

ዘፀአት

“ወይ አገር ወይ አገር ወይ አገሬ ሆይ አገርም እንደሰው ይናፍቃል ወይ?”

- የህዝብ

የኢትዮጵያን ምድር ለቅቄ ለመውጣት የልደት የምስክር ወረቀትና ፓስፖርት የግድ ያስፈልገኝ ነበር። በወቅቱ ከአሥራ ስድስት ዓመት በታች ለሆኑ ልጆች ፓስፖርት አይሰጥም፡፡ እኔ ደግሞ ገና አሥራ አምስት ዓመቴ ነበር፡፡ ትልቅ ችግር ተጋረጠ፡፡

ሌላው መሰናክል የደቡብ የመን ኤምባሲ ይሰጥ የነበረው ብቸኛው የጉዞ ሰነድ፣ ወደ ኤደን የሚያደርስ የአንድ አቅጣጫ የጉዞ ማለፊያ ብቻ መሆኑ ነው። በዚያ መንገድ ከሄድኩ ከኮሚኒስቷ ደቡብ የመን ለመውጣትና ወደ ሰሜን የመን ለመድረስ በማደርገው ጥረት፣ ለተጨማሪ እንቅፋቶች መጋለጤ አይቀርም።

የእኔ እቅድ በቀጥታ ወደ ሰሜን የመን ወይም ወደ ሳውዲ ዐረቢያ መጓዝ ነበር፡፡ ነገር ግን ከእነዚህ ሀገሮች አንዳቸውም የጉዞ ወረቀት ጥያቄዬን ለመቀበል ፈቃደኛ አልሆኑም። ይህ የሆነው ፓስፖርት ያስፈልገኝ ነበርና ነው ፡፡ ፓስፖርት ለማግኘት ደግሞ ዕድሜዬ አልፈቀደልኝም።

ከሁሉ በፊት የብሪታንያ ፓስፖርት ማግኘት የምችል መስሎኝ ነበር። አባቴ የእንግሊዝ ፓስፖርት ይይዝ ስለነበር፣ በብሪቲሽ ኤምባሲ መዝገብ ላይ ስሜን ማስመዝገቡ ተነግሮኛል። ነገር ግን፣ የአባቴን ቤት የነጠቁን ቀማኞች የቤተሰባችንን ሰነዶች ሁሉ ለማስረከብ ፈቃደኞች አልነበሩም።

የእንግሊዝን ፓስፖርት የማግኘቱ ሂደት በጣም የተወሳሰበ ስለሆነ፣ ከዚያ ይልቅ የየመን ፓስፖርት የማግኘት ዕድል ሊኖረኝ እንደሚችል ባንሰር ጠቁሞኛል። በተጨማሪም፣ ሁሉም የቤታችን ሰነዶች ስለወደሙ ወይም

ስለተደበቁ፣ አባቴ ከእንግሊዝ ጋር ስለነበረው ግንኙነት የማረጋግጥበት ማስረጃ አልነበረኝም፡፡ በዚህ ምክንያት የእንግሊዝ ፓስፖርት የማግኘት ዕድሌ እንደ ሰማይ ራቀ።

በ1970 ዓ.ም. አሥራ ስድስት ዓመት ይሞላኛል፡፡ ያኔ ፓስፖርት መጠየቅ ስለምችል ለሰሜን የመን ኤምባሲ ለማመልከት እስከ መስከረም 1977 ድረስ መጠበቅ ነበረብኝ።

ባጋሪሽ ሂደቱን ለማስጀመሪያ የሚሆን የተወሰነ ገንዘብ ሊሰጠኝ አስቦ ቢሮው አስጠራኝና፤ የኢትዮጵያ መታወቂያ ያለኝ መሆኑን ጠየቀኝ። እንዳለኝ ነገርኩት፡ ፡

"አዎ፣ያስፈልገናል" ሲል አረጋገጠልኝ።

"ግንኮ መታወቂያዬ ላይ ያለው ስም "ዓድል" ስለማይል ሊጠቅመን አይችልም" የእኔ ስጋት ነበር ።

ሰውዬው አማርኛ አያነብም ነበርና በመታወቂያዬ ላይ ያሉትን መረጃዎች እኔው አነበብኩለት።

ተናዶ "ይህን ስም ከየት አመጣኸው?" ሲል አፈጠጠብኝ።

"የግድ ትምህርት ቤት መመዝገብ ነበረብኝና የአንዱን ጓደኛዬን የምስክር ወረቀት ተጠቅሜ ነበር፡፡" አልኩና እውነታውን ልገልጽለት ሞከርኩ።

ባንሰር ዘንድ ስልክ ደወለና "ነገሩ ሁሉ ተበላሽቷል! ይህ ጅል የያዘው መታወቂያ ኢትዮጵያዊ ስም ነው ያለው!" አለው፡፡

ስልኩን ዘጋና በድጋሚ ጩኸቱን ለቀቀብኝ፡፡ የጀመርነውን የጉዞ ሒደት ከመቀጠላችን በፊት ከባንሰር ጋር ችግሩን እንድፈታ አስጠንቅቆ አባረረኝ።

መቼም ባጋሪሽ አስፈሪ ሰው ነበር። ጮኾ ከመናገሩም በላይ የሚከብድ ተፈጥሮ ባለቤት ነው። ሁሌም ግሥላ ነው፡፡ የዛሬ ሁኔታው አባቴ ምን ይመስል እንደነበር ለመገመት ጥቆምታ ሰጠኝ። ግን የቱንም ያህል ቁጡ ቢሆን፣ ሁልጊዜም የደግነት መንፈስ ያሳየኝ ነበር።

የባንሰር የልብስ ንጽህና መደብር ከባጋሪሽ ቢሮ ሁለት ኪሎ ሜትር ያህል ይርቃል። ፓስፖርት የማግኘት ሒደቱን እንዴት መቀጠል እንዳለብኝ ምክር ለመጠየቅ ወደዚያው አመራሁ። ባንሰር ሁለት እጆቹን ከኋላው አነባብሮ እንድከተለው ጠቀሰኝ።

ጥቂት እንደተራመድን "ስምህ በድጋሚ ወደ "ዓድል" እንዲመለስ ለፍርድ ቤት ማመልከቻ ማስገባት አለብን፡፡" ሲለኝ ተጽናናሁ።

ዳኛው የወንጀል ሪከርድ ያለብኝ መሆኑን ወይም ማመልከቻዬን የሚቃወም ሰው መኖሩን ለማጣራት በጋዜጦች ላይ የእወቁልኝ ማስታወቂያ እንዲታተምና በሁሉም ፖሊስ ጣቢያዎች እንዲሰራጭ አዘዘ። ከዚያ በኋላ ነበር ፍርዱን የሚበየነው።

ለስም ለውጥ ማመልከቻ የሚያስፈልገውን ቅድመ ክፍያ ባንሰር ከፈለ፡፡ በተጨማሪም በሁለት ታዋቂ ጋዜጦች ላይ ማስታወቂያው እንዲወጣ የሚያስፈልገውንም ክፍያ ሸፈነ፡፡ ከዚያም ባንሰርና ባጋሪሽ ወደ ፍርድ ቤት ሄደው እኔ የማጂድ ልጅ መሆኔንና ስሜም “ዓድል” መሆኑን በቁርዓን ምለው መሰከሩ፡፡

በዚያን ዘመን ኢትዮጵያ ውስጥ ሁለት ዓይነት ወንጀሎች ነበሩ - የመጀመሪያው ዓይነት እንደ ግድያ፣ ስርቆት፣ ግብር ማጭበርበር ወዘተ ያሉትን ተራ ወንጀሎች ያጠቃልላል። ሌላው ደግሞ በፖለቲካዊ እንቅስቃሴ ተሳትፎ ምክንያት የመፈለግ ወንጀል ነው፡፡ በወቅቱ የተለየ አመለካከት ስላለው ብቻ መግደል፣ ማሰቃየት ወይም ማሰር የተለመደ ነበር።

በእኔ ጉዳይም ዳኛው በፖለቲካዊ እንቅስቃሴ ምክንያት ተፈላጊ በሆኑ ሰዎች ስም ዝርዝር ውስጥ ስሜ መካተት አለመካተቱን ማጣራት ፈለገ። ቀደም ሲል ታስሬ የተፈታሁ ቢሆንም፣ ነጻ ሆኜ የመቆጠር መብት ነበረኝ፡፡ (ከእስር ቤት ስፈታ ምንም ዓይነት የመንግስትም ሆነ የሕዝብ ጥቅም የሚጻረሩ ተግባራትን ላለመፈፀም ቃል የሚያስገባውን ወረቀት ከፈረምኩ በኋላ፣ ነጻ መሆኔን የሚያረጋግጥ የምስክር ወረቀት ተሰጥቶኛል።)

እኔና ሁለቱ ተራዳኢዎቼ ከሁለት ሳምንታት በኋላ በድጋሚ ወደ ፍርድ ቤት ሄድን። ስሜ በይፋ ወደ “ዓድል” እንደተቀየረ ተበየነልኝ፡፡

እኔና ባንሰር ማዘጋጃ ቤት ሄድንና አዲሱን የልደት ምስክር ወረቀቴን ተቀበልን። ደግሞም ትምህርቴን የመን ውስጥ መቀጠል እንድችል የ6ኛና የ8ኛ ክፍል የምስክር ወረቀቶቼ ላይ ያለው ስሜ እንዲሁ መቀየር ነበረበት።

እነዚህን ሁሉ ሒደቶች ከጨረስን ከአንድ ወር በኋላ ፓስፖርት ለማውጣት ወደ ደቡብ የመን ኤምባሲ ሄድን። ፓስፖርቱን ለማግኘት አባቴን የሚያውቁ ሦስት የሃድራሚ ተወላጆች ልጁ መሆኔን መመስከርና፣ አስፈላጊዎቹን ሰነዶች መፈረም አለባቸው። ባአባይድ አስፈላጊዎቹን ቅጾች ከሞላ በኋላ ባንሰርና ባጋሪሽ ወረቀቶቹ ላይ ፈረሙ።

የደቡብ የመን ቆንስላ ኃላፊው ፊቴን ሲያስተውል ቆየና “መልኩ የመናዊ አይመስልም። የመናዊ ስለመሆኑ እርግጠኞች ናችሁ?” ሲል ጠየቃቸው፡፡

ባጋሪሽ እንደ ልማዱ ደነፋ...

“ምን ማለትህ ነው? አባቱ ልክ እንደ እኔ ጠይም ነበር። ሃድራሚ ነው። ማጂድን በሚገባ አውቀዋለሁ፣ ይሄ ልጁ ነው። ዓድል ማጂድ ይባላል። እንደምታውቀው አብዛኞቹ የሃድራሚ ሰዎች ጠቆር ያለ የቆዳ ቀለም ያላቸው ናቸው። እንደዚህ ዓይነት ጥያቄ መጠየቅህ ግን አሳፋሪ ነው!”

በመጨረሻም የቆንስላው ኃላፊ፣ “እባካችሁ ወረቀቱን አጽድቁለትና ፓስፖርቱን ስጡት፣ ወደ የመን እንድንልክለት” በማለት ፈቃደኛነቱን ገለጸ።

ክፍሉ ጸጥ ረጭ አለ። ጭራሽ ኃላፊው ይቅርታ ጠያቂ ሆነና ተሰናብተን ወጣን።

ታህሣስ 28 ቀን 1970 ዓ.ም. ልክ በአሥራ ስድስተኛው የልደት ቀኔ ፓስፖርቴን ተረከብኩ። ሦስቱ የቀድሞ የአባቴ ጓደኞች ገንዘብ አዋጥተው የበረራ ትኬትና አዲስ ልብስ ገዙልኝ፡፡ የመን ስደርስ የምጠቀምበት የኪስ ገንዘብም ሸጎጡልኝ።

አያይዘውም እየተፈራረቁ ምክር ለገሱኝ “ጠንክር!” “ንፁህ ሁን” “የትምህርትህን ነገር አደራ” “ቤተሰብህን እንዳታሳፍር”፣ “መልካም ዕድል” ... በመጨረሻም “ፈጣሪ ካንተ ጋር ይሁን!” ብለው ተሰናበቱኝ፡፡

*

ጥር 13 ቀን 1970 ዓ.ም. የተሻለ ሕይወት በመሻት ከሀገር ከሚሰደዱ መንጋዎች አንዱ ሆኜ፤ ከኢትዮጵያ የምወጣበት ቀን ሆነ፡፡ በጉም ውስጥ የተበተነ ተስፋ!

የመነሻ ሰዓቱ ከቀኑ አምስት ሰዓት ተኩል ላይ መሆኑ በበረራ ትኬቱ ላይ ተጽፏል፡፡ ቦሌ ዓለም አቀፍ አውሮፕላን ማረፊያ የወሰደኝ የአክስቴ ባል ነበር። ቀኝ እጁ የሆነው አህመድ ባንሰር አልተለየኝም።

እንደተደናገጥኩ ያስተዋለው ባንሰር ዘና እንድል መከረኝ።

“አንድ ሺህ ኪሎ ሜትር ገደማ ብቻ የሚረዝም የሁለት ሰዓታት በረራ ነው” ሲልም አጽናናኝ፡፡

የበረራው ርቀትና የአየር ላይ ቆይታው መረጃ ጥቂት አጠነከረኝ፣ መጨነቄ ግን አልቀረም።

ባንሰር በዚያው በረራ ወደ የመን የሚሄዱ ሰዎች አፈላልጎ እንዲረዱኝ በትህትና ጠየቃቸው። ቀጠለናም በዛ ያሉ ደብዳቤዎች አስታቅፎ የአባቴ ጓደኛ

ለነበረ ባዋዚር ለሚባል ሰው በእጁ እንዳስረክብ አዘዘኝ፡፡ ባዋዚር በሰነዓ አየር ማረፊያ እንደሚጠብቀኝም ነገረኝ። ደብዳቤዎቹን ወደ ጉዞ ቦርሳዬ አስገባሁ።

ለመጨረሻ ጊዜ እንዲህ የሚሉ ቃላት ከአንደበቱ ሰማሁ፣ "እንደገና በምንገናኝበት ጊዜ የማስተርስ ዲግሪህን ከለንደን ወይም ከአሜሪካ ይዘህ ቢሆን ደስ ይለኛል! ብልህና ንቁ ልጅ ነህ፡፡ ደግሞም ከሁሉም በላይ ሃድራሚ ነህ። ታደርገዋለህ!"

የማስተርስ ዲግሪ ምን እንደሆነ ወይም በትምህርት ቅደም ተከተል ውስጥ ከየትኛው ቀጥሎ እንደሚመጣ እንኳን አላውቅም ነበር። እንዲሁ እንደ ዘበት ራሴን በመነቅነቅ "እሺ ቃልህን አከብራለሁ..." በማለት አረጋገጥኩለት።

ተቃቅፈን ከተሰነባበትን በኋላ ወደ ደህንነት ፍተሻው ሥፍራ አመራሁ።

ባንሰር እንደ ምኞቱ ወደ አሜሪካና ካናዳ መሄድ መቻሌን ማየት እንኳን ሳይችል አረፈ፡፡ እናም የማስተርስ ዲግሪዬን በስኬት ሳጠናቅቅ የደስታው ተካፋይ መሆን አልቻለም። ሁለታችንም አልታደልንም፡፡

በ2006 ዓ.ም. ካልጋሪ ካናዳ ውስጥ የሁለተኛ ዲግሪዬ ምስክር ወረቀት ጀርባ ላይ "ለአህመድ ባንሰር የተበረከተ ማስታወሻ" በማለት ፈረምኩበት፡፡ በዚህ እንኳን ውለታውን ለመመለስ መሞከሬ ነበር፡፡

በዚያች ከሀገሬ በወጣሁባት ቀን መቀመጫዬን ገና ከመያዜ አውሮፕላኑ ተነሳ። በአውሮፕኑ መስኮት በኩል ከተማዬ እየራቀች እስክትጠፋ ድረስ በዓይኔ ተሰናበትኳት፡፡ ለበርካታ ዓመታት ያህል የትውልዴ ከተማ የመጨረሻው ትዝታዬ ያ ትዕይንት ሆኖ ቀረ ።

በታህሳስ 1970 ከኢትዮጵያ ከመልቀቄ በፊት።

ቅጽ ሁለት - ፍ ለ ጋ

“ፍለጋ” የተሰኘው ይህ የባለ ሦስት ቅጽ እኔ በእንተእኔ ሁለተኛ ጥራዝ፣ በሚሊዮኖች የሚቆጠሩ የየመን ሙዋላዲኖች (በውጭ ሀገራት ተወላጅ የሆኑ የመኖች) ለእኩል መብትና ለዜግነት ፍቃድ ስለሚያደርጉት ትግል ያወሳል። መሃይምነትና ተከታታይ የጎሳ ግጭቶች ልማትንና ዘመናዊነትን በማጨናገፍ፣ አሁንም ሀገሪቱንና አካባቢዋን በማወክ ላይ ናቸው።

ወደ ቅድመ አያቶቹ ምድር በተሰደደ አንድ የአሥራ ስድስት ዓመት ልጅ ተጋድሎ ውስጥ፣ የየመንን መሠረታዊ መገለጫዎች ፍንትው አድርገው ለመረዳት ይገድዎታል? እንግዲያውስ ይህ የእርስዎ መጽሐፍ ነው።

በምድር ላይ ካሉት ጥንታዊ ሥልጣኔዎች አንዱ የነበረውና፣ የአረብ ሥልጣኔ መገኛ የሆነው፣ የንጉስ ሰሎሞን እንግዳ በነበረችው በመጽሐፍ ቅዱሳዊቷ በንግሥተ ሳባ ምድር መጸተኛው ምን ገጠመው? በሰሜን በኩል ከሴማዊ አገሮችና ከቀይ ባህር ማዶ ከአፍሪካ ቀንድ ባህሎች ጋር ግንኙነት ያላት የመን፣ አሁን በጊዜ ተለዋዋጭነት ተከዳ የመካከለኛውን ዘመን ባህሎች የሙጥኝ ብላለች፡፡

ዓድል በየመን በቆየባቸው ጥቂት ዓመታት መገለልን፣ መድሎንና የእርስ በርስ ጦርነትን ገፈት ቀምሷል፡፡ የሚኮራበት ጠይም የምሥራቅ አፍሪካ የቆዳ ቀለሙ ኋላቀርና ጥንታዊ ከሆነው የየመን ማህበረሰብ ጋር በቀላሉ እንዳይዋሃድ እንቅፋት ሆኖበት ነበር። ዓድል ይህንን ሁሉ መሰናከል አልፎና የአያት ቅድመ አያቱን ምድር ለቆ፣ ወደ ተሻለ ሀገር መሄድ የቻለው ጠንካራ ስለሆነ ብቻ ሳይሆን፣ አማራጭ ስለሌለውም ጭምር ነበር።

ቅጽ ሦስት - የተስፋ ጭላንጭል

የምዕራቡ ዓለም ሀገሬዎች አዲስ መጤዎችን የሚያዩበት አንጻርና መጻተኞች ራሳቸውን የሚመለከቱት ንፅፅር እንደ የመን ሰማዮች ኩልል ብሎ የሚታይ ነው። ሁሉም ሰው መረዳትን፣ መከባበርን፣ አድናቆትን እና በአግባቡ መታወቅን ይሻል። ለመጻተኞች ይህ ከተሳካላቸው ታላቅ ፍሰሐ ነው፡፡ ነገር ግን እንደ አለመታደል ሆኖ፣ የካናዳ እና የአሜሪካ አዲስ ሰደቸኞች በተሳሳተ ግንዛቤና መድሎዎች ምክንያት ብዙውን ጊዜ እነዚህን አያገኙም። በምትኩም በአግባቡ አለመረዳትን፣ ክብር ማጣትንና የዝቅተኝነት ደረጃን ይከናነባሉ፡፡

ለአንድ መጻተኛ ሰው በሁለተኛ ወይም በሦስተኛ ቋንቋ ዩኒቨርሲቲ ገብቶ ለመማር ምን ያስፈልጋል? ወደምዕራቡ ዓለም ለሚፈልሱ እስያውያን እና አፍሪካውያን "የአሜሪካ ህልም" ማለት ምን ማለት ነው? ትዳር ለመያዝ፣ ቤተሰብ ለመመሥረት፣ በራስ መተማመንን ጠብቆ በአካዳሚክ እና በሙያ ህይወት ወደፊት ለመግፋት ምን አይነት ባህላዊ ማስተካከያዎችን መደረግ ይጠበቅባቸዋል? የአእምሮ ጤናን እና ሚዛንን እንዴት መጠበቅ ይቻላል? በካናዳና አሜሪካ መኖር የሚጀምሩ ፍልሰተኞች፣ በአዲሱ ህይወታቸው

ከሀገሬው ተወላጆች ጋር ብቻ ሳይሆን ከሌሎች ስደተኞችም ጋር ተግባብቶ ለመኖር የሚያጋጥሟቸውን ፈተናዎች ማለፍ አለባቸው።

"የተስፋ ጭላንጭል" የተሰኘው ይህ ሦስተኛው ጥራዝ፣ ስደተኞች በአዲስ ሀገርና ሕብረተሰብ መሀል ስለሚያጋጥሟቸው መሰናክሎችና በኮበለሉባት አዲስ ምድር ላይ ከሚኖሩ ሀገሬዎች የሚያገኙትን ድጋፍ የሚያሳይ መስተዋት ነው። ማንነቱንና አላማውን ሳይተው በአሜሪካና በካናዳ የኖረን አንድ ወጣት ታሪክ በማንበብ የሚስተዋለውን ሕያው ተውኔት እንዲታደሙ ተጋብዘዋል።

የዚህ መጽሐፍ ዓላማ፣ አንባቢዎች "የሚያውቁትን ሁሉ ወደ ኋላ ትተው፣ በአዲስ አህጉርና በአዲስ ሀገር ውስጥ ካልታወቀ አዲስ የአኗኗር ዘይቤ ጋር ተላምዶ ስኬታማ ለመሆን ምን ይጠይቃል?" የሚለውን የወል ጥያቄ እንዲያሰላስሉ ማጠየቅ ነው።

እነሆ ምስጋና...

በኢትዮጵያ ባህል መሠረት “የሴት ልጅ” መባል እንደ ነውርና ስድብ ይቆጠራል። አንድ ሰው “ተባዕት” ለመሆን በወንድ እጅ ማደግ ይጠበቅበታል። እኔ ግን የአባቴን ህልፈት ገና በእምቡ ቃቅላነቴ የተጎነጨሁ ብላቴና እንደመሆኔ፣ በሴቶች ተከብቤ ያደግሁ ወንድ ልጅ ብሆንም፣ አሁን ለደረስኩበት “የሰውነት” ጥግ እነርሱ ያሳደሩብኝ በጎ ተጽዕኖ ውጤት ነኝ። እና ኩራቶቼ ናቸው። አሁን የተጎናጸፍኩት ማንነት የእነዚያ ጠንካራና ድንቅ እናቶቼ፣ እህቶቼ፣ ሴት ልጆቼና ሴት ባልንጀሮቼ አሻራ ነው።

ቢያንስ ስድስት እናቶች ልጃቸው እኔ ስለመሆኔ የይገባኛል ጥያቄ የሚያቀርቡብኝ ዕድለኛ ሰው ነኝ!

የሁሉም እናቶቼ ጥረት፣ ብርታት፣ ምሪት፣ ጥበብ ከሁሉም በላይ ደግሞ የፍቅራቸው ውጤት ነኝ። ከእጃቸው የበላሁትን ምግብ እና የተሻልኩ ሰው እንድሆን የጣሉብኝን አደራ ለአፍታ እንኳን መዘንጋት አይቻለኝም። ይህ እንዴት ሊሆን ቻለ?

በኢትዮጵያ፣ በየመንና በአሜሪካ ውስጥ ልጅነቴንና ወጣትነቴን ባሳለፍኩባቸው ዓመታት የተለያዩ ለጋስ ቤተሰቦች፣ ለመልካም ሕይወት የሚያስፈልገኝን ድጋፍ ሁሉ ሊያሟሉልኝ ሞክረዋል። አለኝታ ሆነውኛል።

እናቶቼ ሁሉ ከተለያየ የኋላ ታሪክ... ባህል... ሃይማኖት... ዳራ የመጡ ናቸው። ዳራ ግን ሁሉም እጅግ ድንቅ አሻራቸውን በእኔ ሰብዕናና ማንነት ላይ አሳርፈዋል። እነሆም ዛሬ፣ “ድልን ሁሉም ይሻታል፣ ውድቀትን ግን ግለሰቡ ያጣጥማታል” እያልኩ ደረቴን እደቃለሁ።

ጥቂት ቢቀልልኝ እነዚያን ድንቅና ብርቅ አንስታት ይህ ከወገቤ ዝቅ ብዬ እስቲ ላነሳሳቸው...

እናቶቼ...

ወይንሸት ፈርተውሃል (ወላጅ እናቴ)

ወላጅ እናቴ ወይንሸት፣ በተሰጠሽ ምድራዊ አቅም ሁሉ የምትችይውን አድርገሽልኛል፡፡ ወልደሽኛል፣ ሕይወት አካፍለሽኛል፡፡ ከዚያም በሕይወቴ ላይ በጎ ተጽዕኖን ላሳደሩብኝ ለእነዚያ ሁሉ እናቶቼ አሳልፈሽ ሰጥተሽኛል፡፡ ለዚህና ለሌሎችም ውለታዎችሽ ሁሉ ከልብ አመሰጋኝ ነኝ፡፡

እወድሻለሁ፡፡ በተጎዳሁበት ነገር ውስጥ ሁሉ ረቂቅና ተአምራዊ በረከቶች አግኝቻለሁ፡፡ ትናንት፣ ዛሬ፣ ነገ... ሁሌም በመላ ሕዋሳቴ እወድሻለሁ፡፡ ደግሞም አይዞሽ የምትችይውን ሁሉ ማድረግሽን አውቃለሁ...

ሩቅያ አቱፋ (የእንጀራ እናቴ)

ሩቅያ... ተወዳጇ ሴት... "ባልወልድህም የመጀመሪያ ልጄ ነህ" እያለች የፍቅሯን ሙቀት ያካፈለችኝ ወላጅ አከል ነበረች፡፡ ከአንድ እስከ ሦስት ዓመት ዕድሜዬ ድረስ የኖርኩት ከእርሷ ጋር ነበር፡፡ ስለ ሰጠሽኝ ያልተገደበ ፍቅርና ክብካቤ እጅ እነሳለሁ፡፡

እመቤት ፈርተውሃል (እቴቴ)

እቴቴ፣ የወላጅ እናቴ ታናሽ እህት፣ ውዷ አክስቴ... አባቴ ካረፈ በኋላ እናቴ እኔን ማሳደግ ስላልቻለች ድንገት በሕይወቴ ውስጥ ጣልቃ ገባች... ከናዝሬት የጎዳና እንግልት ታደገችኝ... አስተምራኛለች... አሳድጋኛለች... በስተመጨረሻም ወደ የመን ስሄድ የተሸኘሁት ከእርሷ ቤት ነው፡፡

የጀመሩትን ጉዳይ የመጨረስ ቁርጠኝነት ያሰረጸችብኝ እርሷዉ ናት፡፡ ብሉይና ሐዲስ ኪዳን መጻሕፍትን አነብላት ነበር... ወደ ኦርቶዶክስ አብያተ ክርስትያናት አስከትላኝ መመላለስ የአዘቦት ተግባሯ እንደነበር ዛሬ የተከወነ ያህል ይታሰበኛል...

በእነዚያ ሁሉ ዓመታት ውስጥ የዕለት ማስታዎሻዎቼን ጠብቀሽ ስላቆየሽልኝ፣ ጥይት ተማሪ እንደሆንኩና የእጅ ጽሑፍ አጣጣሌም ዓይነ ግቡ መሆኑን ስላሳወቅሽኝ አመሰግናለሁ፡፡

እነዚያ አንቺ ለዘመናት ጠብቀሽ ያኖርሽልኝ ማስታወሻዎቼ፣ የሕይወቴ ዜና መዋዕሎች ሆነው እንደምታይው ነፍስ ዘሩ፡፡

አንቺና ባልሽ በትንሹ እኔ ውስጥ አሻግራችሁ አንድ ብቁ ሰው ታዩ ነበር፡፡ በእናንተ ራዕይ አነሳሽነት ያን የተመኛችሁልኝልን የተሟላ ሰብዐዊ ማንነት ለመላበስ ሞክሬያለሁ፡፡

ደግሞም ለጎረቤቶቻችን ጋዜጣ እንዳነብ ዕድል ለሰጠኝ ለልጆችሽ አባት ለማመጫ፣ ምስጋና ይድረሰው፡፡ እርሱ የፈጠረልኝ አጋጣሚ በራስ ከመተማመንንና ከስኬት ጋር አስተዋውቆኛል፡፡

መርየም አፊፍና ዘይነብ አፊፍ (የእንጀራ እናቶቼ)

በየመን ሃድራማውት ያገኘኋቸው ሁለቱ የእንጀራ እናቶቼ፣ ስለ አባቴ ታሪክ ብዙ ስላጫወታችሁኝ፣ ከየመናዊ ዝርያና ማንነቴ ጋር ስላስተዋወቃችሁኝ ምስጋናዬ ከፍ ያለ ነው፡፡ ስለ ጥበብ ካዝናነታችሁ ስለ ክብራችሁ፣ ስለ ውበት ላህያችሁ ሞገስ ያንሳችኋል፡፡

ታጋሽ፣ ጨዋ፣ ጽኑ፣ የመርህ ሰው እንድሆን ምክራችሁን ለግሳችሁኛል፡፡ የምኞታችሁን ሁሉ ለመሆን ጥረቴን አላቋረጥኩም...

ፋጡም ባናጃህ (ኡማ)

በሰሜናዊት የመን እናት ለሆንሽኝ ላንቺ... የቤትሽን መዝጊያ ቁልፍ ለከፈትሽልኝ... ከእጅሽ ለበላሁት ምግብ ሁሉ ምስጋና ያንስሻል፡፡

ኡማ፣ አሁን ለደረስኩበት ደረጃ በእርግጠኛነት አንቺ አለሽበት። በራሴ ላይ እምነት እንዲኖረኝ ጎትጉተሽኛል፡፡ ሐቀኛ እንድሆንና ከሀብት ይልቅ እውቀትን እንዳስቀድም ትመክሪኝ ነበር። "እንዳንተ ያለ ልጅ ቢሰጠኝ ምኞቴ ነበር፣ ነገር ግን ምንም ይሁን ምን አንተንም አርግዤ እንደ ወለድኩህ ልጄ ነው የምቆጥርህ" ያልሽኝን እንዴት ልዘነጋው እችላለሁ? አሁንም አንቺን ባሰብኩሽ ቁጥር ባለ ዕዳነት ይሰማኛል፡፡

ኖርማ ራይስ (አሜሪካዊቷ እናቴ)

አንድም ጥቁር የቆዳ ቀለም ያለው ሰብዐዊ ፍጡር በማይኖርበት ከተማ... በቦይዝ እስቴት ዩኒቨርሲቲ በመማር ላይ ሳለሁ ነበር፣ ወይዘሮ ኖርማ ራይስ ከቤተሰቧ ጋር የመኖር ዕድል የሰጠችኝ... እናት የሆነችኝ፡፡

ሁሌም የእግር ኳስ ጨዋታዎቼን ማየት ያስደስታት ነበር... ታድያ አንድ እሁድ ከቀትር በኋላ፣ የእኔ ዩኒቨርሲቲ ከሌላ ኮሌጅ ጋር በነበረው ግጥሚያ የማሸነፊያዋን ግብ አስቆጠርኩ... እና ይሄኔ "ልጄ እኮ ነው!... ጎሉን ያስቆጠረው የኔ ልጅ ነው! ..." ስትል ጮኸች፡፡

ይህን መሳዩን አድናቆትና እውቅና በአደባባይ ስጎናጸፍ የመጀመሪያዬ ነበር... ዛሬም ቢሆን ያቺን ቅጽበት ባሰብኩ ቁጥር እንባ ይቀድመኛል...

የብዙ እምነቶች ውጤት በመሆኔና ለእርሷ ካለኝ አክብሮት የተነሳ በሞርሞን ቤተ ክርስትያን አገልግሎት ላይ በየጊዜው አብሬያት እገኝ ነበር፡፡

እህቶቼ...

ለሂንድ፣ ለሼካ፣ ለፎዚያና ለሙና ቤን ሐርሃራ፣ ከክርስቲያን እናት በተገኘው በእናንተው አስቂኝ፣ ቀጫጫ፣ ጠይም፣ አይናፋርና ፈሪ ወንድማችሁ ላይ ተስፋ ስላልቆረጣችሁ... ሁሌም መኩሪያችሁ ስላደረጋችሁኝ... በሃድራማውያን ልማድ መሠረት አንድ ወንድም ለእህቶቹ እንዲያደርግ የሚጠበቅበትን ማሟላት ባልቻልኩበት ጊዜ እንኳን ከወንድምነት ክብር ስላላጎደላችሁኝ እነሆ ብዙ ምስጋና፡፡

ስለ አባት

አህመድ ባንሰር፣ ማንም ሊያደርገው ከሚችለው በላይ የአባቴ ምትክ ስለሆንከኝ አመሰግንሃለሁ፡፡ አዎ አባት ነበረኝ፣ ነገር ግን ማን እንደሆነ እንኳን አላውቅም ነበር፡፡ አንተ በእኔና በማላውቀው አባቴ መካከል በፈቃድህ የተዘረጋህ ድልድዬ ነበርህ፡፡ ከማላውቀው አባቴ ጋር አስተዋወቅኸኝ፣ ባንተ ምክንያት አባቴ የማከብረውና ራሴን የቀረጽኩበት ሰው ሆነ፡፡

የአባቴ ተቀጥያ፣ የሁሉ ነገር ምስሌ ባንሰር፣ ባደረክልኝ የገንዘብ ድጋፍ፣ ከሁሉ በላይ ደግሞ ከቤተሰቦቼ ጋር ስላስተዋወቅኸኝ በሕይወቴ ላይ ትልቅ ሚና

ተጫውተሃል፡፡ ከሀድራሚ ቤተሰቦቼ ጋር የተጋረጠብኝን ጥቁር መጋረጃ ገፈህልኛል፣ ሙሉ ሰውም ለመሆን አብቅተኸኛል፡፡

“ልዑል ባህሪ የታደለ፣ ጠንካራ፣ በቀጥተኛ መርህ የሚመራ... አባት ነበረህ፡፡ ” ያልከኝ ምንጊዜም ከልቤ አይጠፋም፡፡

ልጅህ ፎዚያ፣ “አባቴ ለዓድል ያደረገለት የተለየ ነገር የለም” ብላ ቃሏን ስጥታለች፡፡ ምናልባትም እርሷ እንዳለችው የተለየ ነገር አላደረግክልኝ ይሆናል፡፡ ሆኖም ግን የማንነቴ ብዙው ክፍል የተገነባው ባንተ ነው፡፡ እንዴት መኖር እንዳለብኝ አስተምረኸኛል፡፡ “ሰው ሁን፣ ይህንን ሁል ጊዜ አስብ፣” ትለኝ ነበር፡፡

በሕይወቴ ላይ ያሳረፍከውን አሻራ አንተ አታውቀው ይሆናል፡፡ ነገር ግን ከማንነቴ ፈለግ ላይ አንተን ብቀንስህ ምናልባትም ፍጹም የተለየ ውዳቂ ሰው እሆን እንደነበር አውቃለሁ፡፡ በእውነት ደግና መልካም ሰው ነበርክና እንዲህ ቀርጸኸኛል፡፡

ልጆቼ...

ውድ ሴት ልጆቼ ሊናና ሰመር፣ በብሩህ የብርሃን ጮራ ሕይወቴን አፍከታችሁልኛና ባለ እዳዎቼ ናችሁ፡፡ ገና ከአምስት ዓመት ለጋ ዕድሜዬ ጀምሮ የሕይወቴ ፍኖት ጎርበጥባጣ እንደነበረ ታውቃላችሁ፡፡

ዛሬ ላይ ሆኜ ያንን ጊዜ ሳስበው፣ እጅግም ደግ ነገር አላስታውስበትም፡፡ ከልጅነቴ መራርነት የተነሳ “ነገዬ” ጨለማ እንዳይሆንብኝ እሰጋ ነበር፡፡ ወደፊት የምገፋበትን አቅምና ተስፋ ያለበሳችሁኝ እናንተ ናችሁ፡፡

እኔ ያልነበሩኝን ዕድሎች እናንተ አላጣችኋቸውም፡፡ በእኔ ሕይወት ያልነበሩ አወንታዊ ተሞክሮዎች ሲኖሯችሁ ማየት፣ ለእኔ ትልቅ ስኬት ነው፡፡ እናም ወደፊት ይበልጥ ስታብቡ ስትፈኩ ማየትን እናፍቃለሁ፡፡ የመኖር ምክንያቴ፣ ብርታቴና ጸጋዎቼ እናንተ ናችሁ፡፡ እንዳታደርጉልኝ የምጠብቀው አንዳች ነገር የለም፣ መኖራችሁ ብቻ ተስፋዬን ያለመልመዋል፡፡

ተባባሪዎቼ...

አል ሐማዲ፣ ባዛራአ፣ አል ሐባሺ፣ ባአባይድ፣ ባዋዚር፣ አሊ ሰይድ፣ ባህማም፣ ሳህለ ማመጫ፣ ጀኒን ሹምን... አመሰግናለሁ፡፡

እነሆ ምስጋና...

በዚህ መጽሐፍ ሥራ ላይ ስለተባበሩ ሰዎች ተጨማሪ መረጃ ለማግኘት adelbenharhara.com/team ን ይጎብኙ፡፡

ቀዳማዊ ስሎሞን እንዳነጋገራቸው

ትንሹ ዓድል በአክስቱ ዓይን...

የዓድል አክስትና ሁለት ልጆቻቸው (ጽጌረዳና ትህትና) ሞቅ ባለ ክብርና መስተንግዶ ተቀበሉን፡፡ አክስቱ ወይዘሮ ወይንሸት ዓድል ያደገበትን ግቢና ቤት አስጎበኙን፡፡ ከዚያ ወደ ውይይታችን ዘለቅን፡፡

"እስቲ ስለዓድል የሚያስታውሱትን ይንገሩኝ?" ስል ቀዳሚ ጥያቄዬን ደቀንኩ፡፡

"አይይ ... የርሱ ነገር ምን ተወርቶ ያልቃል ብለህ ነው ... በልጅነቱ ቀዥቃዣ፣ አስቸጋሪ፣ ኃይለኛ፣ ፈጣን... ልጅ ነበር፡፡ በትምህርቱ ተወዳዳሪ አልነበረውም፡፡ ሁሌም አንደኛ ነበር የሚወጣው፡፡ ጽሁፉ ቆንጆ ነበር፣ ንባብ የተባለ እንደሁ ለጉድ ያንበለብለዋል፡፡ ብቻ አስቸጋሪ ነበር፡፡ አንድ እሱን ከማሳደግ አስር ልጅ ማሳደግ ይቀልላል፡፡" በማለት በትካዜ ቃና መለሱልኝ፡፡

"ለመሆኑ ከናዝሬት እሱን ለማምጣት ያነሳሳዎት ጉዳይ ምንድንነው?" ቀጣይ ጥያቄዬን አስከተልኩ ፡፡

"በመሠረቱ በእኛ ቤተሰብ ውስጥ እርስ በእርሳችን እንዋደዳለን፡፡ የተወለድነው ሦስት ሴቶችና አንድ ወንድ ነበርን፡፡ አሁን ሁለት ቀረን (የእርሱ እናትና እኔ) ታዲያ ብቸኝነቱ አሳዝኖኝ፣ እህቴንም በጣም ስለምወዳት ነበር ያመጣሁት፣ ሳመጣው የዘጠኝ ዓመት ልጅ ነበር፡፡ ለአንድ ለማውቃቸው ጎረቤቴ ነግሬ ኢዮቤልዩ ቤተ መንግሥት ትምህርት ቤት አስገቡልኝ፡፡ ከዚያ በኋላማ በትምህርቱ አስደሰተኝ፡፡"

"አመጣጡ እንዴት ነበር?"

"ሁለቴ ነው ከናዝሬት የመጣው፣ መጀመሪያ እኔ አመጣሁት፡፡ ሁለተኛ ሲመጣ ምልክት ነገርኩትና በነፃ ባቡር ስተት ብሎ መጣ፡፡ መቼም እኮ እሳት ነው፡ ፡

"ስለአባቱ የሚያስታውሱትን ቢያጫውቱኝ?"

“አባቱ ሐብታም አስመጪና ላኪ ነበሩ፡፡ ጥሩ ኑሮ ነበራቸው፡፡ አዲስ አበባ ሰባተኛ አካባቢ ይኖሩ ነበር፡፡ ታመሙና ሙቀት ፍለጋ መጀመሪያ ናዝሬት፣ ቀጥሎ መተሐራ ሄዱ፡፡ የመተሐራ ቤታቸውን ሲሠሩ ኢትዮጵያዊ ካልሆንክ አትሠራም ተባሉ፡፡ ከኢትዮጵያዊት መወለዳቸውን ተናግረውና ልጁንና እናቱን አቅርበው ተፈቀደላቸው፡፡ ቤቱ ሳያልቅ ሞቱ፡፡” አሉና ጥቂት እንደማስታወስ ብለው ተመለሱ፡፡ “ከእኔ እህት የተወለዱት ሁለት ወንዶች ዓለማየሁና ሰሎሞን ናቸው፡፡ ዓድልን እኛ ዓለማየሁ ነው የምንለው፡፡ ሰሎሞን በልጅነቱ ሞተ፡፡”

“ዓድልን ከልክ በላይ ይቀጡት እንደነበር ሰምቻለሁ፡፡ ይህ ለምን ሆነ?” እየከበደኝ ያነሳሁላቸው ጥያቄ ነበር፡፡

“ዓለማየሁ ለእኔ እንደ መጀመሪያ ልጄ ነው፡፡ ታዲያ ምን ያደርጋል በጣም አስቸጋሪ ልጅ ነበር፡፡ ከናዝሬት ያመጣሁት ትምህርት ቤት ላስገባው ቢሆንም የሚጨበጥ ልጅ አልነበረም፡፡ አንድ ጊዜ ሊስትሮ ሆኖ ነበር፡፡ የማደርገው ጠፍቶኝ በእግር ብረት አሰርኩት፡፡ ባጠፋ ቁጥር እቀጣዋለሁ፡፡ በርበሬ አጥነዋለሁ እጁን በእሳት አቃጥለዋለሁ... በእግር ብረት አስረዋለሁ፡፡”

“አልጨከኑበትም?”

“እንዴ የማደርገው ጠፍቶኝ እኮ ነው፡፡ አንዴ በእግር ብረት አስሬው ቤተክርስቲያን ሄድኩ ስመለስ እግር ብረቱ ወልቆ አገኘሁት፡፡ “ማን ፈታህ?” ስለው፣ “ገብርኤል ፈታኝ” አለኝ፡፡ እግር ብረቱ የወለቀው፣ እግሩ ቀጭን ስለነበር ነው፡፡ ባለቤቴ ግን “እሱን እግር ብረት ካልፈታሽው ቤት አልገባም” ይለኝ ነበር፡ ፡”

“ባለቤትዎ ለምንድነው ያዝኑለት የነበረው?”

“የልጆቼ አባት በጣም ጥሩ ሰው ነበር፡፡ ርኅሩህ ፣ አዛኝና ደግ ነበር፡፡ ለእሱ ደሞ የተለየ አንጀት ነበረው ፡፡ ጋራዥ ሥራም አስገብቶት ነበር፡፡ “

“ከዚያስ ምን ያስታውሳሉ?”

“ዓለማየሁን ያበላሸው ኢሕአፓ ነው፡፡ የሚተኛው እዚች ጋ ነበር... በዚች መስኮት ሌሊት እየዘለለ ይወጣል (ቦታና መስኮቱን እያሳዩ) ፡፡ በኢሕአፓ ጉዳይ ብዙ ጊዜ ታስሮ ተፈትቷል፡፡ ልጅና ቀጫጫ ስለነበር፣ ብዙም አይጨክኑበትም ነበር፡፡ አንዴ ከእስር ቤት ተፈትቶ በ6 ቁጥር አውቶቡስ ድንገት ከተፍ ሲል እሪታዬን አቀለጥኩት፡፡”

“እስር ቤት ይመላለሱ ነበር?”

“አይ፣ በታሠረበት ሁሉ ሳህንና ቴርሙዝ ይዘው የሚሄዱት ባለቤቴና ልጆቼ ነበሩ፡፡ እኔ አልሄድም፡፡ ሌላ ጉድ ላጫውትህ... በሠፈራችን ውስጥ ወረቀት

ተበተነና አንዷ ወረቀት እኛ ቤት ደረሰች፡፡ ከዚያ ገና እንዳየኋት "ይቺማ የዓለማዬሁ ጽሑፍ ነች" አልኩ፡፡ የጽሑፍ አጣጣሉ የራሱ ነው፡፡ እሱ ግን እየሰማኝ መልስም አልሰጠኝ፡፡ የእሱ ጉድ ተወርቶ አያልቅም፡፡"

"ከእሱ ምንም ደግ ነገር አያስተውሱም?"

"እንዴ ከኃይለኝነቱ ሌላ እኮ ጥሩ ልጅ ነው፡፡ እንጀራና ዳቦ ይጋግርልኛል፣ ዶሮ ይገነጥልልኛል፣ ጎበዝ ልጅ ነበር፡፡"

"ከዚሁ ሁሉ ዘመን በኋላ ጽሑፎቹን እንዴት አስቀምጠው ሊሰጡት ቻሉ?"

"ጽሑፍ የማስቀመጥ ልምድ ስላለኝ ነው፡፡ ወረቀት አልጥልም"

ይህን ከተባባልን በኋላ ወደ መኪናዬ እየተራመድኩ ሳለ፣ ዓድል ከተከላቸው ዛፎች ውስጥ አንዱን አሳዩኝ፡፡ ሁለቱን ግን ዘመን ሸኝቷቸዋል፡፡

ወላጅ እናቱን አገኘኋቸው

በዓድል አክስት ጥቆማ መሠረት ወላጅ እናቱን ወይዘሮ ወይንሸትን አገኘኋቸው፡፡ ከሰላምታዬ ቀጥሎ እንዲህ አልኳቸው፤

"የዓድል አባት ማን ነበሩ?"

"እሱማ የተረፈው ሀብታም፤ ጥሩ ኑሮ የነበረው አስመጪና ላኪ ነበር፡፡"

"ታዲያ ሀብታቸውን ሁሉ ምን በላው?"

"አዎ፣ ልክ ነህ፡፡ እሱ ወደ ናዝሬትና መተሐራ ሲወርድ፣ የአዲስ አበባውን ቤቱን በቃል ውክልና "እስከመለስ ቤቴን ጠብቅልን" ተብሎ አደራ የተሰጠው ሰው ካደ፡፡ መሐመድ ጣሒር ይባላል፡፡ ሰነድም ሆነ ውል የለም፣ ማስረጃም የለሽም አለኝ… ክስ ብመሠርትም ተዘጋ፡፡ ልጆቹም ከሐብታም ተወልደው ደኃ ሆኑ፡፡"

"አባታቸው ሲያርፉ እርስዎ የት ነበሩ?"

"ለጠበል ብሎ ስለነበር የሄደው፣ ላስታምም ሁለቱን ልጆቼን ይዤ መተሐራ ወረድኩ፡፡ ልጆቼ የሦስት ዓመት ተኩልና የሁለት ዓመት ተኩል ዕድሜ ነበራቸው፡፡ አባታቸው ሲደካከም መሐመድ ጣሒር መጣና ወዲያው እሱ ሲሞትለት ፎቶና ፓስፖርቱ ሳይቀር ይለቃቅም ጀመር፡፡ ተወው… የእሱ ነገር ያሳዝናል፡፡"

"ከዚያስ?"

“አባቻቸው ሲያርፍ ከእነ አሕመድ ባንሰር ጋር ሆነን ቀበርን፡፡ ናዝሬት የነበረው ወንድሜ ሞግዚትነቴንና የንብረቱን ጉዳይ እንዲያስተካክልለኝ ብዬ ነበር፡፡ አልሆነም... እንዲሁ ቀረ፡፡”

“ነገሩ ካለፈ በኋላ ከአሕመድ ባንሰር ጋር ሆነን መሐመድ ጣሒርን በድጋሚ ብንጠይቀው አሁንም ካደ፡፡ ፍርድ ቤት ከሰስኩ፡፡ ግን አጭበርብሮኝ ቀረ፡፡ እኔም ልጅ ስለነበርኩ ትቼው ተቀመጥኩ፡፡ በኋላ ግን ሊሞት ጣር ላይ እያለ ሁለታችንንም አስጠርቶን ንብረቱንና ሰነዶቹን እሰጣችኋለው ብሎን ነበር፡፡ ቆይተን ብንሄድ ሞቶ ጠበቀን፡፡ ሚስቱን ብንጠይቃት፣ “ስትፈልጊ ከመቃብር አውጥተሽ ጠይቂው” አለቺኝ፡፡ እሷም ብዙ ሳትቆይ ሞተች፡፡ ይመስገነው... እኔ እስካሁን አለሁ፡፡ ልጄም ትልቅ ሰው ሆኖልኛል፡፡”

“በእነ ዓድል አባትና በበቀለ ሞላ መካከል የነበረው ግንኙነት ምን ነበር?”

“ስለ በቀለ ሞላ የሚያውቁት አሕመድ ባንሰር ነበሩ፡፡ አንድ ቀን እሳቸው በቀለ ሞላ ጋ ወስደውኝ “የአባታቸውን ገንዘብ ለልጆቹ ስጣቸው” ብለው ጠየቋቸው፡፡ “ፈርምልኝና ትንሽ ገንዘብ ልስጥህ” ሲሏቸው አሕመድ ባንሰር ተናደዱ፡፡ “ቢቃ አያስፈልግም” ብለዋቸው ተውነው፡፡ እስከ መጨረሻው ድረስ እኛን በሁሉም ነገር የሚደግፉን አሕመድ ባንሰር ነበሩ፡፡ መቼም በጣም ቸር፣ አስተዋይ፣ ጨዋ ሰው ነበሩ፡፡”

“እኚህ አሕመድ ባነሰር ግን ምን ዓይነት ደግ ፍጡር ነበሩ?” አልኩ ለራሴ፡፡ መልሱን ለማግኘትና ስለ ዓድል ማንነት ይበልጥ ለማወቅ ፈውዚያን ማግኘት ነበረብኝ፡፡

ከደጉ ሰው ልጅ የነበረኝ ውሎ...

ፈውዚያ ከላይ ከታች የሌላት የአሕመድ ባንሰር አንድያ ልጅ ነች፡፡ ውይይታችንን ስንጀምር በአንቱታ” ቢሆንም፣ ወደ “አንቺ” እና “አንተ” ለመዞር ግን ጊዜ አልወሰደብንም፡፡ ሁለታችንም የአንድ ከተማ ልጆች መሆናችን ጠቅሞናል፡፡

አማርኛና እንግሊዝኛ እየቀላቀለች እማኝነቷን ማካፈል ጀመረች...

“አባቴና አባቱ የአንድ ሀገር ሰው ከመሆናቸውም በላይ፣ በጣም ይዋደዱ ነበር፡፡ የእሱ አባት በጣም ሀብታም ሰው ነበር፡፡ ከመጀመሪያ ሚስቱ የወለዳቸውን ሁለት ልጆች (ሁሴንና ፈውዚያን) ቅብጥ አድርጎ ሳንፎርድ እያስተማረ ነው ያሳደጋቸው፡፡ ከዚያ በኋላ ነው ከእነ ዓድል እናት ጋር

የተገናኙት፡፡ ቆይቶ ታመመ፣ ከሰው ራቀ፣ ወደ መተሐራ ሄደ፡፡ ከሰው በራቀበት ሰዓት አባቴ ነበር ከጎኑ የቆመው፡፡ "

"አስቲ ከጀመርሽው አይቀር ስለ አባትሽ ትንሽ አጫውቺኝ?" ስል አቋረጥኳት፡፡

"የኔ አባት ደግ፣ የተረጋጋ፣ ጨዋ፣ የተቸገሩትን የሚረዳ... ድንቅ ሰው ነበር፡፡ የሠፈሩ ሰው ስልክና ውኃ የሚጠቀመው እኛ ቤት ነበር፡፡ ሮመዳን ደርሶ ለኔ ልብስ ከተገዛ ለሠፈሩ ልጆች በሙሉ ልብስ ይገዛላቸው ነበር..." ብላ ንግግሯን መጨረስ አቃታት፡፡ እንባ ቀደማት፡፡ ምን ዓይነት ስስ ፍጥረት ናት?

እንደምንም አረጋጋኋትና የአባቷን ወግ ቀጠለች፡፡ "የዓድልን አባት ልጆች የሚያሳድገውና እናቱንም የሚረዳት እሱ ነበር፡፡ "

"ዓድልንስ አይረዱትም ነበር?"

"አባቴ ሰው መርዳት ባሕርይው ነው፡፡ ለዓድል ትርፍ ነገር አልተደረገለትም፡፡ ግን ያን የመሰለ አባቱን ስላጣ ያሳዝነዋል፡፡ ይዞት ይዞራል፣ የማጂድ ልጅ ነው እያለ ከሰዎች ጋር ያስተዋውቀዋል..."

"አንቺስ ስለ ዓድል ያለሽ ትውስታ ምንድነው?"

"እሱ እኮ የተለዬ ልጅ ነው፡፡ ጭንቅላቱን፣ ባሕርይውን እወድለታለሁ፡፡ ሁኔታው፣ ቅጥነቱ፣ ልጅነቱ... ያሳዝነኛል፡፡ ዓለም ፈትናዋለች፡፡ ያ ሁሉ መከራ አይገባውም ነበር፡፡ አሁን ደግሞ ስለማያውቀው አባቱ ታሪክ መጻፉ አንተንስ አይደንቅህም?" ስትል መልሳ ጠየቀቺኝ፡፡

ፈውዚያ የአባቷ ልጅ ነች፡፡ በጨዋታችን መሃል ምሳ እንድንበላ ጋበዘችኝ፡፡ ያለወትሮዬ ከልክ በላይ ተግደረደርኩ "አፈር ስሆን..." ስትለኝ ግን... ወከክ አልኩ፡፡ ወላጅ እናቴ ድቅን አለችብኝ፡፡

እጅ የሚያስቆረጥመውን ምግብ ከደራ ጨዋታ ጋር አጣጣምነው፡፡ ፈውዚያ ቀኔን አሳመረችው...

የሣህለ ትውስታ እንዲህ ነው

ሣህለ ማመጫ የዓድል የአክስት ልጅ ነው፡፡ ዓድል ከሀገር ሲወጣ ሳህለ የስምንት ዓመት ልጅ የነበር ቢሆንም፣ እያንዳንዷን ከነውን የማስታወስ አቅሙ የሚደንቅ ነው፡፡ ከማያባረው የትውስታ ወቅያኖስ እየጠለቀ እንዲህ አስጎነጨኝ፡፡

“ዓድል እኛ ቤት ሲመጣ፣ እናቴ እኔን ነፍስ ጡር ነበረች፡፡ እሱ የመን እስኪሄድ ድረስ ወንድማችን እንደሆነ ነበር የምናውቀው፡፡ የአክስታችን ልጅ መሆኑን አናውቅም ነበር፡፡ እናታችንም የእህቴ ልጅ ነው ብላ ነግራን አታውቅም፡፡”

“የቤቱ ታላቅ ልጅ ስለነበር፣ የእርሱን አባባል እንደ እግዚአብሔር ቃል ነበር የምናከብረው፡፡ ቁርጠኛ፣ ብልህ፣ ቀልጣፋ... ከመሆኑም በላይ ለትምህርት ልዩ ክብርና ትኩረት ይሰጥ ነበር፡፡ የቤት ውስጥ ሥራ በጣም ጎበዝ ነው፡፡”

“ትምህርት ያስጠናን ነበር፡፡ የሰጠንን ሥራ ጨርሰን አርምልን ስንው እንደገና ደጋግማችሁ ሥሩ ይለናል፡፡ ያን ያደርግ የነበረው ንባቡን እንደናስተጋጉለው ነበር፡፡ ስናስቸግረው ወደ ግድግዳ ፊታችን አዙራችሁ ቁሙ ይለናል፡፡”

“ድሮ ለቀበሌ ወጣቶች ቡድን እግር ኳስ ሲጫወት 7 ቁጥር ማልያ ነበር የሚለብሰው፡፡ ጎበዝ ተጨዋች ነበር፡፡ ታድያ እሱ ከሀገር ከወጣ በኋላ ያቺኑ 7 ቁጥር ማልያ እየለበስኩ እኔ መጫወት ጀመርኩ፡፡”

“በጣም የሚገርም ትስስር ነው ያላችሁ፡፡ ሌላስ ምን ትዝ ይልሃል?” ስል በመሀሉ ጠየቅኩት፡፡

“ዓድል ለዓላማው ሙትና የፈለገውን ጉዳይ ሳያሳካ እንቅልፍ የማይወስደው ሰው ነው፡፡ ሀገር ቤት ሳለ ከሀገር መውጣት ይፈልግ ነበር፡፡ አደረገው፡፡ የመን እያለ አሜሪካ ሄዶ መማር ይፈልግ ነበር፡፡ ያንንም አሳካው፡፡ በ14 ዓመቱ የማርክሲዝም ፍልስፍናን አጥንቶ፣ ሌሎችንም ማስጠናት የቻለ ድንቅ ፍጡር ነው፡፡ በፈለገው መንገድ መሄድ የሚችል ሰው ነው፡፡”

“ብዙ ጊዜ ታስሯል፡፡ እስር ቤት ሳለ እኔና እህቴ ዓይናለም የጠዋት ስንቅ እናመላልስለት ነበር፡፡ ጌታሁን ከሰዓት በኋላ ራት ይወስድለታል፡፡ አባታችንም ስንቅ ያመላልስለት ነበር፡፡ ከሞት ተርፎ ከሀገር ከወጣ በኋላ ደብዳቤ ይጽፍልን ነበር፡፡”

“አሁን ደብዳቤዎቹ የታሉ?” ጓጉቼ ጣልቃ ገባሁ፡፡

“ሕይወት ያለው ስለሚመስለኝ ደብዳቤ አልጥልም፡፡ ሰብስቤ አስቀምጣለሁ፡፡ ስለዚህ የወንድማችንን ንብረት መጠበቅ ስለነበረብኝ የዓድልን ደብዳቤዎች ከአርባ ዓመት በላይ አስቀምጫቸዋለሁ፡፡ በቅርቡም የእነዚያን ደብዳቤዎቹን ቅጂ 58 ገጽ ጽሑፍ ልኬለታሁ፡፡ እርግጥ ነው፣ ገና ልጅ ሳለሁ ከሀገር ስለወጣና የ10 ዓመት ያህል የዕድሜ ልዩነት ስላለን፣ ከእኔ ጋር ይበልጥ የተቀራረብነው አሜሪካ ከመጣሁ በኋላ ነው፡፡ ቅርበትም ሆነ ጓደኝነታቸው ከወንድሜ ከጌታሁን ጋር ነበር፡፡”

የሣህለ የአገላለጽ ችሎታና የቃላት ፍሰት ተውህቦ ምስጢሩ ተገለጸልኝ፡፡ በልጅነቱ ከአሠራ አምስት በላይ አገሮች ውስጥ ከነበሩ የብዕር ጓደኞቹ ጋር ብዙ ተጻጽፏል፡፡ ግጥምና አጫጭር ልቦለዶች የመጻፍ ልምድ ነበረው፡፡ ‵እና እባክህን በዚህ የቋንቋ ችሎታህ ጻፍበት´ ብዬ ተማፀንኩት፡፡ ከኪነጥበብ ያፈናቀለው ወደ ቴክኒክ በማዘንበሉ መሆኑን ነገረኝ፡፡ ከዚህ በላይ አልተጫንኩትም፡፡

ስለ ደራሲው

“ዓድል የሥነ ጽሑፍ ልምድና ችሎታ ሳይኖረው እንዴት የራሱን ግለ ታሪክ ይጽፋል?” ቀላል ጥያቄ ነው!

የፑሊትዘርን ሽልማት የተቀዳጀው “አንጄላስ አሽስ” መጽሐፍ ደራሲ ፍራንክ ማኮርት፣ የመጀመሪያውን መጽሐፉን ከማሳተሙ በፊት አንድም መጽሐፍ አልጻፈም።

ዓድል እንደማንኛውም ሰው በአያሌ የሕይወት ውጣ ውረድ ውስጥ ያለፈ ተራ ሰው ነው። ጨለማና ብርሃን፣ ውድቀትና ስኬት... እየተፈራረቀበት ደፋ ቀና እያለ እዚህ ደርሷል፡፡

ይህ ነው የሚባል ልዩ ችሎታ፣ ዝና ወይም ሀብት የለውም። ስለማንነቱም ሆነ ስለጻፈው ነገር ማራኪ ጽሑፍ የመከሸን ችሎታም የለውም፡፡ ታዲያ የእርሱን መጽሐፍ ማንበብ ምን ፋይዳ አለው? ለዚህ ዋነኛው ምክንያት በራሱ ስልት ያቀረበውን ትረካ ለማጣጣም ነዋ!

ዓድል የተወለደው ከአንዲት ምስኪን የአሥራ አምስት ዓመት ኢትዮጵያዊት እናትና ከአንድ ባለጸጋ የሃምሳ ዓመት ነጋዴ ነው፡፡ አባቱ ከእንግሊዝ ጦር ጡረታ የወጣ የየመን ሀድራሚ ተወላጅ ነበር። ዓድል በአልኮል ሱሰኛ አባቱ ሞት፣ በእናቱ ድጋፍ መስጠት አለመቻልና በየመን ከሚገኙት የአባቱ ቤተሰቦች ጋር ለመገናኘት የሚያስችል ቀዳዳ በማጣቱ፣ ምክንያት በስምንትና በአሥራ አንድ ዓመት ዕድሜው መካከል ከአንድም ሁለቴ በጎዳና ላይ ለመኖር ተገዷል።

ከልጅነቱ እስከወጣትነቱ ድረስ፣ የአይሁድ እምነትን ጨምሮ፣ በእስልምናና በክርስትና (ሞርሞኒዝም) ሃይማኖቶች ላይ በቂ ትምህርት አግኝቷል። በአፍላ ዕድሜው ማርክሲስት በነበረበት ወቅት፣ በግራ ዘመም ፓርቲ የወጣቶች እንቅስቃሴ ውስጥ በመሳተፉ ምክንያት ለእስር ተዳርጓል፡፡ ከዚያም ከመንግስታዊ ገዳይ ቡድን ለጥቂት ተርፎ ወደ አባቱ ወገኖች ሀገር ወደ የመን ተሻግሯል።

በየመን ከጭፍን ጥላቻ፣ ከአድልኦና ከእርስ በርስ ጦርነት መዘዞች ጋር ተጋፍጧል፡፡ ጠየም ባለው የቆዳ ቀለም፣ በምሥራቅ አፍሪካ በመወለዱ፣ እንዲሁም ከኋላ ቀር ባሕላዊ ወጎቻቸው ጋር ካልተፋቱ ጥንታዊ የማህበረሰቡ አባላት ጋር ተመሳስሎ መኖር ባለመቻሉ ምክንያት፣ የደረሱበትን ማግለሎች ለመመከት ተገድዷል።

ይሄን ሁሉ ምድራዊ አበሳ ጠንክሮ ካሳለፈ በኋላ የቅድመ አያቶቹን ሀገር ጥሎ ተሰደደ፡፡ በራሱ ደካማ ስለነበር ሳይሆን፣ አማራጭ ስላልነበረው ብቻ የሆነውን ሁሉ ሆነ።

የዓድል ውጣ ውረድ በየመን ምድርም ተደግሟል፡፡ ሀዘንና የተስፋ ጭላንጭል... በአሉታዊና በአዎንታዊ ንቃቃት ውስጥ ማጮለቅ... የተስፋ ዝናብ ያረገዘ ደመና... በጭጋግ የተሸፈነጭላንጭል እየጎበኘው አልፏል፡፡ ይሄን ሁሉ ወጀብ ያስተናገደው ብላቴና በወጣትነቱ የመንን ተሰናብቶ ወደ ሰሜን አሜሪካ ተሸገረ።

ዓድል የምዕራቡ ዓለም እንከን የለሽ ነው ብሎ አያምንም፡፡ ይልቁንም በዚያ ባገኛቸው መልካም ዕድሎች፣ ማለትም በትምህርትና በመሠረታዊ የሰብአዊ መብቶች መከበር ላይ ማተኮርን ይመርጣል።

በሰሜን አሜሪካ ያሳለፈው የተደላደለ የወጣትነት ሕይወት፣ ከልጅነቱ ጀምሮ ያለፈባቸውን አሳዛኝ ትዝታዎችና እሴቶች ከአዕምሮው ፍቆ እንዲያወጣ አላደረገውም፣ ሰብዕናውንና አመለካከቱን መልክ አስያዘለት እንጂ።

ዓድል ከትምህርት ነክ ክንውኖቹ፣ ከሙያዊ ስኬቶቹና ማዕረጎቹ ይልቅ በሌሎች የሕይወት ገጽታዎቹ መታወስን ይሻል፡፡ ሁለት ሴት ልጆቹን ለብቻው በማሳደጉ በሚሰማው የአባትነት ኩራት፣ ለመድኅንና ለመዝናናት በካናዳ አለታማ ተራሮች ላይ ባደረጋቸው ስፍር ቁጥር የሌላቸው የእግር ጉዞዎች፣ ኪሊማንጃሮ ተራራን በመውጣቱና በተሳተፈባቸው የማራቶን ሩጫዎች ጭምር መታወስን ይሻል፡፡ እነዚህን ሁሉ ተግባራት የሚከውነው ያለፈ ዕድሜውን ለማጣጣምና አሁናዊ ፈተናዎቹን ለመጋፈጥ ነው።

ዓድል ከልጅነቱ አንስቶ የሕይወትን መራራ ገፈት ተጎንጭቷል። ሆኖም የትግሉ ድል አድራጊ አይደለም... ቆራጥ ተዋጊ እንጂ!

ዓድል በጋዜጠኛና ደረሲ አበራ ለማ ዕይታ

ዓድልን ለመተዋወቅ ሰበብ የሆነኝ፣ ከአብደላ መሐመድ ሳልህ አል-አራሲ (አብደላ እዝራ) ጋር የነበረኝ ትውውቅ ነው፡፡ ዓድልና አብደላ ሰንዓ ውስጥ

በጋራ አንድ ቤት ተከራይተው፣ ለስድስት ዓመታት አብረው ኑረዋል፡፡ ምናልባት ከአርባ ዓመት በፊት አብደላ፣ ዓድል የሚባል ጓደኛ እንደነበረው ያጫወተኝ ትንሽ ትንሽ ትዝ ይለኛል፡፡

አብደላ በድንገተኛ ሕመም ምክንያት ከዚህ ዓለም በሞት ከተለየ በኋላ፣ ዓድል ስለአብደላ የመጨረሻዎቹ የኢትዮጵያ ቆይታው ዜናዎችን ለመስማት ሲያነፈንፍ ነበር፡፡ እናም መጀመሪያ ያብደላን ብቸኛ ልጅ ማኅሌትን ፌስ ቡክ ላይ ፈልጎ አገኛት፡፡ ቀጥሎም ለኔ በሜሴንጀር ያብደላን ስም ጠቅሶ፣ የእሱ ጓደኛ እንደነበር አብራርቶ፣ ሊተዋወቀኝ እንደሚፈልግ ገለጸልኝ፡፡ ማመን አልቻልኩም፡፡ አብደላ እራሱ የጻፈልኝ ያህል ተሰማኝ፡፡ ለትውውቁ የተሰማኝን ደስታዬን ገለጽኩለት፡፡

ከትውውቃችን በኋላ፣ ስለአብደላ ብዙ ብዙ ተጨዋወትን፡፡ ብዙ የማላውቃቸውን የወዳጄን ገጽታም አካፈለኝ፡፡ የሕይወት ታሪኩን በሚመለከት፣ ሦስት ተከታታይ መጻሕፍት በእንግሊዝኛ ቋንቋ እየጻፈ እንዳለም አጫወተኝ፡፡ በሁለተኛው ቅጽ ውስጥ ያብደላ ትዝታውም እንደተካተተ ነገረኝ፡፡ በሥራው በኩል በምችለው ሁሉ ከጎኑ እንደምቆም ቃል ገባሁለት፡፡ ለመጀመሪያ መጽሐፉ ደህና ተርጓሚ እንዳፈላልግለት አጣደፈኝ፡፡ ለምላሹ ቀናት አልቆጠርኩም፡፡ የረዥም ዘመን ወዳጄን ዶ/ር ሰሎሞን በርሄን (ቀዳማዊ ሰለሞን) ለዚህ ብርቱ ሥራ አጨሁለት፡፡ ደውሎ በሰልክ አነጋገረው፡፡ በብዙ ብዙ ተግባብተው፣ ዶ/ር ሰሎሞን ሊተረጉምለት ቃል ገባለት፡፡ ይህንን የትርጉም ሥራ ባጭር ጊዜ አጠናቆ አቀረበለት፡፡ ዓድል ደስታውን አልቻለውም፡፡ በእጅጉ አመሰገነው፡፡ እኔም የመጨረሻውን ያርትዖት ሥራ እንድሠራለት ጠየቀኝ፡፡ አላቅማማሁም፡፡ አደራውን ተቀብዬ ሠራሁለት፡፡

ታዲያ ባለፈው ወር አውሮፓ በነበርኩበት ጊዜ የመጀመሪያውን የእንግሊዝኛ እትም ሥራውን ካነበብኩ በኋላ፤ አንድ ኃሳብ ብልጭ አለብኝ፡፡ ዓድልን ካልጋሪ ካናዳ ሄጄ መጎብኘትና፣ እሱነቱን ጠጋ ብዬ ማየትና ማጥናት አማረኝ፡፡ ባጭር ጊዜ ውስጥ ፈጸምኩት፡፡

ካድል ጋር አንድ ወርቃማ ሳምንት በካልጋሪ አሳለፍኩ፡፡ ዓድል አጠር ያለ ሥጋ ሳይሆን ጠንካራ ጡንቻ ያካበተ አስፖርተኛ ሆኖ አገኘሁት፡፡ ጠዋት ተነስቶ እንደቀልድ አሥር ሺህ ሜትር ሮጦ ለቁርስ ይመለሳል፡፡ ቅዳሜና እሁድ ታላላቆቹን ተራሮች እነ ሮኪ ማውንቴንን (Rocky Mountain) እንደ ጦጣ አየቧጠጠ ሲወጣና ሲወርድ ይስተዋላል፡፡ መሮጥና ተራራ መውጣት ወደር የሌለው ፍቅሩ ነው፡፡ በዓለም ዙሪያ በተደረጉ የማራቶን የሩጫ ውድድሮች ከሃያ ጊዜ በላይ ተሳትፏል፡፡ የመኖሪያ ቤቱ አንድ ግድግዳ በመቶዎች በሚቆጠሩ ሜዳሊያዎች ያሸበረቀ ነው፡፡

ዓድል አኗኗሩ ዘመናዊና ጥርት ያለ ነው፡፡ ከሃያ ስድስት ዓመታት በፊት የገዛው የመኖሪያ ቤቱ ማለፊያ ቪላ ነው፡፡ እሱና አብራው የምትኖረው ሁለተኛ ልጁ ሰመር ምግባቸውን እየተጋገዙ ያበስላሉ፡፡ በጥብሳ ጥብስ አንደኛ ነው፡፡

በኮቪድ 19 ምክንያት የመሥሪያ ቤቱን ሥራ የሚሠራው ከቤቱ ሁኖ ነው፡፡ የቫንኮቨርን የጤና ጥበቃ መሥሪያ ቤት በፋይንስና በፕላኒንግ መምሪያ ኃላፊነት ይመራል፡፡ የሁለት ባችለርና ያንድ ማስተርስ ድግሪ ጌታ ነው፡፡ "ብዙ ሰርተፊኬት ማባረር ጥሩ አይደለም" በሚል፣ ለዶክትሬቱ የጀመረውን ጥናት አቋርጧል፡፡ ሰዎችን ለመርዳት ብርቱ ፍላጎት አለው፡፡ በሁሉም ነገር ፈጣን ነው፣ ችኩል ነው፡፡ የተረጋጋ ሕይወትን መምራትና፣ በጠንካራ ጉዳዮች ላይ ከሰዎች ጋር መወያየትን ይፈቅዳል፡፡ ከተከበረው ጋብቻም ለጥቂት ዓመታት ከቀማመሰ በኋላ ፋይሉን በበቃኝ ዘግቶታል፡፡

የመጀመሪያ መጽሐፉን አንብቤ ስጨርስ የተሰማኝ ስሜት ድብልቅልቅ ያለ ነው፡፡ ያንድን ሰው መውደቅና መነሳት፣ ተስፋ ማጣትና ማጋት፣ ጽናትና ቁርጠኝነት፣ ከዚህም በላይ ብዙ ብዙ ስሜቶችን አደበላልቆ አምጥቶብኛል፡፡ የአመጸኛው ክልስ" ደራሲን የዳንዔል ሁከን መራራ የሕይወት ጉዞ አስታውሶኛል፡፡ ዳንዔል ወላጅ አባቱን ሲፈልግ ብዙ ባጅቷል፡፡ ዓድል ደግሞ ወላጅ እናቱን ሲናፍቅና ሲያፈላልግ የልጅነት ጊዜውን ሰውቷል፡፡ በዚህ ያመሳስላቸዋል፡፡

ሁለቱም ክልስ (መጢቃ) ሲሆኑ፣ የጎዳና ተዳዳሪዎች ሁነው የልጅነት ወራታቸውን በቁዘማ አሳልፈዋል፡፡ በመከለሳቸው ከማህበረ ሰቡ ደግ እይታ አልተቸሩም፡፡ የሚያለያያቸው ግን ዳንዔል የጎዳና ተዳዳሪ ሁኖ የእለት ጉርሱን ሲያሳድድ፣ ዓድል ግን ትምህርቱ ላይ ሙጥኝ ብሎ ነበር፡፡

ሁለቱንም በለስ የቀናቸው በተለያዬ አቅጣጫ ሄደው ነው፡፡ ዳንዔል ሁከ ቬሮኒካ የምትባል ሆላንዳዊት የሐብታም ቤተሰብ ልጅ በፍቅር አጥምዶ ድህነትን ያመልጣል፡፡ ዓድል ደሞ ከልጅነት ጀምሮ ያፈቀራትን ትምህርትን እዳር አድርሶ፣ በእወቀትና በሥልጠና ከሕይወቱ ፍትፍት ቀማሽ ሁኗል፡፡ የሁለቱም የሕይወት ታሪክ ላንባቢያን ጥንካሬንና ብርታትን ስንቅ ማድረግን ያስተምራሉ፡፡

ወዳጄ ዓድል፣ ዛሬ ቀና ብሎ በሕይወት ፍኖት ውስጥ የሚጓዝ ልበ ሙሉና በራሱ የሚተማመን ሰው ነው፡፡ ከስኬት ማማ ላይ እንዴት እንደደረሰም፣ አንዳችም ሳይደብቅ በመጽሐፎቹ እየነገረን ነው፡፡ ብዙዎቻችን ብዙ እንማርበታለን የሚል ብርቱ እምነት አለኝ፡፡

ተጨማሪ - አንድ

አባቴ በእንግሊዝ ወታደራዊ ሠራዊት ውስጥ፤

በሁለተኛው የዓለም ጦርነት ወቅት ሁለት ሚሊዮን ያህል ዐረቦችና ሕንዶች በእንግሊዝ ሠራዊት ውስጥ በመሰለፍ ተዋግተዋል፡፡ አባቴ ከእነዚያ ወታደሮች አንዱ ነበር፡፡ እንግሊዞች በሚጠይቁት የቁመና መሥፈርት (አንድ ሜትር ከሁለት ሳንቲ ሜትር ርዝማኔ ነበረው) ፣ የቋንቋ ክህሎት (ዐረብኛ፣ ጣሊያንኛና እንግሊዘኛ ይናገር ነበር) ብቁ ናቸው ያሏቸውን ዐረቦች ይመለምሉ ነበር፡፡

አባቴ ጥሩ ተኳሽ፣ መኪና ማሽከርከርና በቱርጁማንነት ማገልገል የሚችል ሰው ስለነበር፣ በእንግሊዞቹ ተመራጭነት ነበረው፡፡ የሃያ ዓመት ጎልማሳ ከነበረበት ጊዜ ጀምሮ በእንግሊዝ ወታደራዊ ክፍል ውስጥ በጊዜያዊ (ኮንትራት) ሠራተኝነት አገልግሏል፡፡ በ1928 ዓ.ም. ሃያ ሦስት ዓመት ሲሞላው ግን በቋሚነት ተቀጠረ፡፡ ጊዜው የኢትዮጵያና የጣሊያን ፍጥጫ የተካረረበት ወቅት ነበር፡፡ ከዚህ በኋላ የነበሩትን ተጨማሪ አሥር ዓመታት መደበኛ የእንግሊዝ ሠራዊት ባልደረባ ሆኖ አገለገለ፡፡

በሃያኛው ምዕተ ዓመት አካፋይ ላይ በእንግሊዝ ሞግዚትነት ሥር ትተዳደር በነበረችው ኤደን (ደቡብ የመን) ውስጥ፣ ጠቅላይ መምሪያውን የመሠረተው የኤደን የእንግሊዝ ጦር ሠራዊት አባል ነበር፡፡ "የጦሩ ዓላማ በሞግዚትነት የተያዘችውን ሀገር ከውጭ ወረራና ከውስጥ ስጋት መጠበቅ ነበር" ፡፡

በወርኃ ፀደይ 1928 ዓ.ም. ኢትዮጵያን ለሁለተኛ ጊዜ ለመቆጣጠር የተቃጣውን የጣልያን ወረራ በመከላከል በኩል አባቴ የነበረበት ክፍል ጦር ሁነኛ ተጋድሎ ፈጽሟል፡፡ ለሁለት ወር ያህል የእጅ በእጅ የጨበጣ ውጊያ፣ የድልድዮች ውድመት፣ የአየርና የከባድ መሣሪያ ጥቃት ከተካተተበት ጦርነት በኋላ፣ አዲስ አበባ በጣሊያኖች እጅ ወደቀች፡፡

ይህ የሁለት ወራት የጦር ሜዳ ተጋድሎ ለአባቴ በቂ የውጊያ ልምድ ሳያቀስመው አይቀርም፡፡ ከእንግሊዞች ጋር በቆየባቸው አሥር ዓመታት ውስጥ፣ ምን አይቶና ሠርቶ እንደሆንስ ማን ያውቃል?

ከእንግሊዝ የጦር ሠራዊት በጡረታ ሲገለል ኑሮውን ኢትዮጵያ ውስጥ መሠረተና ወደ ንግዱ ዓለም ፊቱን አዞረ፡፡ በእንግሊዝ ሠራዊት ውስጥ

ባያገለግልና በሁለተኛው የዓለም ጦርነት ባይዋጋ ኖሮ፣ ኢትዮጵያ ውስጥ ባልኖረ... እኔም ባልተወለድኩ፡፡

የአባቴን የሕይወት ጉዞ መታጠፊያዎች አገጣጠሜ ለመፈተሽ ስነሳ፣ በጦር ሠራዊት ውስጥ ምን የህል አልኮልና ትምባሆ እንደ መገበያያ ገንዘብ ይውል እንደነበር ለመገንዘብ በቃሁ፡፡ ደግሞም የአልኮል ሱሰኝነትና ድህረ ጦርነት የሥነ ልቦና ቀውስ (Post-Traumatic Stress Disorder - PTSD) ለሕልፈቱ ብቻ ሳይሆን፣ በሕይወቱ የመጨረሻዎቹ ሁለት ዐሥርት ላሳየው የአፈንጋጭነት ባህርይ ምክንያት ሳይሆኑ አልቀሩም፡፡

በእንግሊዞች ተጽዕኖ ምክንያት አለባበሱና አመጋገቡ ከበቀለበት ባህል ጋር የማይገጥም ሆነ፡፡ አልኮል መጠጥና ትምባሆ መለያ ባህሪያቱ እስከ መሆን ደረሱ፡፡

አደንና የመስከ ጉዞ መውደዱ፣ የእጅ ጽሑፍና የሥዕል ችሎታው እንግዳ ልማዶች ከሆኑባቸው ዐረብ ወገኖቹ ጋር አነጣጠሉት፡፡ ለዐረብ (ሙስሊም) ወዳጆቹ መጠጥ አስነዋሪ ነው - ይቅር የማይባል ኩነኔ፡፡ ዐረቦቹ ምንም እንኳን ከወታደራዊ አገልግሎቱ በኋላ የተጠናወቱትን አፈንጋጭ ባህርያት ቢታዘቡም ምክንያቱን ሊገነዘቡለት ግን አልቻሉም፡፡

ከጊዜ በኋላ እንደተረዳሁት በአባቴ ምድብ ውስጥ የሚገኙት የሠራዊቱ አባላት የውጊያ ድፍረት እንዲያገኙ ራም የተባለ የአልኮል መጠጥ እንደ መቁነን ይታደሉ ነበር፡፡ ምንም እንኳን እርግጠኛ ባልሆንም የአልኮል ሱሰኝነት የተጠናወተው እንዲያ ሳይሆን አይቀርም፡፡ በዚህ ዓይነት የአልኮል ቁራኛ ሆነው ከቀሩ ብዙዎች መሀል አንዱ እርሱ ሊሆን የማይችልበት ምክንያት የለም፡፡

ከጦርነት ማግስት የሚተርፈው ችግር የአልኮል ሱሰኝነት ብቻ ሳይሆን፣ ድህረ ጦርነት የአዕምሮ ውዝግብ (Post-Traumatic Stress Disorder) ጭምር እንደሆነ ከኋለው ንባቤ ተገንዝቤአለሁ፡፡

ለጦር ሜዳ ውሎ የተሸለማቸው ሜዳሊያዎች

●የጦር ሜዳ ውሎ ሜዳሊያ (1931-1937 ዓ.ም.)

በሁለተኛው የዓለም ጦርነት እንደተሰለፈ እንደ አብዛኛው ዘማች ሁሉ ከ1931-1937 ዓ.ም. ለሰጠው ግልጋሎት የጦር ሜዳ ውሎ ሜዳልያ ተሸልሟል፡፡ ይህ ሜዳሊያ የሚሰጠው ከነሐሴ 30 ቀን 1931 - ነሐሴ 29 ቀን 1937 ዓ.ም. ድረስ በነበረው ጊዜ ውስጥ ለሃያ ስምንት ቀናት የሙሉ ጊዜ አገልግሎት ለሰጠ ወታደር ነው፡፡

●የ1931-1945 ዓ.ም ኮከብ

ከነሐሴ 30 ቀን 1931- ነሐሴ 29 ቀን 1937 ዓ.ም. ድረስ በሁለተኛው የዓለም ጦርነት ለተሳተፈበት የጦር ሜዳ ውሎ የተሰጠው ነው፡፡

●የጣሊያን ኮከብ

በእንግሊዝ የጋራ ብልጽግና ሠራዊት ምድብ ዘማችነቱ የተሸለመው ሜዳሊያ ነው፡፡ ይኸውም ሲሲሊ ወይም ጣሊያን ውስጥ ከሰኔ 1 ቀን 1935 እስከ ሚያዝያ 1937 ዓ.ም. ለፈጸመው ግልጋሎት የተሰጠው ነው፡፡

የሜዳሊያዎቹን ምስል

Adel Ben-Harhara (www.adelbenharhara.com/gallery)

ላይ መመልከት ይቻላል፡፡

ተጨማሪ - ሁለት

የቅርቡ ትዝብቴ፣ ኢትዮጵያ

በ2002 ዓ.ም. እና በ2008 ዓ.ም. ጉብኝቴ ወቅት ያየኋትን ኢትዮጵያ በ1950ዎቹና 60ዎቹ ከማውቃት ጋር ማነፃፀር ተሳነኝ፡፡

በእኔ የአፍላነት ዘመን ብዙዎቹ የሀገሬ ሰዎች በባዶ እግራቸው የሚሄዱና ባህላዊ ሸማ የሚለብሱ ነበሩ፡፡ ጎዳናው ያልተጨናነቀና ንጹህ ነበር፡፡ አብዛኛው ሕዝብ የሚጠጣው ቤት ውስጥ የተጠመቀ ባህላዊ መጠጥ ከመሆኑም በላይ በየቤቱ የሚመገብ ሕዝብ ያላት ነበረች... ያኔ የማውቃት ሀገር፡፡ በተለይማ ለሴት ልጅ ከቤት ውጭ መብላት የማይሞከር ጉዳይ ነበር፡፡ በዚህም የተነሳ የሆቴሎች ቁጥር አናሳ ነበር፡፡

ሱቆችና የንግድ ድርጅቶች በታሪካዊ ስያሜዎች ወይም በኢትዮጵያዊ ባለቤቶቻቸው ስሞች የሚሰየሙ ነበሩ፡፡ ያኔ ሰዎች የሚለዩት በትውልድ ቦታቸው ስለነበር፣ ዘርህ ምንድነው ተብለው ሲጠየቁ መስማቴን አላስታውስም፡፡ ሰዎች "ሀገርህ ወዴት ነው?" ተብለው ሲጠየቁ የትውልድ ቦታቸውን ነበር የሚመልሱት፡፡

በዚያን ዘመን የተማረው የሕብረተሰብ ክፍልም ሆነ ትምህርት ቤቶች፣ በቁጥር አናሳ ይሁኑ እንጂ የዓለምን ሁኔታ ጠንቅቀው የሚያውቁ ብዙዎች ነበሩ፡፡ ከዚህም በላይ ከአብዮቱ ዘመን በፊት ከሀገሩ ለመውጣት የሚቋምጥ ዜጋ አልነበረም፡፡ በሀገራቸው እንዲሁም በቱባ ባህሏና ታሪኳ፣ ከራሳቸው አልፈው የአፍሪካና የመላው ጥቁር ሕዝቦች ኩራት እንደሆኑ የሚቆጥሩ ኩሩ ሕዝቦች ነበሩባት - ኢትዮጵያ፡፡

በቅርቡ ባደረግኳቸው ጉብኝቶች ግን ሁለት - ሦስተኛ የሚሆኑት የንግድ ድርጅቶችና ሆቴሎች በባዕድ ስሞች ተሰይመዋል፡፡ እንዴት እንዲህ እንደሆነ ብጠይቅ የተሰጠኝ መልስ "የአሜሪካ ድምፀት ያላቸው ስሞች የምንጠቀመው ፈረንጆችን ወይም ቱሪስቶቹን ለመሳብ ነው" የሚል ነበር፡፡

ፒዛና በርገር በሚሸጥባቸው ቤቶች ደጃፍ ያሉት ረጃጅም ሰልፎች አስደነቁኝ፡፡ ምዕራባውያኑ እንዲህ ያሉትን የምግብ ዓይነቶች ሲሸሹ፣ ኢትዮጵያ ግን

በተቃራኒው ወደ ተጠላው እየከነፈች ነው፡፡ አበቅ የለሹ ኢትዮጵያዊ ባህል በአልባሌ የምዕራባውያን ልማዶች እንዲዋጥ መጎምዠትን ምን አመጣው?

ዛሬ አብዛኛው ሰው በቻይና ጫማና ልብስ ተወጣጥሯል፡፡ የማውቀው የሀገሬው ሸንቃጣ ገላ ስብ ተሸክሟል፡፡ ይህ ልዩነት የመጣው የሰዉ አመጋገብ ከተፈጥሮአዊው ይልቅ ወደ ፈጣን (ለብለብ) ምግብ ስለተቀየረ ነው፡፡

ከሁሉ ያሰደነገጠኝ ግን ሴቶች የውስጥ ሱሪያቸውን የሚያሳይ ልብስ ለብሰው ማየቴና፣ ወንዶቹም ከወገባቸው ወርዶ የኋለኛውን የመቀመጫቸውን ክፍል የሚያሳይ ሱሪ አጥልቀው መታዘቤ ነው፡፡

አሜሪካ ውስጥ እንዲህ ዓይነቶቹን የአለባበስ ዘይቤዎች መመልከት የተለመደ ነበር፡፡ አንዱ ፍርደ ገምድል የሆንኩ የመሰለው ሰው "ይህ ወጣቱ ነፃነቱን የሚገልጽበትና፣ ነባሩን ባህል አሽቀንጥሮ የማውለቁ ምልክት" እንደሆነ ነገረኝ፡፡ የሰውዬው መከራከሪያ ነጥብ እንዲህ ዓይነቱ አለባበስ ቀበቶና ልከኛ ልብስ በሚከለከልባቸው የአሜሪካ እስር ቤቶች ውስጥ የተፈጠረ ነው የሚል ነው፡፡ ታዲያ አሜሪካ ውስጥ የሆውን ሁሉ ኢትዮጵያውያን እንዳለ ቀድተው መወጣጠር አለባቸው እንዴ?

እኔ የማውቃት ኢትዮጵያ የብዙ ቋንቋ፣ ብሔርና ሃይማኖት ምድር ነበረች፡፡ ያደግኩት የማንም ዘር ወይም ብሔር በማይጠይቅበት ቅይጥ ማህበረሰብ ውስጥ ነበር፡፡ በበኩሌ ከጎሳ ኋላ ቀር አመለካከት ጋር የተፋጠጥኩት ሰሜን የመን በሄድኩበት ጊዜ ነበር፡፡ እስከ ቅርብ ጊዜ ድረስ ስለ እናቴ የዘር ሐረግ ትኩረት አልነበረኝምና፣ አትላንታ ጆርጂያ ውስጥ የሚኖረውን የአክስቴን ልጅ ሳህለን ስለ ዘሬና በእናቴ በኩል ስለሚኖረኝ ማንነት ጠየቅኩት፡፡ ይህን ያደረጉት የኢትዮጵያ መታወቂያ ካርድ ለማውጣት በምሞላው ቅጽ ላይ በመጠየቄ የተነሳ ነው፡፡ መቼም መሰሉን ጥያቄ በሰሜን አሜሪካ ውስጥ ማቅረብ እብደት ነው፡፡

ኢትዮጵያውያን ዘርን መሠረት ያደረጉ ክልሎች አዋቅረዋል፡፡ ይኸው የዘር ፌደራሊዝም የሚሉት ስሪት ነው ግጭትና ጦርነት መቀፍቀፊያ የሆነው፡፡ አሁን ኢትዮጵያውያን በክልል ታጥረው የእኔና የአንተ መባባል ጀምረዋል፡፡ የክልላዊነትን አጥር አንግሦ ካብ ለካብ መተያየትን የፈጠረው የፖለቲካ ቁማር ነው፡፡

በአሁኑ ጊዜ ሀገራችን ውስጥ ከብሔራዊ ቋንቋ ይልቅ፣ እንግሊዝኛ የሚናገር ሰው ሥፍራና ክብር ይሰጠዋል፡፡ ግን የኢትዮጵያ የትምህርት ሥርዓት ምን ነካው?

እኔን ብንወስድ እንግሊዝኛ እናገራለሁ። ሆኖም እንግሊዛዊ አይደለሁም፣ አልሆንምም። ዐረብኛ መናገሬም ኢትዮጵያዊ ማንነቴን ከውስጤ መዝምዞ አያወጣውም።

ራስን ማክበርና በማንነት መኩራት የመሠልጠን የማዕዘን ድንጋዮች ናቸው። የራስህን ቋንቋ ካጣጣልከው ግን ማን ሊያከብርልህ ይችላል? ለአያሌ ዓመታት ከሀገሬ ርቄ መኖሬ ከሽለቆ የጠለቀ ክፍተት ፈጥሮብኛል። ከኢትዮጵያ መውጣቴ በእኔ ሕይወት ዕይታ ውስጥ የልዩነት አሻራውን አሳርፏል።

ኢትዮጵያን ትቼ ወደ የመን የሄድኩት ግማሽ ማንነቴ እዚያ ስለነበረ ነው። ከፊል የመናዊ ነኝ። የመን መሄዴም ሆነ ወደ አሜሪካና ካናዳ መሰደዴ ግን በራሱ ስኬታማ አላደረገኝም። የመን ሳለሁ በውስጤ የሰረጸው የተማረና የተሻለ ሰው የመሆን ጉጉት ነበር። የጥንካሬዬ ምንጭ ኢትዮጵያ እንጂ አሜሪካ ወይም ካናዳ አይደለችም። የበቀልኩባት መሠረቴ ኢትዮጵያ ናት። ለዚህም ነው በልቤ ጽላት ውስጥ የማኖራት።

ከትውልድ ሀገር ወጥተው ስለተሰደዱ ብቻ፣ ከስኬት ማማ ላይ መቀመጥ ይችላል ብሎ ማሰብ ከንቱ ነው። በሀገሩ ውስጥ የሁለተኛ ደረጃ ትምህርት ማጠናቀቅ የተሳነው ኢትዮጵያዊ፣ በባዕድ ምድር የተሻለ ውጤት ይኖረዋል ብሎ መመኘት የዋህነት ነው። እትብቱ ከተቀበረበት ሀገር ውጭ የተከበረም ሆነ የተደነቀ ሰው አጋጥሞኝ አያውቅም። ራሳችንን ካላከበርን በማንም ዘንድ ቦታ አይኖረንም።

"የፖለቲካ አቋሜ ላይጥማችሁ ይችላል፣ እምነቴንም ላታከብሩት ትችላላችሁ። ነገር ግን ከእኔ ነጥላችሁ ጥቁርነቴን ልትወስዱብኝ አትችሉም።" ይህን ያለው ሪፐብሊካኑ ሳሚ ዴቪስ ነው። የእኔም እምነት ይኸው ነው። የቱንም ያህል ከእኔ ጋር ባትስማሙ ወይም ብትጠሉኝ፣ ኢትዮጵያዊነቴን ግን ከውስጤ ማውጣት አትችሉም። ከስድሣ ዓመት የዕድሜ ባለፀጋ የሚወጣው ሃቅም ይህ ብቻ ነው።

Bibliography

Angela. "10 Symptoms of PTSD." *Facty Health*. Updated May 21, 2019. facty.com/conditions/ptsd/10-symptoms-of-ptsd/?.

ANU Museum of the Jewish People. "The Jewish Community of Ethiopia." The Museum of the Jewish People. 1996. dbs.anumuseum.org.il/skn/en/c6/e195130/Place/Ethiopia

BBC News Africa. "The Rise of Aksum—History of Africa with Zienab Badawi [Episode 5]." YouTube Video, 44:48. April 19, 2020. youtube.com/watch?v=A4OSEpexs_Q.

Bethune, Brian. "Inside Roméo Dallaire's Ongoing Battle with PTSD." MACLEAN'S. October 21, 2016. macleans.ca/culture/books/inside-romeo-dallaires-brutally-revealing-new-memoir/.

BililaAward.org. "Abebe Bikila." Accessed December 27, 2021. bikilaaward.org/about_us/bikila/index.html.

Insight Ethiopia. "Episode 15: Axumite Kingdom: The Rise and Fall of an Empire." December 4, 2013. YouTubeVideo, 27:48. youtube/ad-k2nwJGZw.

"How to Celebrate the Ethopian New Year." Absolute Ethiopia Tours. Accessed December 3, 2021. absoluteethiopia.com/how-to-celebrate-the-ethiopian-new-year/.

Kloman, Harry. "Setting the Ethiopian Table," Ethiopian Food: Mesob Across America. April 1, 2013, 8:04 a.m. ethiopianfood.wordpress.com/2013/04/01/setting-the-ethiopian-table/.

"Meskel Festival: Finding of the True Cross." *WATA*. 2021. wata-dmc.net/dmc/travel-fit-products/ethiopia/meskel-festival-finding-of-the-true-cross/.

Nilsondm. "Abebe Bikila." December 3, 2012. YouTube Video, 22:50. youtube.com/watch?v=9FC8ozQtTEk.

Orpen, Neil. *South African Forces World War II: East African and Abyssinian Campaigns*. October 1968, p 250. hibiblio.org/hyperwar/UN/SouthAfrica/EAfrica/EAfrica-18.html

"Post-Traumatic Stress Disorder (PTSD)." Mayo Clinic, 2021. mayoclinic.org/diseases-conditions/post-traumatic-stress-disorder/symptoms-causes/syc-20355967.

"Red Terror Martyrs Memorial Museum." *MOMAA | African Modern Online Art Gallery & Lifestyle*. 2021. momaa.org/directory/red-terror-martyrs-memorial-museum/.

Senna, Danzy. *New People*. New York: Penguin Random House, 2017. p. 114 of 281. Adobe Digital Editions EPUB.

Bibliography

Shaikh, Ahmed. "Islamic Inheritance: A Guide for American Muslims." *IslamicInheritance.com*. accessed November 30, 2021. islamicinheritance.com/islamic-inheritance-guide/

"Truth to Power: The Book of Esther." Ministry Pass, 2021. ministrypass.com/resource/truth-to-power-the-book-of-esther/

2007 Wikipedia Selection for Schools. "Code of Hammurabi." Accessed December 19, 2021. cs.mcgill.ca/~rwest/wikispeedia/wpcd/wp/c/Code_of_Hammurabi.htm.

Ubelacker, Sheryl. "Romeo Dallaire's Memoir Sheds Light on Former Canadian General's Battle with PTSD." CTV NEWS. Last updated Friday October 28, 2016. ctvnews.ca/health/romeo-dallaire-memoir-sheds-light-on-former-canadian-general-s-battle-with-ptsd-1.3135585.

"What is Ta'awwudh and Tasmiyah?" *Sabiqoon Blog Space*. December 16, 2012. alsabiqoon.blogspot.com/2012/12/what-is-taawwudh-and-tasmiyah.html.

"What Was the Significance of Jesus Washing the Feet of the Disciples?" Got Questions Ministries. accessed December 16, 2021. gotquestions.org/Jesus-washing-feet.html.

"Wikipedia: 1960 Ethiopian coup d'état attempt." Wikimedia Foundation. Last edited October 5, 2021, 08:06. en.wikipedia.org/wiki/1960_Ethiopian_coup_d%27%C3%A9tat_attempt.

"Wikipedia: Ād." Wikimedia Foundation." Last edited November 18, 2021, 17:28. en.wikipedia.org/wiki/%CA%BF%C4%80d - Legend.

"Wikipedia: Agaw people." Wikimedia Foundation. Last edited November 7, 2021, 18:42. en.wikipedia.org/wiki/Agaw_people.

"Wikipedia: Arabic." Wikimedia Foundation. Last edited November 29, 2021, 12:33. en.wikipedia.org/wiki/Arabic.

"Wikipedia: Ark of the Covenant." Wikimedia Foundation. Last edited December 2, 2021, 01:59. en.wikipedia.org/wiki/Ark_of_the_Covenant.

"Wikipedia: Battle of Adwa." Wikimedia Foundation. Last edited December 6, 2021, 06:18. en.wikipedia.org/wiki/Battle_of_Adwa.

"Wikipedia: British Forces Aden." Wikimedia Foundation. Last edited November 13, 2021, 14:42. en.wikipedia.org/wiki/British_Forces_Aden.

"Wikipedia: Derg." Wikimedia Foundation. Last edited December 26, 2021, 14:00. en.wikipedia.org/wiki/Derg.

"Wikipedia: East African campaign." Wikimedia Foundation. Last edited November 30, 2021, 18:26 en.wikipedia.org/wiki/East_African_campaign_(World_War_II).

"Wikipedia: Ge'ez." Wikimedia Foundation. Last edited December 1, 2021, 16:37. en.wikipedia.org/wiki/Ge%CA%BDez.

"Wikipedia: Gondor." Wikimedia Foundation. Last edited November 15, 2021, 12:02. en.wikipedia.org/wiki/Gondar.

"Wikipedia: Gurage people." Wikimedia Foundation. Last edited December 1, 2021, 01:59. en.wikipedia.org/wiki/Gurage_people.

"Wikipedia: Gushl." Wikimedia Foundation. Last edited November 28, 2021, 15:26. en.wikipedia.org/wiki/Ghusl.

"Wikipedia: Human Rights Watch." Wikimedia Foundation. Last edited November 13, 2021, 18:23. en.wikipedia.org/wiki/Human_Rights_Watch.

"Wikipedia: Kebur Zabagna." Wikimedia Foundation. Last edited October 7, 2021, 19:52. en.wikipedia.org/wiki/Kebur_Zabagna.

"Wikipedia: Kingdom of Axum." Wikimedia Foundation. Last edited December 1, 2021, 16:17. en.wikipedia.org/wiki/Kingdom_of_Aksum.

"Wikipedia: Lake Tana." Wikimedia Foundation. Last edited July 29, 2021, 15:12. en.wikipedia.org/wiki/Lake_Tana.

"Wikipedia: Mancala." Wikimedia Foundation. Last edited November 12, 2021, 13:35. en.wikipedia.org/wiki/Mancala.

"Wikipedia: Meskel Square." Wikimedia Foundation. Last edited November 25, 2021, 16:02. en.wikipedia.org/wiki/Meskel_Square.

"Wikipedia: Obelisk of Axum." Wikimedia Foundation. Last edited October 30, 2021, 23:12. en.wikipedia.org/wiki/Obelisk_of_Axum.

"Wikipedia: Salat al-Janazah." Wikimedia Foundation. Last edited December 3, 2021, 09:42. en.wikipedia.org/wiki/Salat_al-Janazah.

"Wikipedia: Shewa Robit." Wikimedia Foundation. Last edited December 2, 2021, 07:40. en.wikipedia.org/wiki/Shewa_Robit.

"Wikipedia: Tarawih." Wikimedia Foundation. Last edited November 5, 2021, 19:55. en.wikipedia.org/wiki/Tarawih.

"Wikipedia: Zewditu Hospital." Wikimedia Foundation. Last edited March 9, 2021, 22:18. en.wikipedia.org/wiki/Zewditu_Hospital/.

www.ingramcontent.com/pod-product-compliance
Lightning Source LLC
Chambersburg PA
CBHW030313100526
44590CB00012B/624
9781778023323